AF738880

પ્રફુલ શાહ : પારિતોષિક વિજેતા અને વિક્રમસર્જક લેખક

મૂળ રાજવી કવિ કલાપીના ગામ લાઠીના વતની. ચાર દાયકાથી મુંબઈની ગુજરાતી પત્રકારત્વ આલમમાં સક્રિય પ્રફુલ શાહ હજારો લેખ અને કેટલીય લોકપ્રિય કૉલમ લખી ચૂક્યા છે. 'જન્મભૂમિ', 'ગુજરાત સમાચાર', 'મિડ-ડે' અને 'સમાતંર પ્રવાહ' જેવાં નામાંકિત અખબારોમાં મહત્ત્વપૂર્ણ જવાબદારી સફળતાથી નિભાવી છે. એશિયાના બે દાયકા જૂના ઐતિહાસિક અખબાર 'મુંબઈ સમાચાર'માંથી નિવૃત્ત થયા. હવે ફુલટાઇમ પુસ્તક ઉપરાંત ફિલ્મ-વેબ શો લેખનમાં પ્રવૃત્ત. અત્યારે 'મુંબઈ સમાચાર'માં 'વિશ્વના વીર યોદ્ધા' તથા 'સાયબર એલર્ટ' અને 'દિવ્ય ભાસ્કર'માં 'ક્રાઇમ ઝોન' નામક કૉલમ લખે છે. સાથોસાથ સિનેમાના ઊંડા અભ્યાસી. આસપાસના સાચુકલા માનવીની જીવતી-જાગતી પ્રેરણાદાયક વાતોને ઊંડા સંશોધન અને રસપ્રદ શૈલીમાં રજૂઆત એ એમની વિશેષતા છે.

પ્રફુલ શાહનાં યુદ્ધવીરો પરના પુસ્તક 'યુદ્ધ કેસરી'ને મહારાષ્ટ્ર રાજ્ય, ગુજરાતી સાહિત્ય અકાદમીએ પારિતોષિકથી નવાજ્યું છે. આ ઉપરાંત મહારાષ્ટ્રના ગુજરાતી માધ્યમના ધો. ૧૨ના પાઠ્યપુસ્તક 'યુવક ભારતી'માં 'દીપા મલિક - કંઈ જ અશક્ય નથી' અને ધો. ૭ના 'બાલભારતી'માં 'એક જ વીરલો' નામના પ્રફુલ શાહના પાઠ ભણાવાય છે.

૨૦૧૯ના ઑગસ્ટમાં તેમના નામે અનોખો વિક્રમ નોંધાયો : માત્ર ૧૫ દિવસમાં તેમની સંકલ્પના અને સંશોધનવાળી બબ્બે વેબ મૂવી 'બારોટ હાઉસ' અને 'પોષમ પા' Zee-5 પર રિલીઝ થઈ. કોઈ ગુજરાતી તો ઠીક, ભારતીય લેખક કે પત્રકાર આવું સિદ્ધ કરી શક્યા નથી.

પાંચ આંતરરાષ્ટ્રીય ફિલ્મ ફેસ્ટિવલ અટેન્ડ કરી ચૂકેલા પ્રફુલભાઈએ 'અજબ ગજબ કસબ' અને 'એક પટરાણી, એક ખટપટરાણી' નામનાં નાટક લખ્યાં છે. ટીવી સિરિયલ લેખનમાં 'સ્વપ્ન કિનારે' (ગુજરાતી-૧૦૦ જેટલા એપિસોડ), જીવન-જ્યોતિ (૧૩ એપિસોડ) અને 'રજની' સહિતની કૃતિ એમના નામે બોલે છે. છોગામાં 'ધ વ્હાઇટ લૅન્ડ' (ગુજરાતના નાના રણના અગરિયાઓની વેદના-સંઘર્ષ પર આધારિત કથાનક), 'ફાધર્સ ડે' (નવલકથા પર આધારિત) અને ગુરખા સૈનિક વિષ્ણુ પ્રસાદ શ્રેષ્ઠ પર બાયોપિક ફિલ્મમાં એમની કલમની કમાલ દેખાશે.

પ્રફુલ શાહનાં પુસ્તકો

* 'દશ્યમ્-અદશ્યમ્' (નવલકથા – દૈનિક અખબારમાં ધારાવાહિક - ગુજરાતી, મરાઠીમાં)
* 'ફાધર્સ ડે' (અંગ્રેજી-હિન્દી)
* 'યુદ્ધ કેસરી' (મહારાષ્ટ્ર રાજ્ય ગુજરાતી સાહિત્ય અકાદમી પુરસ્કાર)
* 'સરનામાં ઝિંદાદિલીનાં' (પ્રેરક વ્યક્તિત્વ)
* 'અગ્નિજા' (ડૉક્યુ-નોવેલ, ગુજરાતી-હિન્દી)
* 'ઇતિહાસ પાછળનો ઇતિહાસ'
* 'દાદલો' (નવલકથા – દૈનિક અખબારમાં ધારાવાહિક, ગુજરાતી અને અંગ્રેજીમાં)
* 'બ્રેકિંગ ન્યૂઝ' (નવલકથા – ગુજરાતી-અંગ્રેજી-હિન્દીમાં)
* 'ગૉલ્ડફિશ' (નવલકથા – ગુજરાતી-હિન્દી-અંગ્રેજીમાં)
* 'લાઇફ IM પૉસિબલ' (ડૉક્યુ-નોવલ – ગુજરાતી, અંગ્રેજી, હિન્દી અને મરાઠી)
* 'ડિયર કુકુ' (સસ્પેન્સ નવલકથા – ગુજરાતી અને અંગ્રેજીમાં)
* 'ફાઇલ-K' (સસ્પેન્સ નવલકથા – ગુજરાતી, મરાઠી અને અંગ્રેજીમાં)
* 'વીજળી અને ટાઇટેનિક' (બે ભયંકર દરિયાઈ કરુણાંતિકાની અભ્યાસપૂર્ણ છણાવટ)
* 'ગ્રેટ રોબરી' (સત્ય લૂંટકથાઓ)
* 'સ...સ... સિરિયલ કિલર્સ'
* 'અપરાધિની'
* 'રોડ ડૉક્ટર'
* 'હેં! આવુંય થાય?'

અને હવે,

* 'કચ્છ ફાઇલ' (ડૉક્યુ-નોવલ)

કચ્છ ફાઇલ

રણ, રહસ્ય, રોમાંચ

પ્રફુલ શાહ

મુખ્ય વિક્રેતા :

નવભારત સાહિત્ય મંદિર

જૈન દેરાસર પાસે, ગાંધી રોડ, અમદાવાદ - ૩૮૦ ૦૦૧

૨૦૨, પેલિકન હાઉસ, ગુજરાત ચેમ્બર ઓફ કોમર્સના કંપાઉન્ડમાં,
આશ્રમ રોડ, અમદાવાદ - ૩૮૦ ૦૦૯

☎ (079) 22139253, 22132921
98250 32340
e-mail : info@navbharatonline.com
www.navbharatonline.com
fb.com/NavbharatSahityaMandir

KUTCH FILE (Docu Novel)
by Praful Shah
NAVBHARAT SAHITYA MANDIR
AHMEDABAD
2024

ISBN No. : 978-93-93237-60-6

પ્રથમ આવૃત્તિ : ફેબ્રુઆરી, 2024

લાસ્ટ કવરપેજનો ફોટો :
મનીષા પી. શાહ

પ્રકાશક
મહેન્દ્ર પી. શાહ

નવભારત સાહિત્ય મંદિર
જૈન દેરાસર પાસે, ગાંધી રોડ, અમદાવાદ-૩૮૦૦૦૧
ફોન: (૦૭૯) ૨૨૧૩૯૨૫૩, ૨૨૧૩૨૯૨૧
E-mail : info@navbharatonline.com
Web : www.navbharatonline.com
fb.com/NavbharatSahityaMandir

Printed and bound at Repro India Ltd.

અર્પણ

જીવનના સંઘર્ષમાં કથાનાયક
વિપુલ વૈદ્યનાં કરોડરજ્જુ સમાન પત્ની **માલિની વૈદ્યને**

'કચ્છ ફાઇલ' છે શું? સમાચારો પાછળની અસલી કથાનાં રિયલ રોમાંચ-રહસ્ય

'કચ્છ ફાઇલ' એટલે 'દૃશ્યમ્-અદૃશ્યમ્' (ગુજરાતી-મરાઠીમાં, અંગ્રેજી-હિન્દીમાં 'ફાધર્સ ડે'), 'અગ્નિજા' (ગુજરાતી-હિન્દી), 'લાઇફ IM પૉસિબલ' (ગુજરાતી, હિન્દી, મરાઠી અને અંગ્રેજી) અને 'રોડ ડૉક્ટર' બાદ સાચુકલાં પાત્રો અને વાસ્તવિકતા સાથે મારું વધુ એક સર્જન.

'કચ્છ ફાઇલ' પરંપરાગત માળખું ધરાવતી નવલકથા નથી. એમાં ભારોભાર ઘટનાતત્ત્વ, સંવેદનશીલતા, રહસ્ય અને રોમાંચ છે. આપણી આસપાસ બનેલી બધી વાસ્તવિક ઘટનાને એક તાંતણે પરોવવા એક રિયલ કિરદાર છે, જે સુપર મેન, સિંઘમ કે જાદુગર નથી. આપણા જેવો કૉમનમૅન છે.

આપણો કથા-નાયક પત્રકાર છે. એના થકી સમાચારમાં આવીને હાંફી જતી, ભુલાઈ જતી, ખોવાઈ જતી અને અધૂરી રહી જતી ઘટનાઓના અંત સુધી પહોંચવાનો ઉપક્રમ એટલે આ ડૉક્યુ નોવેલ.

કથા-નાયક વિપુલ નલીનકાન્ત વૈદ્ય કચ્છનો પત્રકાર છે. ચાર દાયકાની દીર્ઘ કારકિર્દીમાં કચ્છના સૌથી પ્રતિષ્ઠિત અખબાર 'કચ્છમિત્ર'ના ચીફ રિપોર્ટરથી લઈને 'દિવ્ય ભાસ્કર', 'ગુજરાત સમાચાર' અને 'કચ્છ ઉદય'ના તંત્રી તરીકે જવાબદારી નિભાવી જ નહીં, શોભાવી જાણી, પણ એટલું કહેવું પડે કે વિપુલનો આત્મા કાયમ એક રિપોર્ટરનો રહ્યો એટલે ભાથામાં સ્ટોરી એકથી એક બહેતર અને ચોંકાવનારી છે.

પણ કચ્છના પત્રકાર પર જ નવલકથા કેમ એવો સવાલ વાજબી ગણાય. એક અને મુખ્ય કારણ એ કે અન્ય પ્રદેશો કરતાં કચ્છનું પત્રકારત્વ સાવ અલગ. એ કેવી રીતે?

કચ્છ એટલે કચ્છ. મિજાજ અલગ, માહોલ હટકે. ભૂગોળ નોખી, આબોહવા અનોખી. સંસ્કૃતિ ભાતીગળ, સંસ્કાર અલગારી. દેશનો સૌથી મોટો જિલ્લો. ત્યાં જીવન, પડકાર એકદમ નિરાળાં. ત્યાં રણ છે, પણ રાજસ્થાન જેવું નહીં. સરહદ ખરી, પણ પંજાબ-આસામ-કાશ્મીર કે ઈશાન ભારત જેવી નહીં. રણ, ક્રીક અને દરિયા સાથે ડુંગર ધરાવતો એકમાત્ર પ્રદેશ.

કચ્છના પત્રકારત્વમાં આતંકવાદ, શસ્ત્રો-ડ્રગ્સની દાણચોરી, ઘૂસણખોરી, મુખબીરી, ડબલક્રૉસ જાસૂસી જેવાં તત્ત્વો સાથે દુકાળ, ધરતીકંપ, વાવાઝોડાં, સુનામી અને ક્યારેક પૂર પણ હોય. આની એકએક ઘટનામાં અલગ નવલકથાની સંભાવના છે.

'કચ્છ ફાઇલ'ના વિચારબીજના ઉદ્‌ભવની વાત પણ રસપ્રદ છે. એક અન્ય પ્રોજેક્ટના સંશોધન માટે ૨૦૨૩ના ફેબ્રુઆરીમાં એક અઠવાડિયું કચ્છની મુલાકાતે જવાનું થયું. ભુજ છોડી મુંબઈમાં સ્થાયી થયેલા મિત્ર વિપુલ વૈદ્યને સુગમતા માટે સાથે લીધા. આમાં રખડપટ્ટી દરમિયાન વિપુલ પાસેથી અત્યંત દિલચસ્પ વાતો સાંભળી. અચાનક વિચાર સ્ફુર્યો કે આમાંથી રસપ્રદ પુસ્તક બની જ શકે, પણ ખૂબ મહેનતનું કામ હતું.

વિપુલ સમક્ષ પ્રસ્તાવ મૂક્યો તો ભાઈ માની જ ન શકે: મારા પર તે વળી પુસ્તક થાય? પણ હું એને ધરાર મનાવીને જ રહ્યો. લાંબું વિચારીને નક્કી કર્યું કે વિપુલને સમાંતર વધુ નાયકો રહેશે નવલકથામાં: કચ્છ, કચ્છનું પત્રકારત્વ અને કચ્છીયત.

વિપુલ તો સાથે હતો, પણ અન્ય ત્રણ નાયકને મારે શોધવાના, સમજવાના, પામવાના અને દિલથી અપનાવવાના હતા. આ ભગીરથ કાર્યમાં ઘણાને મળવા નીકળી પડ્યો.

કચ્છના સૌથી પીઢ પત્રકાર અને માજી તંત્રી કીર્તિભાઈ ખત્રી, 'કચ્છમિત્ર'ના તંત્રી દીપક માંકડ અને 'દિવ્ય ભાસ્કર'ના તંત્રી નવીન જોશી, 'કચ્છ ઉદય'ના માલિક, તંત્રી અને પ્રકાશક ગંગારામ ભાનુશાળી, પત્રકાર જયેશ શાહ, ગોરધન પટેલ 'કવિ', કૉલમિસ્ટ પૂર્વી ગોસ્વામી, કચ્છના માજી ડીવાયએસપી દિલીપ અગ્રાવત, સામાજિક કાર્યકર જ્યોતિ ભટ્ટ, માધાપરના આગેવાન જયંત માધાપરિયા, મોટા અંગિયા(નખત્રાણા)ના સરપંચ ઇકબાલભાઈ, 'લાઇફ IM પૉસિબલ'ના નાયક દિનેશ કલવા, ફોટોગ્રાફર્સ વીરેન્દ્ર આચાર્ય અને હર્ષદ ચૌહાણ, અખબારો સાથે સંકળાયેલા રામભાઈ અંતાણી, સમીર વૈદ્ય ઘણું આપી ગયા.

૨૦૨૩ના નવેમ્બરમાં મારા વેવાઈ મણીભાઈ દેઢિયાના વતન ભુજપુર સહિત કચ્છનાં ઘણાં સ્થળે જવાનું થયું. ત્યારે જમાઈ ડૉ. તિલક દેઢિયા સહિતના યુવાનોમાં કચ્છ સાથેનું સ્નેહ-સંધાન અડીખમ જોઈને હરખ થયો. આ જ છે કચ્છ, કચ્છી અને કચ્છીયત.

નવલકથામાં આવતી અનેક જગ્યા, રણ, સીમાડા અને ડુંગરોની રઝળપાટે આંતરિક સમૃદ્ધિ વધારી. દેશના પશ્ચિમ છેડે આવેલા ગુજરાત રાજ્યના કચ્છનો ઇતિહાસ છેક પ્રાગૈતિહાસિક કાળ સુધી મળી આવે છે. હિંદુ પૌરાણિક કથાઓમાં

આ ક્ષેત્રનો ઉલ્લેખ પણ છે. સિંધુ ખીણ સંસ્કૃતિના અવશેષો ધરાવતા ઘણાં સ્થળો અહીં મોજુદ છે. પ્રસ્તુત નવલકથામાં આ બધાંનો સમાવેશ શક્ય નથી, જરૂરી પણ નથી. એક ગેરંટી ખરી કે રહસ્ય-રોમાંચને સથવારે કચ્છીયત સતત મહેકતી મળશે.

'કચ્છ ફાઇલ'માં સમાવિષ્ટ બધી ઘટનાઓ અને માહિતી વિપુલ વૈદ્યના અનુભવ અને સ્મૃતિનું ફળ છે. મારી કપરી જવાબદારી આ સામગ્રીને વાચનક્ષમ, રસપ્રદ અને નાટ્યાત્મકતા સાથે રજૂ કરવાની હતી. એ પરીક્ષામાં કેટલા માર્ક્સ આપવા એ કચ્છ, કચ્છી પ્રજા, વિપુલ વૈદ્ય અને ખાસ તો વાચકોના હાથમાં છે.

વિપુલને વિપુલ બનવા દેવામાં અનન્ય પ્રદાન આપનારા એમનાં ધર્મપત્ની સ્વ. માલિનીબહેનને 'કચ્છ ફાઇલ' અર્પણ કરતી વેળાએ આનંદ સાથે દુ:ખ પણ ખરું કે, કાશ! આ પ્રસંગે ભાભી સાથે હોત.

નાદુરસ્ત તબિયતને અવગણીને સતત સમય આપનારા મુરબ્બી કીર્તિભાઈ ખત્રીનો આભાર માનવા માટે શબ્દો ટૂંકા પડે છે.

મારા પરિવાર સમાન નવભારત સાહિત્ય મંદિર, વડીલ મહેન્દ્રભાઈ શાહ તથા રોનકભાઈ - કૃણાલભાઈના સાતત્યસભર સથવારા બદલ હરખ વ્યક્ત કરું છું.

અને સૌથી મોટો આભાર મારા વાચક મિત્રોનો, જે મને હૃદયસ્થ રાખે છે તે સૌને વંદન ને શુભેચ્છા.

પ્રફુલ શાહ

E-mail : prafulshah1@gmail.com

Mo. : 98696 00200

પાંજા કચ્છનું અનોખું દસ્તાવેજીકરણ કરતી નવલકથા

૧૯૬૫ના યુદ્ધને પગલે કચ્છની ભૂગોળ લાલબહાદુર શાસ્ત્રીની ભૂલના કારણે બદલાઈ ગઈ અને કચ્છના રણનો છાડબેટ સહિતનો ૧૦ ટકા ભૂભાગ પાકિસ્તાનને ભેટ ધરી દેવાયો એ ઘટનાને કેન્દ્રમાં રાખીને એક નવલકથા લખવાનો વિચાર સ્ફુર્યો હતો, પણ જીવનભર પત્રકારત્વનું ખેડાણ કર્યું હતું તેથી જુદી જુદી ઘટનાઓનું સંકલન કરીને તેને નવલકથાનું રૂપ આપવાનું ફાવ્યું નહીં. સપનું અધૂરું જ રહ્યું, પણ ‘કચ્છ ફાઇલ’ના પાનાં ફેરવતાં સંતોષ થયો કે આખરે ભલે બીજા કોઈ વિષય સાથે પણ એવી જ દસ્તાવેજી નોવેલ આપણને મળી છે.

છેલ્લાં ત્રણ-ચાર દાયકા પહેલાં બનેલી જુદી જુદી સત્ય ઘટનાઓનું સંશોધનાત્મક પૃથક્કરણ કરીને વિપુલ વૈદ્યે પત્રકારની હેસિયતથી જે લખ્યું છે તેને સાંકળીને લેખક પ્રફુલ શાહે સળંગ નવલકથામાં ઢાળીને કમાલ કરી છે. વિપુલ વૈદ્યે સનસનીખેજ ક્રાઇમ સહિતની ભૂતકાળની સત્યઘટનાઓને વર્તમાનમાં ખણખોદ કરતાં તેમાં નવાં જ પરિમાણ ખૂલી ગયાં. કોઈ હત્યા, કોઈ અપહરણ કે કોઈ સરહદ સંબંધી ગુનાઓનો પર્દાફાશ થયો. તે વખતની તપાસનાં તારણોને વર્તમાનના ત્રાજવે તોલતાં નવાં જ રહસ્ય ખૂલ્યાં. આ સૌની નોંધ કરીને વિપુલભાઈએ નવસેરથી ઘટનાઓનું નિરૂપણ કર્યું, જેનો આધાર લઈને જેમ દોરામાં મોતી પરોવીને માળા બનાવાય એવી રીતે એક-એક ઘટનાને સાંકળીને સળંગ નવલકથા રૂપે પ્રફુલભાઈએ પોતાની આગવી શૈલીમાં પેશ કરી છે તેમાં જે તે સમયનું કચ્છ, એની સંસ્કૃતિ, સમાજજીવન, માનવસેવા કે ગુનાખોરી સહિતનાં વિવિધ પાસાં ઊપસી આવે છે. ટૂંકમાં, આ એક દસ્તાવેજી (ડોક્યુ) નોવેલ તો છે જ, સાથે સાથે એક પત્રકારના જીવનપ્રસંગો પણ બખૂબી આલેખાયા છે. પત્રકારની વ્યાવસાયિક કારકિર્દી દરમિયાન આવતા પડકાર, લોભ, લાલચ અને જાન પરના જોખમ જેવાં પાસાંની વાત પણ આવે છે. એટલે આ નોવેલમાં પત્રકારની આત્મકથાના પણ અંશ છે. સરવાળે એમ કહી શકાય કે આ પ્રકારે કચ્છનું દસ્તાવેજીકરણ પ્રથમવાર પ્રગટ થયું છે. હું જે ન કરી શક્યો તે વિપુલભાઈ સાથે મળીને પ્રફુલ શાહે કર્યું છે તે બદલ અભિનંદન આપવાની સાથે સાથે સૌ વાચકો તેને વધાવી લે એવી શુભેચ્છા...

કીર્તિ ખત્રી

(‘કચ્છમિત્ર’ના ભૂતપૂર્વ તંત્રી અને વરિષ્ઠ પત્રકાર)

થેંક્યુ કચ્છ : રણની રક્તપીપાસા, રમણિયતા ને રોમાંચ

કર્મણ્યે વાધિકારસ્તે, મા ફલેષુ કદાચન. ગીતાજીના બીજા અધ્યાયના ૪૭મા શ્લોકમાં કહ્યું છે કે, નિષ્કામ કર્મ કરતા રહો, ફળની ઇચ્છા રાખ્યા વગર. છાપાંની દુનિયામાં ૩૯ વર્ષ સવેતન કામ કર્યું, પણ આ 'કચ્છ ફાઇલ' પુસ્તકરૂપે પ્રફુલભાઈ શાહે ટોકરીમાંથી જે ફળ આપ્યું, એવી ઇચ્છા - કામના તો શું, મેં કલ્પના પણ નહોતી કરી. ૩૫ વર્ષ જૂનો પરિચય, મિત્રતામાં ક્યારે પરિવર્તિત થયો ખબર પણ ન પડી.

હા, ઑક્ટોબર ૨૦૨૨માં કચ્છના પત્રકારત્વમાંથી નિવૃત્તિ પછી મુંબઈ શિફ્ટ થયો ત્યારે ન માત્ર મુંબઈના, પણ ગુજરાત અને બૃહદ ગુજરાતના નામાંકિત લેખક, કૉલમ રાઇટર અને વરિષ્ઠ પત્રકાર પ્રફુલ શાહ સાથેની મિત્રતાનો રંગ ઓર ઘૂંટાયો. એક લાઇનમાં હોવાને કારણે વાતવાતમાં વાતો જામી અને એમાંથી જ પ્રફુલભાઈની ફળદ્રુપ ભેજાભૂમિમાં 'કચ્છ ફાઇલ' પુસ્તકનો અંકુર ક્યારે ફણગ્યો એનો અણસાર આવ્યો ત્યાં સુધીમાં તો બીજ પાંગરવા મંડી ગયું.

ના, આ પુસ્તક માત્ર મિત્રતામાં લખાયું છે, એવું જરાય નથી. અમારી ઊઠક-બેઠક દરમિયાન થતી વાતોમાંથી પ્રફુલભાઈને કચ્છના ભૂતકાળમાં બનેલી, બીજા પ્રદેશોથી અલગ જ યુનિક ઘટનાઓની કહાનીઓમાં ખૂબ રસ પડ્યો. કચ્છ પોતે વિશિષ્ટ પ્રદેશ અને તેમાં બનેલા નોખા-અનોખા બનાવો પ્રફુલભાઈને સ્પર્શી ગયા. તેમણે આ ઘટના પાછળની ઘટનાઓ અર્થાત્ સ્ટોરી બિહાઇન્ડ સ્ટોરી પર કામે લાગવા કહ્યું, ને હું મંડી પડ્યો. મજાની વાત એ છે કે, જે અસામાન્ય ઘટનાઓનું મેં રિપોર્ટિંગ કર્યું હતું અને એના ફોલોઅપ રિપોર્ટ બનાવ્યા હતા, એમાં વર્ષો પછી ફરી હું ઊંડો ઊતર્યો, તો શું બન્યું ખબર છે? ન માત્ર મને પણ કચ્છના લોકોને તો ઠીક પત્રકારોને પણ અત્યાર સુધી ખબર નથી એવી રસપ્રદ, ચોંકાવનારી, થરથરાવનારી, આંખ ભીંજવનારી કે આનંદ સાથે આશ્ચર્ય આપનારી બીનાઓ પણ સામે આવી.

આ પુસ્તકમાં માત્ર ભૂતકાળની સત્યઘટનાઓ વાગોળવાની વાત નથી. અત્યાર સુધી અપ્રગટ રહેલાં અમુક તથ્યો સામે આવ્યાં છે. પ્રફુલભાઈની કસાયેલી નીવડેલી કલમે લખાયેલી આ કહાનીઓ વાચકને મજા કરાવી દે એવી છે. અગાઉ કહ્યું તેમ આ બુકમાં વચ્ચે ક્યાંક રોમાંચ-થ્રીલ આવશે, ક્યાંક રહસ્ય અને ક્યાંક

સંવેદના. કહોને કે મારા લાંબા અનુભવોના નિચોડ રૂપી રો-મટીરિયલ મેં જ પૂરું પાડ્યું, એનો સ્વાદિષ્ટ વઘાર કર્યો પ્રફુલ શાહે. પરિણામસ્વરૂપે 'કચ્છ ફાઇલ' પુસ્તકરૂપી વાનગી તમારી સામે પીરસાઈ રહી છે અને હા, આ વાનગીની રેસિપી પણ ચીલાચાલુ નથી જ નથી.

બાય ધ વે, આ કહાનીઓની સાથે પત્રકારોને જિંદગી સાથે કેવી બાંધછોડ-સમાધાન કરવાં પડતાં હોય છે, કેવો સંઘર્ષ કરીને કલમનવેશો આગળ ધપતા હોય છે એ બધી વાતો મારા એટલે કે વિપુલના માધ્યમથી બખૂબી દર્શાવી છે. એમાં ભલે કેટલીક અંગત વાતોય છે, પણ એ 'તડકો' એમણે એટલો સપ્રમાણ નાખ્યો છે કે, આ પુસ્તક વાંચનારને ક્યાંય વચ્ચે ખારું, તીખું કે કડવું નહીં લાગે! અને હા, આ બધા મિશ્રણનો ગુજરાતી સાહિત્યમાં આ કદાચ પ્રથમ જ પ્રયોગ છે. અહીં ન્યૂઝ પાછળની જબ્બરજસ્ત સ્ટોરીઓ છે. પત્રકારના જીવનની ઝલક છે, કચ્છ છે, કચ્છીયત છે, કચ્છનું વિશિષ્ટ પત્રકારત્વ છે. મિત્ર પ્રફુલ શાહ અવારનવાર કહે કે, મુંબઈનું જર્નાલિઝમ જુદું છે. દિલ્હીનું પણ અલગ. ગુજરાતના બીજા ભાગોમાં પત્રકારત્વ વળી સાવ ભિન્ન, પણ દેશના સૌથી મોટા, ત્રણ-ત્રણ સરહદથી જોડાયેલા, યુદ્ધો અને દુકાળો, વાવાઝોડાં, ધરતીકંપ જેવી અનેક કુદરતી આફતોનો સામનો કરી ચૂકેલા કચ્છ અને કચ્છના પત્રકારત્વની તો વાત જ અલગ છે.

આ પુસ્તક તૈયાર કરવામાં મારા પરમ મિત્ર અને 'કચ્છમિત્ર'ના તંત્રી દીપક માંકડના સહયોગની અહીં વિશેષ નોંધ લઉં છું. હું રિપોર્ટિંગમાં હતો અને દીપક માંકડ ડેસ્કમાં હતા એટલે સાથે રિપોર્ટિંગ કરવાનો મોકો ઓછો મળ્યો છે. એટલે પુસ્તકમાં બીજા ઘણા સાથી મિત્રોનો નામોલ્લેખ છે. દીપકનો નથી, પણ અમે બે મિત્રો પારિવારિક અને વ્યવસાયિક રીતે ખૂબ ઘનિષ્ઠ રીતે સંકળાયેલા હોવાથી તેમનો બહુમૂલ્ય સહયોગ પુસ્તક માટે મળ્યો છે. મારા જેવા કંઈકેટલા પત્રકારોને કલમ પકડતાં શીખવનારા કીર્તિભાઈ ખત્રીને કેમ ભુલાય? એમનું માર્ગદર્શન અને સહકારની અહીં સાનંદ નોંધ લઉં છું.

સૌથી મહત્ત્વની અને મારા દિલને અંદર સુધી સ્પર્શી ગયેલી વાત. પ્રફુલભાઈ શાહે આ પુસ્તક મારાં સ્વર્ગસ્થ પત્ની માલિનીને અર્પણ કર્યું છે. મારા માટે આનાથી મોટી ભેટ કોઈ ન હોઈ શકે.

અહોભાગ્ય કે પ્રફુલભાઈની સોડમદાર કલમમાંથી નીપજેલો આ રસથાળ આપણા સમક્ષ પીરસાઈ રહ્યો છે. આભાર મિત્ર, મને અને કચ્છને આ નજરાણું ભેટ ધરવા બદલ.

વિપુલ નલીનકાંત વૈદ્ય

1

'હી ઢોરી-સુમરાસર જા કોલસે વારે જો અધમ વધી વ્યો આય. આંઇ કીંક કર્યો.' એકદમ ગંભીરતા સાથે કચ્છી બોલીમાં ઉચ્ચારાયેલા આ શબ્દોનો અર્થ આવો થાય; 'આ ઢોરી-સુમરાસર બાજુના કોલસાવાળાનો ઉપાડો વધી ગયો છે. તમે કંઈક કરો.'

પૃથ્વી પરના સૌથી અનોખા અને ભારતના સૌથી મોટા જિલ્લા કચ્છના ભુજમાં આ શબ્દો ઉચ્ચાર્યા હતા સ્થાનિક સાંસદ પુષ્પદાન ગઢવીએ. એમની સામે બેઠા હતા કચ્છના પ્રતિષ્ઠિત અખબાર 'કચ્છમિત્ર'ના તંત્રી કીર્તિભાઈ ખત્રી. આ સંવાદમાં ઉલ્લેખ આવે છે ઢોરી-સુમરાસર ગામનો. અહીં ગેરકાયદે કોલસો પકવાય, ને રીતસર માફિયારાજ ચાલે. આ માફિયાઓની દાદાગીરી એટલી કે પોલીસવાળા કે વન વિભાગના અધિકારીઓય ત્યાં પગ મૂકવાની તો ઠીક, એ ભણી નજર કરવાનીય ગુસ્તાખી ન કરે.

સાંસદની આ વિનંતી સાંભળી-સમજીને કીર્તિભાઈએ અખબારના યુવાન ક્રાઇમ રિપોર્ટર વિપુલ વૈદ્યને ઍસાઇનમેન્ટ આપ્યું: 'ઢોરી-સુમરાસર જાઓ, ફોટોગ્રાફર લઈને અને મસ્ત સ્ટોરી બનાવો. પણ સાવધાન રહેજો હોં. એ લોકો ખૂબ ખતરનાક છે.' એક્સક્લુઝિવ સ્ટોરી કે સ્કૂપ મળવાના ઉત્સાહમાં વિપુલે 'સાવધાન' અને 'ખતરનાક' શબ્દો પર ઝાઝું ધ્યાન ન આપ્યું.

એક સાંસદે રાવ કરવી પડે એવું હતું શું આ ધંધામાં? કોલસાના ગેરકાયદે વેપલામાં જેટલો કસ હતો એટલું જ જોખમ. એ વાતની વિપુલે જોશમાં ને જોશમાં કદાચ અવગણના કરી હતી. હકીકતમાં આ કાળો ધંધો તો દાણચોરીની ટ્રેનિંગ કૉલેજ હતો. અહીંના જ 'ગ્રેજ્યુએટ' હિંમત આવે એટલે 'ઇઝી મની' માટે કેફીદ્રવ્યો અને અન્ય પ્રતિબંધિત માલસામાનની દાણચોરીમાં ઝંપલાવતા હતા, જે દેશની સલામતી અને શાંતિ માટે જોખમી હતાં.

કોલસો બનાવવા માટે વપરાતો ગાંડો બાવળ આખા કચ્છમાં ઊગે. એ પણ પાણી, ખાતર કે માવજત વગર. હવામાન-આબોહવા ગમે તેવા હોય, પણ ગાંડા બાવળના વિકાસ પર જરાય માઠી અસર ન પડે. આ ગાંડો બાવળ મુખ્યત્વે

રણ નજીકના વિસ્તારોને દેખાવ કે નામ પૂરતી હરિયાળી બક્ષે ખરો. આ બાવળ બાળીને સૌથી વધુ કોલસો બન્ની, વાગડ અને પશ્ચિમ કચ્છના અબડાસા જેવા વિસ્તારમાં પકાવાય. આ કોલસા પકાવવા સિવાય બાવળની કોઈ ખાસ ઉપયોગિતા નહીં. હા, બાવળની ફળી પશુઆહારમાં કામ આવે ખરી. વગડામાં રખડતાં-રઝળતાં ઢોરો આ ફળી સીધી બાવળના ઝાડ પરથી ખાય, ત્યારે ઘણી વખત ગાય કે ભેંસના પેટમાં જ ફળી ઊગવા માંડે અને પશુ માંદું પડે. પેટમાં નાના પાયે ઊગેલા કાંટાળા બાવળની પીડામાંથી મુક્તિ માટેનો એક માત્ર માર્ગ એટલે શસ્ત્રક્રિયા.

આ તો થઈ કોલસાના રો-મટીરિયલ જેવા બાવળની વાત, પણ કોલસાનો કાળો કારોબાર કચ્છમાં ધીકતો બે નંબરી ધંધો કેવી રીતે બન્યો? એક તો પુષ્કળ પ્રમાણમાં બાવળ મળે, ને સાવ મફતમાં. ગેરકાયદે કોલસો બનાવવામાં મજૂરી અને ટ્રાન્સપોર્ટનો ખર્ચો કાઢો એટલે બાકીનો નફો જ નફો. જમીન, મશીનરી કે ગોદામમાં મૂડીરોકાણ નહીં. એ સમયે કચ્છમાં વનખાતા કે રેવન્યૂ ખાતાની પરમિટથી પકવાતા કોલસાનું પ્રમાણ કેટલું ધારો છો? કુલ ઉત્પાદનના માંડ ૧૫% અને ગેરકાયદે કોલસા પકવવા અને વેચવાનું પ્રમાણ ૮૫-૮૫% જેટલું અધધ. જેનામાં જેટલું ડેરિંગ હોય, સરકારી તંત્રમાં સેટિંગ કરવાની કુનેહ હોય એવા લોકો કોલસાની દાણચોરીમાં રાતોરાત માલામાલ થઈ જાય.

ચારકોલના નામે ઓળખાતા બાવળના લાકડાના આ કોલસાનું મુખ્ય માર્કેટ એટલે મોરબીનાં ટાઇલ્સનાં કારખાનાં. નેવુંના દાયકામાં કચ્છનો ૮૦% કોલસો એકલા મોરબી જતો હતો. બાકીનો થોડોઘણો માલ ઉત્તર ગુજરાત અને સૌરાષ્ટ્ર જાય. એની ડિમાન્ડ ખૂબ ભારે, કારણ કે એ લિગ્નાઇટની તુલનામાં ઘણો સસ્તો. એક સમયે તો કચ્છના ચારકોલની ડિમાન્ડ છેક બેંગલુરુ સુધી પહોંચી હતી. મોટા મોટા ટ્રેઇલરમાં ઠાંસીને કચ્છનો બાવળિયો કોલસો કર્ણાટક સુધી પહોંચતો હતો.

આવા ધમધમતા અને કસદાર બે નંબરી ગોરખધંધાનો પર્દાફાશ કરવા માટે વિપુલ વૈદ્યે બીડું ઝડપ્યું હતું, પણ આ પહેલથી કેવી કેવી ભયંકર ઘટનાઓ બનવાની છે એની તેને કલ્પના સુધ્ધાં નહોતી.

હજી મોબાઇલ ફોન આવ્યા નહોતા, ને ફોરવ્હીલર પણ લક્ઝરી ગણાય એવા સમયમાં વિપુલે લાંબી અને જોખમી મજલ કાપવાની હતી. શસ્ત્ર કહો કે અસ્ત્ર, પત્રકારની આંખ, કાન અને દિમાગ. એ ભાથામાં રાખીને વિપુલે પ્લાન વિચાર્યો. જવું તો સ્કૂટર પર જ પડશે. પોતાની સાથે ફોટોગ્રાફર યોગેન ખત્રીને બેસાડ્યા. બે કરતાં ત્રણ ભલાના ન્યાયે એક બિન-પત્રકાર મિત્ર મહેન્દ્ર ઉમરાણિયાને સાથે રાખ્યો! આમ કરવા પાછળ આગળ જતાં સ્થાનિક ભોમિયાને મહેન્દ્રના સ્કૂટર

પાછળ બેસાડીને લઈ લેવાની વિપુલની ગણતરી ખરી. પરંતુ ન વિપુલ જાણતો હતો કે ન મહેન્દ્રને ખબર હતી કે તેઓ કેટલું મોટું જોખમ લઈ રહ્યા છે. એમાંય મહેન્દ્ર તો માત્ર દોસ્તી ખાતર જતો હતો.

બંને સ્કૂટર કચ્છના ધોમધખતા તડકામાં નીકળી પડ્યા. ખણખોદિયા વિપુલ માટે તો પત્રકારત્વ પડકાર હતું, મિશન હતું, પણ એની સાથે બીજા બે જણાય મુશ્કેલીમાં મુકાઈ શકે એમ હતા. મહેન્દ્ર તો માત્ર દોસ્તી અને મસ્તી ખાતર સાથે નીકળી પડ્યો હતો. જોકે રણપ્રદેશ અને એના રહેવાસીઓની તાસીર જ હતી અસુવિધાઓ વચ્ચે જીવવાની, એની ઐસીતૈસી કરીને અગવડો પચાવીને ઓડકાર પણ ન ખાવાની. એક સમયે કચ્છમાં ત્રણ વર્ષે માંડ એક વર્ષ સુકાળનું એટલે કે પૂરતા વરસાદનું વર્ષ હોય. હજી થોડા સમય અગાઉ કચ્છના વિદ્યાર્થીને પુછાય કે, મોસમ-ઋતુ કેટલી? તો મોટા ભાગના ફટાક જવાબ આપે કે, ઉનાળો, શિયાળો અને દુકાળ.

કદાચ એટલે જ સૂરજદાદા તાપનો શ્રાપ વરસાવતા આસપાસના સૂકાભઠ કાચા અને કંઈક અંશે સૂમસામ રસ્તા પર બેય સ્કૂટર આગળ ધપતા હતા. હજી ઘડિયાળના બે કાંટા એક થવાના કલાક અગાઉ સવારે ૧૧ વાગે વાતાવરણ એકદમ ધગધગવા માંડ્યું હતું. લૂના ઝાપટા અકળાવવા માંડ્યા હતા. આવા માહોલમાં ત્રિપુટીએ પહેલો વિરામ લીધો લોરિયા ગામે. આ ગામ ભુજથી લગભગ ૩૫ કિલોમીટરના અંતરે આવે.

આ લોરિયાનું વ્યૂહાત્મક મહત્ત્વ સમજવા જેવું ખરું. આ ગામ કચ્છના એકદમ વિશિષ્ટ વ્યૂહાત્મક પોઇન્ટ પર છે. ત્યાંથી સીધા ઉત્તર દિશામાં આગળ વધો તો વેકરિયાનું રણ આવે. એનાથી આગળ ધોરડો ફેમ બન્ની અને ખાવડાનો પચ્છમ વિસ્તાર અને ત્યાંથી જ મોટા રણની સરહદે જવાય. લોરિયાની ડાબી તરફ નિરોણા, બીબ્બર સહિતનાં ગામોનો બનેલો પાવરપટ્ટીના નામે ઓળખાતો ગ્રામ્ય વિસ્તાર. ને જમણી બાજુ ઢોરી-સુમરાસરથી શરૂ થતી આહિર પટ્ટી આવે.

લોરિયા ગામમાં રોકાણના મૂળમાં હતી એક અત્યંત પ્રભાવશાળી વ્યક્તિ. સૌ એમને બાવજીભા (ભા એટલે કચ્છી બોલીમાં ભાઈ) તરીકે ઓળખે. બાવજીભા જાડેજાનું વ્યક્તિત્વ એકદમ પ્રભાવશાળી. પહેલી નજરે લાગે કે બાવજીભાની હાઈટ છ ફૂટની હોવી જોઈએ. બરાબર માપી શકીએ તો ખબર પડે કે તેઓ પાંચ ફૂટ અને દશ ઇંચના છે. પહેરવેશમાં કાયમ સફેદ ધોતી અને સફેદ ખમીસ. ઝભ્ભા જેવો લાંબો બુશશર્ટ એટલે ખમીસ. ખમીસમાં ચાંદીની સાંકળવાળા બટન ઝગારા મારે. બંને કાનમાં સોનાનાં કુંડળ લટકે. માથા પર સફેદ કે બ્લુ રંગનું ફાળિયા જેવું વસ્ત્ર બાંધેલું હોય. પગમાં કાળાં બૂટ. અવાજ એકદમ

પહાડી. પરફેક્ટ રાજપૂતાના પર્સનાલિટી. જાણે લોરિયાનો લાયન. એમના માટે સૌના મનમાં માન-સન્માન સાથે ડર પણ રહે. આ માણસ એટલો શક્તિશાળી કે કચ્છની આંતરરાષ્ટ્રીય સરહદ કોઈ ઓળંગે તો એમને ખબર પડી જ જાય. સાદા શબ્દોમાં કહીએ તો કોઈ કચ્છ સીમા થકી પાકિસ્તાનમાં જાય કે આવે તો બાવજીભાની જાણમાં આવ્યા વગર ના રહે. એમનું અંગત ઇન્ટેલિજન્સ નેટવર્ક એટલું સતેજ, સક્રિય અને મજબૂત કે કચ્છસ્થિત બધી સરકારી યંત્રણા એમની સાથે ખૂબ સારાસારી રાખે. એમાં બધી સિક્યોરિટી અને ઇન્ટેલિજન્સ એજન્સી આવી જાય, જેના અફસર બાવજીભાના જીવંત સંપર્કમાં રહે અને ગમે તેવી આકરી મુશ્કેલીમાં બાવજીભા પાસેથી માહિતી કે સગડ મળી જ રહે.

આવા બાવજીભાના ઘરે વિપુલ પોતાની ટીમ સાથે પહોંચી ગયો. પત્રકાર તરીકે લગભગ આખા કચ્છમાં એના સંપર્ક જ નહીં, માનપાનેય ખરાં. ખબરઅંતર પૂછવાની ઔપચારિકતા બાદ વિપુલે મૂળ મુદ્દો માંડ્યો: ‘અમે ઢોરી-સુમરાસર વિસ્તારમાંની ખેતીવાડીનું રિપોર્ટિંગ કરવા આવ્યા છીએ. કોઈ સ્થાનિક ભાઈને સાથે મોકલો તો કામ આસાનીથી અને ફટાફટ થઈ જાય. જાણકાર સાથે હોય તો માથાકૂટ ઘટી જાય.’

બાવજીભાએ પોતાની વાડીમાં કામ કરતા ઢોરી-સુમરાસરના એક મજૂરને બોલાવીને આદેશ છોડ્યો: ‘જા મહેમાનોને ઢોરી-સુમરાસર બતાવ. ખેતીવાડીને લગતું કામ છે.’ પોતાના ગામનું નામ કાને પડતાં જ મજૂરની આંખમાં ચમક આવી ગઈ. ચહેરા પર વર્તાઈ આવ્યું કે એને આ કામ ગમ્યું નથી ને થોડો ડરી ગયેલોય લાગ્યો, પણ બાવજીભાને ના થોડી પડાય છે?

પરંતુ મહેન્દ્રના સ્કૂટર પાછળ બેસતાં અગાઉ તે મજૂરે એક ચાલાકી કરી. ગરમીથી બચવાના નામે માથા પર બાંધવાનું ફાળિયું મોઢા પર બાંધી દીધું, જેથી કોઈ ઓળખી ન શકે. જો સ્થાનિક રહેવાસી મોઢું સંતાડે તો એ ગામમાં કોલસા માફિયાનો ખોફ કેટલો ભયંકર હશે એની કલ્પના કરી શકાય. ખેર, ત્રણ ખુલ્લાં મોઢાં પ્લસ એક બુકાની સુમરાસર તરફ રવાના થયા.

આ ચારેયનો કાફલો સુમરાસરની ગ્રામ પંચાયત ઑફિસે પહોંચ્યો. અંદર તલાટી જેવો લાગતો એક કર્મચારી બેઠો હતો. એને જોઈને વિપુલની અંદરના પત્રકારને દિવસોના ભૂખ્યાને કચ્છી ડબલરોટીની થાળી દેખાઈ હોય એવો હરખ થયો. રિપોર્ટરજીએ પ્રાથમિક સવાલોની તડાફડી શરૂ કરી દીધી: ‘આ વિસ્તારમાં કોલસાના ભઠ્ઠા કેટલા છે? એમાંથી પરમિટવાળા ભઠ્ઠા કેટલા છે?’ જવાબ આપવાને બદલે કર્મચારી તો સામું જ જોઈ રહ્યો. અચાનક તંદ્રામાંથી જાગ્યો હોય એમ ઊભો થઈ ગયો. ‘મારે કામ છે. હું થોડીવારમાં આવું’ એટલું કહીને

પ્રતિસાદની રાહ જોયા વગર એ ઉતાવળે પગલે જતો રહ્યો. થોડીવારમાં વિપુલને સમજાયું કે એ ઑફિસ છોડીને પલાયન થઈ ગયો હતો. મુસ્લિમ મજૂરના મોઢા સંતાડવા બાદ આ તલાટીનો પલાયનવાદ કોલસાના માફિયાના ખોફનો વધુ એક પુરાવો હતો. બીજું કોઈ હોત તો ચુપચાપ પાછું ફરી જાત, પણ વિપુલ વૈદ્યને સિંહની બોડમાં જવાની ઉતાવળ હતી. નસમાં લાલ લોહી સાથે કલમનવેશ તરીકેની નીડરતા ઉછાળા મારતી હતી.

વિપુલ સાથેના યોગેન અને મહેન્દ્ર પણ એકદમ રોમાંચિત થઈ ગયા, ગેલમાં આવી ગયા કે આજે તો કંઈક કરી બતાવવું છે. આ જોશમાં અમુક મિનિટો રાહ જોયા પછી સમજાઈ ગયું કે 'થોડીવારમાં આવું છું' કહેનારો ભાઈ પાછો મોઢું નહીં દેખાડે. એને પાછી ગળા સુધી ખાતરી હશે કે પોતાની ગેરહાજરીમાં આગંતુકો ઑફિસમાં ખાંખાંખોળાં કરશે તો કોલસાના ભઠ્ઠાને લગતા કોઈ કાગળ કે પરમિટ મળવાનાં નથી, કારણ કે ત્યાં એક-એક ભઠ્ઠા ગેરકાયદે જ ચાલતા હતા.

વધુ રાહ જોવાને બદલે બંને સ્કૂટર વાડી વિસ્તારના ધૂળિયા માર્ગ પર આગળ વધવા લાગ્યાં. હવે બંને બાજુ ગાંડા બાવળ કાપીને, બાળીને કોલસા પકવાયા હોવાના પુરાવા નજર સામે દેખાવા લાગ્યા. પત્રકારનો જીવ આ તક છોડે? તરત સ્કૂટરને બ્રેક મારીને ફોટોગ્રાફર યોગેન ખત્રી પાસે ક્લિક ક્લિક શરૂ કરાવી દીધું.

આ પુરાવા મળ્યાના આનંદમાં બપોરના બળબળતા તડકાની ત્રણેય માનવીઓ પર અસર ન થઈ, પરંતુ હવે સ્કૂટર પ્રેમિકાની જેમ નખરે ચડવા લાગ્યાં હતાં. હકીકત એમ હતી કે એમના બજાજ સુપર સ્કૂટરનાં પૈડાં અન્ય ટુવ્હીલર કરતાં નાનાં હતાં. એટલે રસ્તાની રેતીમાં દોડવાને બદલે ડચકાં ખાવાં લાગ્યાં હતાં. વિપુલ મનોમન નોંધ લેતો હતો કે મોટી પહોળી કેડી જેવા એ માર્ગની બંને બાજુ ગાંડા બાવળનાં ઝુંડનાં ઝુંડ દેખાતાં હતાં. આ ઝુંડ શેઢાનું કામ કરતાં હતાં અને પોતાની પાછળની વાડીને સંતાડતા હતા.

એક દશ્યથી વિપુલના વિચારોને બ્રેક લાગી. રેતાળ માર્ગમાં ઠેરઠેર બાવળિયાના કાંટા અને સુકાયેલી ડાળખીએ સાવધ કરી દીધો. જો સ્કૂટરના ટાયરમાં પંક્ચર પડે તો મરી જવાય. સ્પેરવ્હીલ તો હતું, પણ માર્ગની કંગાળ હાલત અને ધોમધખતા તડકા વચ્ચે પંક્ચર રિપૅર ન થાય અને લોન પર લીધેલા સ્કૂટરથી કાયમ માટે હાથ ધોવાની નોબત આવી જાય અને પાછા લોનના હપ્તા તો દિવસ બાદ રાતેય સપનામાં અટ્ટહાસ્ય કરાવીને ડરાવતા રહે એ નફામાં.

એનાથી ભયંકર જોખમ એ હતું કે સ્કૂટરનું ટાયર બદલતી વખતે કોઈક રીતે જાહેર થઈ જાય કે પોતે પત્રકાર છે, તો સ્કૂટર સાથે જીવ ખોવાનોય વારો આવી

જાય અને પાછો આ વિસ્તાર એટલો બધો અંતરિયાળ કે કોલસા માફિયા ત્રણે ત્રણને જીવતા દાટી દે તો કોઈને ક્યારેય ખબર પણ ન પડે. વસતી એમની, રાજ એમનું અને હકૂમત પણ એના બાપની સમજો. આમ છતાં લેશમાત્ર વિચલિત થયા વિના કોલસાના કાળા કારોબારને કૅમેરામાં કેદ કરતી ત્રિપુટી મંદ ગતિએ આગળ વધતી હતી. હકીકતમાં આગળ વધતા હતા કે કોઈ જાળમાં સપડાવા જઈ રહ્યા હતા એ તો માત્ર સમય જ જાણતો હતો.

આવી જોખમી અને જીવલેણ અનિશ્ચિતતા વચ્ચે આ ત્રિદેવ પહોંચ્યા એક ફાર્મ પાસે. અહીંથી થોડે દૂર ઉગમણે બન્નીનું રણ શરૂ થવામાં હતું, પણ વિપુલને વિશાળ ફાર્મમાં વધુ રસ પડ્યો: જાણે સામે કોહિનૂર હીરાના ઢગલેઢગલા ચમકતા હોય. એક બાજુ કોલસા ભરેલી ગુણોના થપ્પેથપ્પા લદાયેલા પડ્યા હતા, જે જોઈને વિપુલની આંખમાં ચમક આવી ગઈ, પણ એ ચમક શમે એ અગાઉ ત્રણેક જણા સામેથી દોડતા આવ્યા.

આ કટોકટીની પળ હતી, જીવનમરણની નિર્ણાયક ઘડી હતી. જરા ગેંગેફેંફે થયા, તતપપ થયું કે કાચું કાપ્યું તો પોતાના જ છાપામાં સમાચાર તો ઠીક, મરણનોંધ તરીકેય હાજરી નહીં પુરાવી શકાય. કોઈ સવાલ થાય એ અગાઉ સતર્કતા સાથે વિપુલે શબ્દસંધાન કર્યું: 'અમે મોરબીની કૃષિ કૉલેજના વિદ્યાર્થીઓ છીએ. રણ નજીકની જમીનમાં આટલી સુંદર ખેતી કેવી રીતે થાય છે, એ જોવા અને અભ્યાસ કરવા અહીં આવ્યા છીએ.'

બત્રીસેક વર્ષનો સુકલકડી વિપુલ, યોગેન અને મહેન્દ્ર ઉંમર અને દેખાવમાં કૉલેજ સ્ટુડન્ટ જેવા જ લાગતા હતા એટલે સામેવાળા કંઈ ન બોલ્યા. સામાન્ય વાતચીત દરમિયાન યોગેને કોલસાની ગૂણીઓ તરફ જોઈને જમણા હાથની ટચલી આંગળી બતાવી. વાડીવાળાએ લઘુશંકાના નિરાકરણ માટે તરત ડોકું હલાવીને રજા આપી. પેશાબ કરવાના બહાને એ કૅમેરા સાથે પ્રૉફેશનલ ડ્યૂટી બજાવવા સરકી ગયો. ધડકતા હૃદયે કોલસાની ગૂણીના ફોટા ધડાધડ ક્લિક કરવા માંડ્યા. થોડીવારમાં યોગેન પાછો ફર્યો. હવે અહીં વધુ રોકાવામાં જોખમ એટલે સત્વરે નીકળી જવું પડે.

આ વિદાય વેળાની ઉતાવળમાં ભયંકર ભૂલ કરી બેઠી જીભ. ત્રણેત્રણને રણમાં જીવતા ધરબાઈ જવું પડે એવી વિકરાળ પરિસ્થિતિ સામે આવીને ઊભી રહી ગઈ. થયું કંઈક આવું. વાડીવાળા કચ્છી મુસ્લિમ હતા એટલે સામાન્યતઃ કચ્છી ભાષામાં જ વાતચીત કરે, પરંતુ છદ્મવેશે આવેલી પત્રકાર ટીમ તો મોરબીમાં કૃષિ વિદ્યાર્થીઓના સ્વાંગમાં હતી. આથી અત્યાર સુધી વાતચીત ગુજરાતીમાં જ કરી હતી, પરંતુ ફોટા મળી ગયાના ઉત્સાહમાં યોગેન મોરબીના કૃષિ વિદ્યાર્થીનો

રોલ ભૂલી ગયો, અનાયાસે કચ્છીમાં બોલી પડાયુંઃ 'હણે અસી વનોતા' અર્થાત્ હવે અમે જઈએ છીએ.

આ સાંભળીને વાડીવાળાના કાન ચમક્યા, વિપુલના પણ. એક વાડીવાળાએ તરત તીખી નજર સાથે સવાલ કર્યો, 'તમે મોરબીના છો તો આ ભાઈ કચ્છી કાં બોલે છે?' ઘાટઘાટના પાણી પી ચૂકેલા વિપુલે હસીને વાતને વાળી લીધી: 'હા, એ વિદ્યાર્થી મોરબીનો ખરો, પણ વતન તો કચ્છ જ ને? એ કંઈ પોતાની બોલી ભૂલવા દે? ખરું ને?'

વાડીવાળાની શંકાનું સમાધાન થયું, પણ એ લોકો સામે વધુ ઊભા રહેવાને બદલે જોરદાર કીક મારીને બેય સ્કૂટર, પાછળ વાઘ પડ્યો હોય એમ દોડવા માંડ્યાં.

સૂરજ થાકીને ઢળવા ભણી હતો. ગરમી ઓછી થઈ હતી, પણ મોટું પરાક્રમ કરી લીધાના જોશ સાથે બેઉ સ્કૂટર ધૂળ ઉડાડતા અટપટા વાડી વિસ્તારમાંથી થઈને દોડતાં હતાં. ઢોરી-સુમરાસરમાંથી હેમખેમ, જીવતા અને પ્રોજેક્ટ સફળતાપૂર્વક પાર પાડ્યાના સંતોષ સાથે ત્રણેય જીવ મુખ્ય માર્ગ પર આવ્યા. હવે જરાય જોખમ નહોતું એવું ત્યારે તેઓ માનતા હતા.

જોશમાં લીવર મારીને સ્કૂટર પૂરપાટ ગતિએ ભુજ તરફ દોડતા હતા. ત્રણેયના પેટમાં ક્યારનું કંઈ ગયું ન હતું, પણ ખાવા માટે રોકાવાનો એકેયને વિચાર સુધ્ધાં ન આવ્યો. હવે વિપુલના મનમાં પ્રોફેશનલ કામગીરી રમતી હતી. સ્ટોરી એક્સક્લુઝિવ જ નહીં, સ્ફોટક હતી. ઉતાવળે લખવાને બદલે બીજા દિવસે લખવાનું વિપુલે નક્કી કર્યું. યોગેન ખત્રી પાસે ઘણા ફોટા હતા, જેમાંથી યોગ્ય પસંદગી કરવામાંય વાર લાગે.

બીજા દિવસે 'કચ્છમિત્ર'માં આઠ કૉલમમાં અડધા પાનાની સ્ટોરી પ્રગટ થઈ. આમાં રિપોર્ટર તરીકે વિપુલ વૈદ્યની બાયલાઇન હતી અને તસવીરકાર તરીકે યોગેન ખત્રીને ક્રેડિટ મળી હતી. કમનસીબે તંત્રી કીર્તિભાઈની ગેરહાજરીમાં અન્ય વરિષ્ઠ પત્રકારે બંનેની બાયલાઇન આપી હતી. હજી થોડા દિવસ અગાઉ જ ક્યાંય પણ ગેરકાયદે કોલસા પકાવાતા હોવાની વાતને વનખાતાએ સત્તાવાર રદિયો આપીને નકારી કાઢી હતી. એના અનુસંધાનમાં જ સંસદ સભ્ય પુષ્પદાન ગઢવીએ 'કચ્છમિત્ર'ના તંત્રી કીર્તિભાઈને કંઈક કરવાનું સૂચન કર્યું હતું. એને પગલે વિપુલ - યોગેનની જોડીએ સાહસપૂર્ણ કામગીરી બજાવી હતી, પણ આમાં એક ભૂલ થઈ ગઈ હતી. ના. ભૂલ નહીં, મહાભૂલ હતી એ. આ સ્ટિંગ કરનારા બંનેનાં નામ છપાઈ ગયાં હતાં.

આ અહેવાલ પ્રગટ થયા બાદ સનસનાટી મચી ગઈ. કોલસાની દાણચોરી

અને માફિયાગીરી પર પહેલીવાર સતસ્વીર પુરાવા-સચ્ચાઈ સાથેનો અહેવાલ પ્રગટ થયો હતો, પરંતુ કમનસીબે સરતચૂક કે ઉત્સાહથી આ સ્ટોરી સાથે વિપુલ વૈદ્ય અને યોગેન ખત્રીનાં નામ પણ છપાયાં હતાં. પત્રકાર માટે આ ગૌરવ ગણાય, પણ જોખમનું શું?

આ અહેવાલે રાજકીય ક્ષેત્રમાં, પોલીસખાતામાં, અમલદારશાહીમાં અને વનખાતામાં ધરતીકંપની અસર ઊભી કરી હતી. સૌને કંઈ અમંગળ નવાજૂની થવાના ભણકારા વાગવા માંડ્યા. છાપાના પ્રેસ ડિપાર્ટમેન્ટના એક સાથી કર્મચારીએ સવારના પહોરમાં વિપુલને ફોન કર્યો: “ભાઈ, ભીડનાકા આસપાસ માહોલ ખૂબ તંગ છે. એ બાજુ આડોઅવળો ફરકતો નહીં.” પ્રોસેસિંગ વિભાગના એક સાથીએ ઘરે ફોન કરીને ચિંતા સાથે વિનંતી કરી કે, “સાવધાન રહેજે.”

કચ્છના અંતરિયાળ વિસ્તારમાં ધમધમતા કોલસાના ગેરકાયદે સામ્રાજ્યનો પર્દાફાશ કરીને વિપુલે અનેકના મુખવટા ઉઘાડા પાડી દીધા હતા. જે તાકાત પોલીસ કે અમલદારશાહીને ગાંઠતી ન હોય એ પત્રકારને તો મચ્છરથી વધુ થોડા ગણે? આ અહેવાલના કાળા અક્ષરે અનેકના ચહેરા લાલચોળ કરી નાખ્યા હતા. આંખમાં જ નહીં, નસેનસમાં ખુન્નસે ગાંડી દોડધામ મચાવી દીધી હતી. એના ફળસ્વરૂપે લોહી વહેવા આડે બહુ ઓછા કલાક બાકી હતા એ કોઈ જાણતું નહોતું. વિપુલ કે યોગેન કે મહેન્દ્ર પણ નહીં. પોતે કેવા ખતરનાક, ક્રૂર અને કિન્નાખોર માથાભારે તાકતવરો સામે પડ્યા હતા એ બહુ જલદીથી ખબર પડી જવાની હતી. અને આખું કચ્છ હચમચી જવાનું હતું.

2

ભુજ. ભુજ શહેર એટલે કચ્છ જિલ્લા અને ભુજ તાલુકાનું વહીવટી મથક. એ તો થઈ સત્તાવાર ઓળખ. મૂળ તો ભુજિયા ડુંગરની તળેટીમાં વસેલું ભુજ કચ્છનું સૌથી મહત્ત્વનું શહેર છે. પ્રાચીન કિલ્લાની વચ્ચે વસેલું જૂનું ભુજ તો ૨૦૦૧ના ધરતીકંપમાં નાશ પામ્યું. એક સમયે ભુજ નયનરમ્ય કોતરણીવાળા મહેલો, મંદિરો અને ગઢનાં પાંચ નાકાં અને છટ્ટીબારી જેવા ઐતિહાસિક વારસા માટે જાણીતું હતું.

સમયાંતરે બધા બદલાય છે એમ ભુજ પણ બદલાયું. ઘણું બદલાયું. અત્યારે બે લાખની વસ્તી ધરાવતા ભુજમાં એ સમયે એટલે આપણી આ કથાની માંડણી વખતે ધમધમાટ ઘણો હતો. શહેરના એકદમ સંવેદનશીલ વિસ્તાર ગણાતા ભીડનાકામાં હૈયેહૈયું દળાય એટલી ભીડ. એટલો જ ગોકીરો વાહનોનો. વેપારીઓ, રિક્ષાવાળા, ટુ વ્હીલરવાળાની બૂમાબૂમ ઘોંઘાટમાં વધારો કરે. એ દિવસે આખા કચ્છમાં, ભુજમાં અને ખાસ તો ભીડનાકા વિસ્તારમાં એકદમ અજંપો હતો. જાણે સૂતળી બૉમ્બની લાંબી વાટને દીવાસળી ચંપાઈ હોય અને એ ગમે ત્યારે ફાટી પડે એવો માહોલ હતો.

સવારના પહોરમાં 'કચ્છમિત્ર'માં કોલસા માફિયાનો પર્દાફાશ કરતું સ્કૂપ વાંચીને કોઈક આશ્ચર્યમાં તો કોઈક આઘાતમાં હતા. અમુક આ સ્ટોરી પાછળની પ્રેરણા વિશે વિચારવા લાગ્યા તો કેટલાક ખુન્નસમાં દાંત ભીંસીને કોને કોને સબક શીખવવાના એની યાદી મનોમન બનાવવા માંડ્યા. કંઈક નવાજૂની થવાની, એય ખૂબ મોટી અને એકદમ જલદી, એવી વાતો કર્ણોપકર્ણ થવા માંડી હતી.

આ એક્સક્લુઝિવ સ્ટોરી કરનારા રિપોર્ટર વિપુલ વૈદ્ય અને ફોટોગ્રાફર યોગેન ખત્રી, પોતાના પરાક્રમ પર પોરસાવા વચ્ચે રોજિંદી દિનચર્યા આટોપી રહ્યા હતા ત્યારે સવારના લગભગ ૧૧.૩૦ વાગ્યાના સુમારે ભીડનાકામાં પોલીસની એક જીપ આવીને ઊભી રહી. અંદરથી પોલીસની ટાસ્કફોર્સના સબ-ઇન્સ્પેક્ટર રામભાઈ બી. ઓડેદરા થોડા કૉન્સ્ટેબલ સાથે નીચે ઊતર્યા. આજે ઓડેદરા સાહેબના ચહેરા અને હાલચાલમાં ગજબની મક્કમતા મુખર થતી હતી.

આસપાસ સહેજ જોઈને ઓડેદરા સાહેબે સામેના લાકડાના વાડા તરફ નજર નાખી. એક કૉન્સ્ટેબલને નજીક બોલાવીને કાનમાં કંઈક ગણગણ્યા. બે-ચાર પોલીસવાળા ઉતાવળે પગલે ઇભલા પટેલ અને સુલેમાન ભચુ મમણના લાકડાના વાડા પાસે ગયા. તેમણે બધા વાડાવાળાને જીપ પાસે તાત્કાલિક આવવાનો ઑર્ડર આપ્યો. વાડાવાળાઓએ કારણ પૂછતાં એક કૉન્સ્ટેબલે જવાબ આપ્યો, 'લાકડા અને લક્કડિયા (એટલે કે બાવળના) કોલસાના ગેરકાયદે વેપારના અને કેફીદ્રવ્યો પકડાયાના મામલામાં સાહેબને વાત કરવાની છે.'

આ શબ્દો સાંભળતાવેંત અમુક લોકોની આંખમાં ચમકને બદલે રોષ, ગુસ્સો અને ખુન્નસ ઊતરી આવ્યા. આ લોકો બીજા કોઈ નહીં, પણ લાકડાના વેપારીના સ્વાંગમાં બેફામ ગોરખધંધો કરનારા કોલસાના માફિયાવાળા હતા. સવારના સમાચારનો ઉશ્કેરાટ હતો ને એમાં આ પોલીસ ઘાવ પર નમક છાંટવા આવી ગઈ. પોતાના પેટ પર પાટુ મારવાની અને ધંધાને ખતમ કરવાની ચાલ ચુપચાપ સહન કેમ કરીને થાય? સવારની પહેલી ચાનો સ્વાદ બગડ્યા બાદ સૌના મિજાજ ઉકળેલા હતા, હાથની મુઠ્ઠીઓ ખોલબંધ થતી રહેતી હતી. આવા હિંસક મિજાજ વખતે પોલીસના આગમન અને તેડાએ મગજના ગરમ પારાને આસમાને ચડાવી દીધો.

એમાંય અપરાધીઓને ગાળાગાળ અને ઢીકાપાટુ કરીને સીધાદોર કરવા માટે જાણીતા ઓડેદરા સામેથી આવ્યા હતા. હવે તો તેઓ ટાસ્કફોર્સમાં, એટલે પાવર બમણો થઈ ગયો હતો. એ સમયે કચ્છમાં જિલ્લા પોલીસવડા (ડી.એસ.પી.)ના ડાબા તથા જમણા હાથ એટલે લોકલ ક્રાઇમ બ્રાન્ચ (એલ.સી.બી.) અને ટાસ્કફોર્સ (ટી.એફ.) ગણાય.

આ ટાસ્કફોર્સના ઓડેદરાએ આકરા અને સાફ શબ્દોમાં લાકડાના વાડાવાળાઓની પૂછપરછ આદરી. વાત વધુ આગળ વધે એ અગાઉ હથિયાર અને તૈયારી સાથે આવેલા મમણ જૂથના ત્રણ ઇસમોએ ઓડેદરા પર હુમલો કર્યો. આ ત્રણેયનો આગેવાન હતો નામચીન ગુનેગાર અભાયા ઉર્ફે અભલા ઇબ્રાહીમ પટેલ. અભાયાના નામે પોલીસ ચોપડે અનેક ગુના બોલે. આ વૉન્ટેડ અભાયાએ પાશવી તાકાતથી રામભાઈ ઓડેદરાના શરીર પર ઊંડો ઘા ઝીંકી દીધો. એના છરાની રચના જ એકદમ વિશિષ્ટ અને ઘાતક હતી. વાંકાચૂંકા ટોપની ધારવાળો છરો વાગે એટલે સામેવાળાના આંતરડા બહાર ખેંચી કાઢે. ઓડેદરાના શરીરમાંથી રીતસર લોહીના ફુવારા ઊડવા માંડ્યા. એ લાલાશમાં ઉમેરાઈ ઓડેદરાની મરણતોલ ચીસ.

ઓચિંતા ખતરનાક હુમલા, લોહીના ફુવારા, દર્દનાક ચીસ અને આસપાસના

ગોકીરાથી જીપમાં બેઠેલા પોલીસવાળાય નીચે ઊતરી આવ્યા. પોલીસવાળા એટલા ડઘાઈ ગયા કે ન પૂછો વાત. કદાચ કચ્છમાં ધોળે દિવસે પોલીસવાળા પર આ પહેલો મોટો હુમલો અને એ પણ ઓડેદરા જેવા બહાદુર વર્દીધારી પર. એક પોલીસવાળો તો આ જોઈને જીવ બચાવવા નાસી છૂટ્યો.

પરંતુ પીઢ અને જમાનાના ખાધેલ હેડ કૉન્સ્ટેબલ પોપટભા હમીરજી જાડેજા અડીખમ ઊભા રહી ગયા. લોકોની નાસભાગની અંધાધૂંધી વચ્ચે પોલીસ ખાતાના સૌથી રફટફ ગણાતા ઓડેદરાને લોહીનીતરતી હાલતમાં ઊંચકીને જનરલ હૉસ્પિટલમાં લઈ જવાની તજવીજ પોપટભાએ જ કરી. એ પહેલાં પોલીસ કન્ટ્રોલરૂમને વાયરલેસથી જાણ કરી દેવાઈ કે ઓડેદરા સાહેબ પર જીવલેણ હુમલો થયો છે.

હુમલો ખતરનાક હતો અને ઘા ઊંડો હતો. મેડિકલ લૅન્ગ્વેજમાં કહી શકાય કે દર્દીની સ્થિતિ નાજુક અને એકદમ ગંભીર હતી. હૉસ્પિટલના સિવિલ સર્જન ડૉ. કિરીટ મીઠાવાલાએ યુદ્ધના ધોરણે ઑપરેશનની તૈયારી શરૂ કરી દીધી. પૅશન્ટનો જીવ બચાવવા માટે એક-એક પળ અમૂલ્ય હતી.

આ સમાચાર મળતાવેંત ખુદ ડી.એસ.પી. પ્રમોદકુમાર ઝા હૉસ્પિટલ ધસી ગયા. ઑપરેશન થિયેટરમાં લોહીની વ્યવસ્થા કરવાથી લઈને એક-એક કામગીરી સજ્જતાપૂર્વક હાથ ધરાતી હતી. પોલીસવાળાય અસાધારણ પ્રમાણમાં સક્રિય થઈ ગયા હતા. ભુજના ભીડનાકા વિસ્તારમાં તો પોલીસ ખડકાઈ જ ગઈ હતી. હૉસ્પિટલમાં અને ઑપરેશન થિયેટર બહાર પોલીસ જ પોલીસ નજરે ચડતા હતા. આ બાબત ઘટનાની અસાધારણ ગંભીરતા અને ઓડેદરા માટેના માન-પ્રેમના પુરાવા હતા.

હૉસ્પિટલની અંદર અને ઑપરેશન થિયેટરની બહાર પોલીસની ભારે ભીડ છતાં કોઈ કંઈ બોલતું ન હતું. રીતસરનો સોપો પડી ગયો હતો. આવા માહોલમાં હૉસ્પિટલમાં કોઈને પ્રવેશ મળવાનું શક્ય નહોતું, પરંતુ પત્રકાર વિપુલ વૈદ્ય અને એક મહિલા પત્રકાર જ્યોતિ ભટ્ટ હૉસ્પિટલની અંદર પહોંચી ગયાં હતાં. આમાં વિપુલની ઓળખાણ અને નિષ્ઠા સાથે નાના શહેરમાં પત્રકારો અને અમલદારો વચ્ચેના સંબંધોય કારણરૂપ ખરા.

સ્વાભાવિક છે કે ઑપરેશન થિયેટરમાં દર્દી, ડૉક્ટર અને મેડિકલ સ્ટાફ સિવાયના બધા માટે 'નો ઍન્ટ્રી' જ હોય, પરંતુ વિપુલને પોલીસવાળાની સાથોસાથ હૉસ્પિટલવાળા સાથેય સારા અને ગાઢ સંબંધ એટલે ઓડેદરાના ક્રિટિકલ ઑપરેશન વખતે ડૉ. મીઠાવાલા, એમના સહાયકો અને પોલીસવડા ઝા સાથે વિપુલ વૈદ્ય અને જ્યોતિ ભટ્ટ પણ ઉપસ્થિત હતાં.

ઓડેદરાની પ્રબળ જિજીવિષા અને મજબૂત મનોબળ તથા ડૉ. મીઠાવાલાની કાબેલિયતથી ઑપરેશન સફળ થયું અને જીવ બચી ગયો. ઑપરેશન થિયેટરમાં જ વિપુલને વિચાર આવ્યો કે પોતાની સ્ટોરીને લીધે ભૂરાંટા થયેલા કોલસા માફિયાઓનો ક્રોધ ઓડેદરા પર ઊતર્યો છે. ભૂતકાળમાંય આ માથાભારે માફિયાએ પોલીસ અને ફોરેસ્ટ ટીમ પર પોતાના દુર્ગમ વિસ્તારમાં હુમલા કર્યા હતા, પરંતુ ગેરકાયદે કરતૂત મોટાપાયે પુરાવા સાથે પર્દાફાશ થવાથી તેમણે પહેલીવાર શહેરમાં ધોળે દિવસે પોલીસને ટાર્ગેટ કરી હતી. પોતે કેટલા ખતરનાક લોકોને છંછેડ્યા છે એનો વિપુલને ખ્યાલ આવી ગયો, પરંતુ જરાય ડરવાને બદલે જાત પર ગર્વ થયો ને મનોમન પોતાની પીઠ થાબડી.

ઓડેદરા તો બચી ગયા. પોલીસ હુમલાખોરોને શોધવા માટે આકાશપાતાળ એક કરવા માંડી. જોરદાર સર્ચ ઑપરેશન વચ્ચેય અભાયા ઍન્ડ ગૅંગ દરમાં છુપાઈ ગઈ, પણ અભાયા માટેનો પોલીસનો પ્રેમ વધતાં વધતાં કેવી પરાકાષ્ઠાએ પહોંચવાનો છે અને એનું પરિણામ કચ્છ પોલીસના ચોપડે કેવું નવું પ્રકરણ ઉમેરશે એ કોઈ જાણતું ન હતું. આની સાથોસાથ કોલસા માફિયા કૌભાંડને ઉઘાડું પાડવાની પ્રક્રિયામાં પોતે જે જે લોકોને મળ્યો એમાંથી એક વ્યક્તિ ફરી ક્યારેક સુનામી જેવી ઘટનામાં સામેલ થશે એની વિપુલ વૈદ્યને કલ્પના સુધ્ધાં નહોતી. બધું ભાવિના ગર્ભમાં હતું અને શાણો સમય ક્યારેય કોઈ આગમનાં એંધાણ આપતો નથી. એની ટીક... ટીક... ટીક... જાણે ભયંકર દિશામાં આગળ વધતી હતી.

✣

ઢોરી-સુમરાસરના એક નામે ઓળખાતા બે નજીકના ગામના સીમાડામાં ચાલતી ગેરપ્રવૃત્તિનો પર્દાફાશ કર્યાનો રોમાંચ, અખબારમાં નામ સાથે ધમાલ મચાવનારી સ્ટોરી પ્રગટ થયાનો ગર્વ અને આજે સબ-ઇન્સ્પેક્ટર ઓડેદરા પર થયેલા હુમલાએ વિપુલને મનથી અને તનથીય થકવી નાખ્યો. તેણે અજરખ તરીકે ઓળખાતી પોતાની પ્રિય ચાદર પગથી માથા સુધી ઓઢી લીધી. આ અજરખ એટલે કચ્છની વિશિષ્ટ ચાદર. સ્થાનિક રંગોથી સજ્જ અને ત્યાં જ છપાયેલી અજરખ અનોખી અને બમણી સેવા આપે. ઠંડીમાં ઓઢો તો ગરમી-હૂંફ મળે અને ગરમીમાં ટાઢક આપે. આ અજરખ કચ્છમાં જ બને અને કચ્છમાં જ મળે. અજરખ ઓઢી શકાય. ઉપરાંત માથા પર ફાળિયાની માફક વીંટી શકાય અને લૂંગી તરીકેય પહેરી શકાય. આવી સાચી અજરખ હવે જેટલી મળવી મુશ્કેલ એટલી ઓળખવીય મુશ્કેલ.

અજરખ ઓઢવાથી તનને થોડી નિરાંત મળી, પણ મન તો વિચારોના ચકડોળે ચડી ગયું. આ સ્ટોરી માટે પોતાના સહિત ત્રણ જણના જીવ જોખમમાં મુકાયા. આડકતરી રીતે ઓડેદરા પરનો હુમલો પણ આ સ્ટોરીનું જ રિએક્શન હતું. કદાચ, કદાચ ઓડેદરાને કંઈક થઈ ગયું હોત તો? એના પરિવારનું શું થયું હોત? અને બાળકોનું... બાળક શબ્દ સાથે જ વિપુલ પોતાના બાળપણમાં સરી પડ્યો.

કોર્ટમાં સરકારી નોકરી કરતા પપ્પા નલીનકાંતભાઈ અને માતા વસુબહેનનો વિપુલ વધુ પડતો લાડકો. છ-છ બહેનોનો એકમાત્ર ભાઈ હતો ને. પ્રેમ, લાડ અને હૂંફ ધોધમાર, પણ આર્થિક સ્થિતિ અત્યંત સાધારણ. પપ્પાના ટાંચા પગારમાં ઘરનો એક-એક સભ્ય મહિનાની પહેલી તારીખને ખેંચીને આખર સુધી લઈ જવામાં ઊંધા વળીને મંડી પડે. કોઈના પર કંઈ ન લદાય, કે ફરજ ન પડાય, પણ સૌ આપમેળે યથાશક્તિ કામે લાગી જાય. ઘરમાં જ બધાં ભાઈ-બહેન કાલા (કપાસ) ફોલે, એમાંથી ચપટીક આવક થાય. દુકાળની કચ્છમાં રાહ ન જોવાની હોય, એ તો નસીબમાં લખાયેલો જ આવે. આવા દુકાળમાં ભૂખ્યાજનોને વિતરણ કરવા માટેની સુખડી બનાવવાની મજૂરીમાં વસુબહેન અચૂક જોતરાઈ જાય.

વિપુલે માત્ર તેર વર્ષની ઉંમરે ભુજ નજીકના કારખાનામાં ડુંગળી-લસણના તગારા અને બોરી ઉપાડવાની કાળી મજૂરીથી કારકિર્દીની શરૂઆત કરી એમ કહી શકાય. અભાવ, અછત, આકરી મજૂરી, સતત સંઘર્ષ અને ઝાંઝવા જેવા સપનાં કચ્છી માડુને કઠોર, રૂક્ષ છતાં ઝિંદાદિલ અને રંગીન મિજાજ બનાવી દે. એ તો આફતની ચાદર ઓઢે, મુસીબતનો તકિયો કરે અને દુકાળના પલંગ પર મીઠાં સપનાંય જુએ, જે ક્યારેક સાકાર થાય અને ક્યારેક મૃગજળ સાબિત થાય. એ જ રીતે વિપુલ પણ થોરના ફૂલ જેવો. આ ફૂલ એકદમ લાલચોળ હોય. દેખાવથી મોહી પડીને નજીક જાવ તો કોઈ સુગંધ ન મળે! પણ એની એકાદ પાંખડીને દબાવો તો પાણી નીકળે. રણના ફૂલમાં પાણી! હા, રણવાસી કચ્છીઓય આવા જ પાણીદાર. જેમ વેદના, યાતના, પીડા, દુઃખ અને અભાવ વધતા જાય, એમ ખમીરના પાણીની ભરતી એનાં વ્યક્તિત્વને નિખારતી અને ઉઘાડતી જાય. એ ભરતીના જળમાંથી બિરાદરીની ભાવના, માનવતા અને અજોડ શ્રમ કરવાના નિશ્ચયના પુષ્પ પાંગરતાં જ રહે.

સાચું કહીએ તો જીવનની કિતાબમાં સંઘર્ષના બે-ચાર પાનાં હોય ત્યાં સુધી જેમતેમ નભાવી લેવાય. વિપુલના જીવનમાં પાનાં નહીં, સંઘર્ષનાં પ્રકરણો હતાં. ભુજ પાસેના કારખાનામાં મજૂરી પછી છોકરડા વિપુલે 'રેડિયોઘર' નામની રેડિયોની દુકાનમાં વર્ષો સુધી ગુમાસ્તા તરીકે ઢસરડા કર્યા. દુકાનમાં કચરો વાળવાથી લઈને બધી સાફસફાઈ સાથે સેલ્સમૅનનો રોલ પણ નિભાવવાનો. આ

તબક્કામાં શેઠ નાનાલાલ શાહ પાસેથી જીવનના ઘણા અમૂલ્ય પાઠ શીખવા મળ્યા એ બોનસ જીવનભર કામ લાગ્યું.

અહીં વર્ષો વિતાવ્યા બાદ વિપુલ પંચાયતના બાંધકામ વિભાગમાં નોકરીએ લાગ્યો. નાગરના દીકરા માટે સરકારી નોકરી તો 'ડ્રીમ જૉબ' ગણાય. આ સપનું હંગામી હતું, પણ એના પર કાયમી નોકરીની આશાનો વરખ ચોંટેલો હતો. અહીં મિસ્ત્રી તરીકેની ફરજ શ્રમજીવી જેવી જ. એકવાર ભુજથી થોડે દૂરના કુકમા ગામથી ૧૪ કિ.મી.એ આવેલા કોટડા-ચકાર સુધીના રસ્તાને નવેસરથી બનાવવાનો હતો. અગાઉની ગણતરીમાં માઈલેજમાં ભૂલ આવી હતી. આથી માર્ગની નવેસરથી અંતર માપણી કરવાની હતી. આ કામ વિપુલને સોંપાયું.

આ પંચાયતની નોકરીમાં તેણે પોતાના બાળ-ગોઠિયા નિમિષ વોરાને પણ સાથે લગાડી દીધો હતો. એક સવારે વિપુલ અને નિમિષ કુકમા પહોંચ્યા. બંનેના ગજવામાં કુલ મળીને હતા રોકડા પાંચ રૂપિયા. બેઉએ કુકમાંથી ચેઇનિંગ (માપણી) શરૂ કર્યું. લોખંડની ૫૦ મીટરની ચેઇનને ખેંચીને આગળ લઈ જવાની. વિપુલ ચેઇન ખેંચે અને નિમિષ બીજા છેડે કળીચૂનાથી સફેદ પટ્ટો બનાવીને મીટર લખે. ડુંગરાળ રસ્તા ઉપર ભરઉનાળે બંને મિત્રો કંઈ ખાધાપીધા વગર ચેઇનિંગ કરતા આગળ વધી રહ્યા હતા.

બેય ભાઈબંધની આર્થિક સ્થિતિ એવી કે ન પાસે ટિફિન હતું કે નહોતા પૂરતા પૈસા. ખાલી પેટે પરસેવાથી નહાતા નહાતા બંને દોસ્ત ૧૪ કિમી દૂર કોટડાના ઝાંપે પહોંચ્યા ત્યારે કામ પૂરું થયાનો હાશકારો અનુભવ્યો. ભુજ જઈને ઘરે ખાઈ લઈશું, પણ ભુજ જવું કેવી રીતે? સદ્‌ભાગ્યે, એસટી બસ કંડક્ટરના હૈયે માનવતા જાગી એટલે થોડા પૈસા ઓછા હોવા છતાં ભુજની બે ટિકિટ ફાડી આપી.

વિપુલ માટે આવા બનાવોની નવાઈ નહોતી કે અપવાદ નહોતા. ભચાઉના ખોડાસરમાં તો ગામની અંદર જવાનો નવો જ રસ્તો બનવાનો હતો. નેશનલ હાઈવેથી સાત કિ.મી. અંદર હતું આ ગામ. અહીં ચેઇનિંગ ગાંડા બાવળની કાંટાળી ઝાડીના ઝુંડના ઝુંડ પર ચાલીને કરવાનું હતું. હાથ-પગ તો ઠીક, ચહેરા પર પણ કાંટા વાગ્યા અને ઉઝરડા પડ્યા, પરંતુ છૂટકો નહોતો, કારણ કે હાઈવેથી ગામ સુધી સીધી લીટીમાં નવો રસ્તો શોધવાનો હતો, બનાવવાનો હતો ને એ અગાઉ માપણીની જવાબદારી વિપુલે નિભાવવાની હતી.

હા, આ ભારે સ્ટ્રગલવાળી નોકરી અગાઉ એક તબક્કે તો હાઈસ્કૂલના અભ્યાસ વખતે, બે નોકરીઓ વચ્ચે બ્રેક આવી ગયો હતો. એ વખતે બેકાર વિદ્યાર્થી વિપુલ બૅન્કમાં કેશિયર તરીકે ફરજ બજાવતા બનેવી જયંતભાઈ ઢેબરની

ઓળખાણથી કચ્છની પરંપરાગત હસ્તકળા, અજરખ-બાટીકના કપડાના જથ્થાબંધ વેપારી પાસેથી થોડોઘણો માલ ઉધાર લઈને બહારગામ રહેતી બહેનો અને સગાંવહાલાંના ઘરે, તેમના શહેરની દુકાને દુકાને રઝળપાટ કરીને એ વેચતો હતો. આ રીતે બે-ચાર પૈસા રળી લેતો હતો. અરે, ફ્રી ટાઇમમાં તો પૈસા વિના પણ કામ કર્યું. ટૂંકમાં, જીવનમાં બહુ જ ઓછો સમય વિપુલ નવરો કે બેકાર બેસી રહ્યો. બેકારીમાં મફતમાંય મજૂરી કરી. જિગરી દોસ્ત જયેશ શેઠ એ સમયે વાયરમૅનનું કામ કરે, ત્યારે વિપુલ એની સાથે ઇલેક્ટ્રિફિકેશનના કામમાં માનદ્ સહાયક તરીકેય જોડાઈ જતો હતો.

આવા જીવનઘડતર વચ્ચે ન જાણે કેમ, વિપુલને બાળપણથી ચિત્રો દોરવાનો શોખ. કંઈ ને કંઈ દોર્યા કરે. લગભગ વીસેક વર્ષનો થયો ત્યારે છાપામાં એક ટચૂકડી જાહેરખબર પર ધ્યાન ગયું. આર્ટિસ્ટ કમ પેસ્ટર જોઈએ છે. પેસ્ટર શું એ તો ખબર નહોતી, પણ આર્ટિસ્ટ એટલે ચિત્રકળાને લગતું કામ હોઈ શકે એવી માન્યતા. ભાઈએ તો એ સમયના સૌથી મોટા અને વિશ્વસનીય અખબાર 'કચ્છમિત્ર'માં આ નોકરી માટે અરજી કરી નાખી. અખબારમાં આર્ટિસ્ટ કમ પેસ્ટરે શું કરવાનું હોય એ તો ભોજિયો ભાઈ જાણે.

નસીબજોગે અરજી બાદ તાલીમ માટે કહેણ આવ્યું. અહીં ગયા પછી દિમાગમાં બત્તી થઈ કે છાપાંના પાનાં મેન્યુઅલી તૈયાર કરવાના, લે-આઉટ બનાવવાના અને પૂર્તિના હેડિંગ ચીતરવાની કામગીરી આર્ટિસ્ટ કમ પેસ્ટરની, પણ જોઈ જોઈને શીખવાની વૃત્તિએ હલવા ન દીધો.

વિપુલ વૈદ્ય સવારે કૉલેજ જાય, સાંજથી મોડી રાત સુધી છાપામાં વાઉચર પર નોકરી કરે. ગમે તેમ કુટુંબને મદદ કરવા નોકરી શરૂ કરી, પણ બે ઘોડે સવારી ક્યાં સુધી થાય? અગાઉ એસ.એસ.સી.માં ફેઇલ થયો હતો, એમાંય એક યા બીજી નાની નોકરીઓ જ નડી હતી. કિશોરથી યુવાવસ્થા સુધીમાં વિપુલે અન્ય ત્રણ સંઘર્ષપૂર્ણ નોકરી કરી હતી. 'કચ્છમિત્ર'ની નોકરીને પ્રતાપે એસ.વાય.બી.કોમ.માંય બે વર્ષ કાઢવા પડ્યાં હતાં.

આ તબક્કે વિપુલે જીવનનો મહત્ત્વનો નિર્ણય લીધો. ભણતર પર મૂકો પૂર્ણવિરામ. એક તો કારકિર્દી જમાવવી હતી ને પાછું ડિગ્રી કે અનુભવ વગર 'પ્રેસ'ની ઈર્ષા ઉપજાવે એવી નોકરી મળી ગઈ હતી અને કમાવવાનો અન્ય કોઈ વિકલ્પ હતો ક્યાં? એટલે માથે ન રાખેલી ચોટલી બાંધીને કલમને શરણ થઈ ગયો.

અચાનક ફોનની ઘંટડીએ વિચારતંદ્રામાં ભંગ પાડ્યો. "હલ્લો... હા, વિપુલ વૈદ્ય... મજામાં... રમજુ બોતલ બહુ લાંબા સમયે ફોન કર્યો કંઈ... હા, હા...

શું? ફરીથી બોલ તો નામ?... દોંગલા સાહેબ... ન હોય... એવું કેવી રીતે બને? ના, ના, ફોન પર રહેવા દે... મળીએ કાલે... એ ભલે.”

રમજુ બોતલ એટલે દુનિયા માટે અચરજભર્યું વ્યક્તિત્વ પણ એ પત્રકાર વિપુલ વૈદ્યનો મહત્ત્વનો, વિશ્વાસપાત્ર સોર્સ એટલે કે ખબરી યાની મુખબિર. આજ સુધી એની કોઈ ટીપ ખોટી નથી પડી. ક્યારેય કોઈ માહિતી આપવામાં ન એની લુચ્ચાઈ હોય કે ન સ્વાર્થ હોય. બાકી ઘણા ખબરી અંગત વેર, ઈર્ષા કે દેખાદેખીમાં ઘણાના બાર વગાડી દેવાની નેમથી પત્રકારો કે પોલીસવાળાને સરાસર જૂઠી, ગેરમાર્ગે દોરનારી માહિતી આપી દેતા હોય છે, પરંતુ આજે રમજુ બોતલે કીધેલી વાત માનવી કઈ રીતે? દોંગલા સાહેબ તો કેટલું મોટું નામ. એટલું જ મોટું એમનું કામ અને મનેય કેટલો આદર આપે, માહિતી આપે અને અવનવા અનુભવનાં ભાથાં બંધાવે.

ચોક્કસ આ વખતે રમજુ બોતલે ક્યાંક ખતા ખાધી છે દોંગલા સાહેબ બાબતે, પણ કોણ સાચું એ જલદી બહાર આવવાનું હતું.

3

દોંગલા. ચોક્કસ કારણોસર નામ બદલીને કાલ્પનિક રખાયું છે. આનું કારણ કથાના વહેણ સાથે સામે આવી જશે. હા, આ દોંગલા એટલે કચ્છની આંતરરાષ્ટ્રીય સરહદે સક્રિય સશસ્ત્ર દળની ગુપ્તચર પાંખનો એક અધિકારી. એકદમ સક્રિય, તરવરિયો અને ખૂબ મળતાવડો.

અગ્ર પત્રકારો સાથે તો નિયમિતપણે સંપર્કમાં રહે. એકાંતરે બોર્ડર સંબંધી ન્યૂઝ આપે એટલે વિપુલ વૈદ્ય એમના ટચમાં રહે. એક અનુભવ તો દોંગલાએ એવો કરાવ્યો કે વિપુલ આજીવન ભૂલી ન શકે. એ અતીતની સ્મૃતિમાં ઊંડે સુધી ડૂબકી લગાવતાં પહેલાં થોડું બેકગ્રાઉન્ડ સમજવું અનિવાર્ય છે. કચ્છનું એકદમ અનોખું અને દુર્લભ કહેવાય એવું ભૌગોલિક અસ્તિત્વ છે. રણ, ક્રીક અને દરિયાઈ સરહદ ધરાવતો ભારતનો જ નહીં, વિશ્વનો એકમાત્ર પ્રદેશ. સાથોસાથ ખૂબ મોટો જિલ્લોય ખરો. આથી અહીં સુરક્ષાદળો અને ગુપ્તચર એજન્સીઓના અધિકારીઓનો જમાવડો રહે જ. સામે પાર એટલે પાકિસ્તાનની બાજુની જાસૂસી કરતી કે માહિતી મેળવતી કાઉન્ટર ઇન્ટેલિજન્સ અને સિક્યોરિટી એજન્સીઓ બધાનું ધ્યેય ભારતની સલામતી અને શાંતિ જ હોવાનાં, પરંતુ આ મકસદને પાર પાડવાની પ્રક્રિયાના પાયામાં માનવીઓ જ, છૂપી હરીફાઈ, અહમ્, ચડસાચડસી કે આંતરિક લડાઈ ચાલતી રહે એ સ્વાભાવિક અને માનવસહજ ગણાય.

એકાદ એજન્સી પોતાનો મહત્ત્વનો ઉપયોગી સોર્સ એટલે ખબરી-જાસૂસ પડાવી ન જાય એની ખાસ તકેદારી રખાય. ખૂબ જહેમત અને ધીરજથી ઉછેરેલા સોર્સને બીજી એજન્સી કોઈ લાલચ કે ભય હેઠળ હાઈજેક કરી જાય, તો એને દાઢમાં રખાય. બધું દેશહિતમાં જ ગણાય, પણ એજન્સીઓનું આંતરિક રાજકારણ ચાલતું રહે.

એમાંય અહીંના સોર્સ કે જાસૂસમાંથી મહદ્અંશે ઘણાં ડબલ ક્રૉસ હોય. પાકિસ્તાનની માહિતી આવીને ભારતને આપે અને ભારતની પાકિસ્તાનને. એમને પાળનારી, પોષનારી એજન્સીઓને પણ આની જાણ હોય જ. જોકે એ ચલાવી લેવા સિવાય છૂટકો ન હોય. એક તો ભારતના કચ્છ અને પાકિસ્તાનના સિંધ

પ્રાંતમાં અનેક રીતે સમાનતા વચ્ચે પોતાના માટે વિશ્વાસુ માણસો શોધવા, તૈયાર કરવા અને એને જાળવવાની કામગીરી કરવી ખૂબ કપરી અને અટપટી હોય છે, આથી પોતાનો કોઈ માણસ ડબલ ક્રૉસ હોવાની જાણકારી મળવા છતાં એજન્સી એક હદ સુધી ચલાવી લે. પત્રકાર આલમની કાનાફુસી અને અફકોર્સ સમર્થન વિહોણા અહેવાલ મુજબ કોઈ સોર્સ ૬૦% વફાદારી ભારત પ્રત્યે બતાવે તો આંખા આડા કાન કરી લેવાય. આ ટકાવારી સમજીએ. જો કોઈ જાસૂસ ભારતના હિતમાં ૬૦ ટકા કામ કરે તો ચાલીસેક ટકા પાકિસ્તાન સાથે માહિતીની આપ-લે કરે એ ચલાવી લેવું પડે, પરંતુ ક્યારેક કોઈ અન્ય એજન્સી કે બીજો જાસૂસ કાનમાં ફૂંક મારે કે, 'વો અબ પૂરા કા પૂરા આઈ.એસ.આઈ. (બદનામ પાકિસ્તાની ગુપ્તચર સંસ્થા) કા હો ગયા હૈ.' અલબત્ત, આ કાનાફુસીમાંય રાજકારણ કે આંતરિક દુશ્મની છે કે નહીં, એની વ્યવસ્થિત ચકાસણી અનુભવી ઇન્ટેલિજન્સ ઑફિસર કરી લે. જો કથિતપણે પોતાનો ગણાતો એજન્ટ, સાવ પાકિસ્તાન તરફી થઈ ગયો હોય તો ઑફિશિયલ સિક્રેટ ઍક્ટ કે પાસપોર્ટ ધારાના ભંગના ગુના સબબ પકડીને ભુજના જે.આઇ.સી.સી.માં ધકેલી દે એટલે મામલો ખતમ સમજો.

આવા માહોલમાં સશસ્ત્ર દળની ગુપ્તચર પાંખના અધિકારી દોંગલાના હાથમાં આઈ.એસ.આઈ.નો ખુફિયા એજન્ટ લતીફ જત આવી ગયો હતો. સમગ્ર કચ્છમાં હલચલ મચી ગઈ હતી. એક તો પાકિસ્તાન એટલે કે આઈ.એસ.આઈ. ભારતમાં વિનાશકારી પ્રવૃત્તિથી ક્યારેય વાજ ન આવે, એમાં કચ્છ જેવા સંવેદનશીલ વિસ્તારમાં પાકિસ્તાની જાસૂસ પકડાય એટલે જિલ્લાના મીડિયામાં ઉત્તેજના વ્યાપી જાય. ખણખોદ કરવામાં આપણા વિપુલભાઈ મોખરે રહેવાના. આમાં સત્તાવાર બ્રિફિંગ તો સૌને મળે, પણ વિપુલ વૈદ્યને તો વધુ ખપે, કંઈક ખાસ જોઈએ.

એને સૂત્રોમાંથી માંડ એટલી જાણકારી મળી કે દોંગલા પોતાના દળની કસ્ટડીમાં એની મહેમાનગતિ કરી રહ્યો છે, પરંતુ લતીફ શું કરવા આવ્યો હતો? તેણે શી, કેવી અને કેટલી કબૂલાત કરી? આવા સવાલોના જવાબ વિપુલને સતાવતા હતા. સપનાંમાંય કલ્પના ન કરી હોય એમ સામેથી દોંગલાનો ફોન આવ્યો, "આપ કે લિયે બોંબાર્ડિંગ જૈસા ન્યૂઝ હૈ. મિલને આ જાઈએ." વિપુલને ન કાન પર વિશ્વાસ બેઠો, ન ફોન પર. ક્યાંય સુધી એ કાળા કેડલને જોઈ રહ્યો. અચાનક કેડલને હળવું ચુંબન કરીને એ ધડાકભેર ઊભો થયો. એનું સ્કૂટર વધુ એક સનસનીખેજ એક્સક્લુઝિવ સ્ટોરી લેવા ભરતડકે મિસાઇલની ઝડપે ઊપડી ગયું.

આ તરફ દોંગલાસાહેબે સામ, દામ, દંડ, ભેદ, મોહ, માયા, લાલચ અને ન જાણે શું શું અપનાવીને ઊંડી તપાસમાં લતીફ પાસેથી ઘણુંબધું ઓકાવી લીધું હતું. ચોંકાવનારી હકીકતો ઉપરીઓને મોકલાવવા માટે ફાઇલ તૈયાર કરી લીધી,

જેમાં ઇન્ટરોગેશન રિપોર્ટ સાથેની સિક્રેટ ફાઇલ પણ હતી. વિપુલ વૈદ્ય પહોંચ્યો એટલે શરૂઆતની દસેક મિનિટ ઔપચારિક વાતો બાદ દોંગલાએ એની સામે ફાઇલ મૂકી અને બોલ્યા કે, 'જોઈ લો આ. લતીફ કેટલો ડેન્જરસ છે. એ અમારા હાથમાં ન આવ્યો હોત તો કેવો અનર્થ થયો હોત એ તમે જ વાંચી લો.'

વિપુલ જેમ જેમ રિપોર્ટ વાંચતો ગયો એમ એની આંખો આશ્ચર્યથી પહોળી થઈ ગઈ. એક રિપોર્ટરના જીવને તો જોઈતું હતું એ મળી ગયું, પણ હજી દોંગલાસાહેબની વધુ મહેરબાની થવાની બાકી હતી. 'આવો, તમેય લતીફને મળો અને જે કંઈ પૂછવું હોય તે પૂછો તમતમારે.' વિપુલ દોંગલાના ચહેરા સામે જોઈ રહ્યો. દોંગલાએ ઊભા થઈને વિપુલનો હાથ પકડીને સાથે આવવાનો ઇશારો કર્યો.

આ એવી જગ્યા કે જ્યાં પત્રકાર તો ઠીક, ખુદ પોલીસ કે અન્ય એજન્સી અફસરનેય કદમ મૂકવા ન મળે. દોંગલા આગળ અને વિપુલ પાછળ ચાલવા માંડ્યા. ફોર્સના જવાનો એમને સેલ્યુટ મારતા હતા. લૉકઅપના દરવાજે પહોંચીને વિપુલે જોયું તો એની અંદર એક માણસ ટૂટિયું વાળીને બેઠો હતો. સમજવાનું મુશ્કેલ નહોતું કે એ લતીફ હતો, ડેન્જરસ લતીફ.

દોંગલાને અંદર આવતા જોઈને લતીફે ઊભા થઈને બે હાથ જોડ્યા. કંઈ બોલ્યા વગર એ રહેમની ભીખ માંગી રહ્યો હતો. દોંગલા એની સામે અકડાઈથી જોઈને બોલ્યો, 'દેખ, યે બડે સા'બ હૈ... દિલ્લી સે આયે હૈં... અબ તક તૂને જો મુઝે બતાયા વો સબ સા'બ કો ફિર સે બતા. ઔર સુન... ઉસ કે સિવા જો મુઝે નહીં બતાયા હૈ વહ સબ ભી સા'બ કો બતા દે... વર્ના તેરા હાલ ક્યા હોગા વો તુ જાનતા હૈ...'

પછી દોંગલાએ વિપુલ તરફ જોઈને કહ્યું, 'સર, આપ ઈસ કા ઇન્ટરોગેશન શુરૂ કરીએ. જો પૂછના હૈ વહ પૂછીએ.' વિપુલ મહારાજે સિક્રેટ ફાઇલ તો હમણાં જ વાંચી હતી એટલે બધી વિગતો મગજમાં તાજેતાજી હતી. વિપુલે એક આલા દરજ્જાના અનુભવી અફસરને શોભે એ રીતે રોબભર્યા અવાજે સવાલોના મિસાઇલ ફેંકવાનું શરૂ કર્યું, 'તૂ પૈંતીસ બાર બોર્ડર ક્રૉસ કર કે આયા હૈ... ઈસ દૌરાન તૂને બતાયે ઉતને હથિયાર ઔર ડ્રગ્સ કે અલાવા ઔર ક્યા ક્યા લાયા થા વો સચ સચ બતા દે... કચ્છ કે કૌન કૌન સે એરિયા કિ જાનકારી, ફોટોગ્રાફ્સ, હાથ સે લીખી પર્ચીયાં ઔર ન્યૂઝ પેપર્સ કે કટિંગ્સ પાકિસ્તાન ભેજી હૈ? યે સબ સિંધ મેં કૌન સે અફસર કો દિયા હૈ? પૈંતીસ બાર આને ઔર જાને મેં તૂ કિસ કિસ સે મિલા હૈ?'

આ બધા સવાલો અને સિક્રેટ ફાઇલની જાણકારીથી અનેક ભયાનક હકીકત

સામે આવતી હતી કે સામે બેઠેલા એકવડિયા બાંધાના જાસૂસે ભારત વિરોધી અનેક ષડયંત્રો પાર પાડ્યાં હતાં. આમાંથી ઘણાં કારનામાનું તેણે છૂટક-ત્રુટક શબ્દોમાં ડરતાં ડરતાં વર્ણન કર્યું. વિપુલ વૈદ્ય માટે આ અનુભવ અને દોંગલાની મહેરબાની આજીવન ન ભુલાય એવી સોગાદ હતી.

પણ હજી કંઈક બાકી હતું. સશસ્ત્રદળના એ કૅમ્પસમાં લતીફને કસ્ટડીમાંથી બહાર કાઢીને બાવળના એક ઝાડ નીચે ઊભો રખાયો. એની આંખો પર પટ્ટી બાંધી દેવાઈ. પછી વિપુલને એનો ફોટોય પાડવા દેવાયો. આ રિપોર્ટરનું મગજ એકદમ કામે લાગી ગયું કે સ્ટોરીમાં શું શું લખીશ. ઇન્ટ્રો કેવી રીતે બનાવીશ. એમાં કેટલાં બૉક્સ રાખીશ. એનું કેવું હેડિંગ આપીશ. સ્ટોરી તો એકદમ અફલાતૂન બની ગઈ. બીજા દિવસે વિપુલભાઈનો વટ પડી ગયો.

પોતાના પર આ દોંગલો આટલો બધો મહેરબાન કેમ? આ આખા ઘટનાક્રમ વિશે વિચાર-મનન કરતી વખતે વિપુલને પોતાના બૉસ, માર્ગદર્શક અને ઉત્કૃષ્ટ પત્રકાર, આલા દરજ્જાના તંત્રી અને ઉમદા માનવી કીર્તિભાઈ ખત્રીની મહત્ત્વની ટકોર યાદ આવી ગઈ, "કોઈ અફસર વધુ પડતો નજીક આવવાની ચેષ્ટા કરતો હોય તો સાવધાન થઈ જવું." ત્યારે તો દોંગલા વિશે કંઈ ખોટું ન લાગ્યું, પરંતુ રમજુ બોતલે જે કી'ધું એ કંઈક એવો જ ઇશારો કરતું હતું, પણ એ કેવી રીતે માનવું? રમજુએ ક્યારેય ખોટી કે ગેરમાર્ગે દોરનારી માહિતી, જાણકારી કે ટીપ આપી નથી. કન્ફર્મ કર્યા વગર આટલી મોટી વાત માની કેમ શકાય? પણ ખણખોદિયો, ઉત્પાતિયો કે જિજ્ઞાસુ જીવ ન હોય તો પત્રકાર, સાચો પત્રકાર શાનો?

દોંગલા વિશે રમજુ બોતલે કરેલી વાત માની ન શકાય એવી હતી. એવી વાત કન્ફર્મ કરવી જરૂરી જ નહીં, અનિવાર્ય હતી, પરંતુ એમ ખુલ્લેઆમ પૂછીએ તો ફજેતો થાય અને ક્યારેક ભારેય પડી જાય. વિપુલે પોતાના પોલીસ, સશસ્ત્રદળો, ઇન્ટેલિજન્સ એજન્સીઓ, ખબરીઓ અને અમુક વિશ્વાસુ પત્રકારો સાથે ગોળગોળ વાતો કરી. બધેથી ત્રુટક-ત્રુટક માહિતી મળી. એમાંથી અકલ્પ્ય કહેવાય એવું ચોંકાવનારું સત્ય સામું આવીને વિકરાળ મોં ફાડીને ઊભું રહી ગયું.

છૂટક માહિતી, થોડા અણસાર, ચપટીક અફવા અને ચોંકાવનારી ટિપ્સને સાંકળીને મુદ્દા પરથી વાર્તા બનાવવાનો ઉપક્રમ હાથ ધર્યો તો વિપુલ સમક્ષ કંઈક આ પ્રકારની ઘટના આવી. સ્કૂલમાં મુદ્દા પરથી આવી વાર્તા બનાવી હોત તો વિપુલે ચોક્કસ શીર્ષક આપ્યું હોતઃ '...જ્યારે વાડ જ ચીભડાં ગળે છે.' આમેય એ સમયે અખબારમાં આ કહેવત વાપરવાની મોસમ પૂરબહારમાં ખીલેલી હતી.

ઑવર ટુ શૉકિંગ સ્ટોરી. નજર સામે આવતા મળતાવડા, મિલનસાર, તરવરિયા

અને કાબેલ ઑફિસરના વ્યક્તિત્વની એક બીજી ભયંકર, કાળી-ઘૃણાસ્પદ બાજુ હતી. આ ભાઈમાં સત્તા, હોદ્દા, સ્થળ અને સંજોગોનો લાભ લેવાની ભયંકર કુનેહ હતી, જે બધાથી ગુપ્ત રાખી શકવામાં એ સફળ રહ્યો હતો, પણ ક્યાં સુધી? સરહદની સલામતી સાચવવાની અને રક્ષણ કરવાની પવિત્ર ફરજને લાલચ અને સ્વાર્થની ઊધઈ આભડી ગઈ હતી. દોંગલાએ ષડયંત્ર પણ એવું રચ્યું કે જેની કોઈને કલ્પના પણ ન હોય. આપણા જાસૂસો પાકિસ્તાન આવ-જા કરે, અન્ય એજન્સીની માફક દોંગલાના માણસોય આમાં સામેલ. તેણે પોતાના બે સોર્સીસને એકદમ વિશ્વાસમાં લીધા. સાથોસાથ લાલચ આપી, ખૂબ મોટી લાલચ.

કામગીરી શું? સિંધમાંથી સરહદ ઓળંગીને આવે ત્યારે બંનેએ જૅકેટ પહેરવાનાં અને બંનેના જૅકેટમાં સંતાડવાના ૧૦૦-૧૦૦ સોનાનાં બિસ્કિટ. જેનું કામ દાણચોરી રોકવા-ડામવાનું હતું એ જ સોનાની ચમકમાં સ્વાર્થી બની ગયો. આ બંને એજન્ટને ભારતમાં સલામત પુનઃ પ્રવેશ કરાવવાની જવાબદારી દોંગલાની. ને ઇનામરૂપે બંનેએ એક-એક સોનાનું બિસ્કિટ રાખવાનું. આ ઉપરાંત વધારાનું મહેનતાણુંય ખરું. વળી, કાયમ સાહેબની મીઠી નજર રહે. ઘણી બાબતમાં આંખ આડા કાન કરે. એના બીજા ઘણા લાભ લઈ શકાય. એટલે બંને જાસૂસ તૈયાર થઈ ગયા.

ખુદ દોંગલાએ પોતાની સરકારી જીપ્સીમાં બંનેને રણમાં સરહદ નજીક મૂકી દીધા. બેઉ અનુભવને લીધે સફળતાપૂર્વક સરહદ ઓળંગીને સિંધમાં ઘૂસી ગયા. હવે બંને જાસૂસ બાકી બધી વ્યવસ્થા કરવાના કામે લાગી ગયા. આ સાથે દોંગલાનું શાતિર દિમાગ વધુ ભયંકર પ્લાન વિચારવા લાગ્યું.

નક્કી થયેલા દિવસે બંને જાસૂસ પાકિસ્તાનની સીમા ઓળંગીને ભારતમાં પાછા ફર્યા. થોડા નિર્જન સ્થળે લઈ જઈને દોંગલાએ એક જાસૂસને પોઇન્ટ બ્લેન્ક રેન્જથી શૂટ કરી નાખ્યો ને આ જોઈને બીજો જાસૂસ દોડવા માંડ્યો. દોંગલાએ ગોળી તો છોડી, પણ એ ભાગી છૂટવામાં સફળ થઈ ગયો. હકીકતમાં દોંગલાએ વિચાર્યું કે આ બંને જાસૂસ ૨૦૦ સોનાના બિસ્કિટ આપ્યા બાદ જીવતા રહે તો સતત ઉચાટમાં જીવવું પડે. કોઈ બીજી એજન્સી કે જાસૂસ સમક્ષ મોં ખોલી દે તો પોતે ભારે આફતમાં મુકાઈ જાય. એના કરતાં બંનેના મોં કાયમ માટે બંધ કરી દીધાં હોય તો જીવનભરની નિરાંત અને સોનાનાં બે બિસ્કિટ બચી જાય એ બોનસમાં.

દોંગલાના શાતિર દિમાગમાં 'ન રહેગા બાંસ, ન બજેગી બાંસુરી' જેવો સુરીલો સુવર્ણવિચાર હતો. એ બંને 'સાથી' જાસૂસ આવ્યા બાદ જીભથી મીઠા આવકારને બદલે દોંગલાની રિવૉલ્વર બોલેલી. એ સ્થળે ખરેખર શું બન્યું એના

કોઈ સાક્ષી નથી, પણ એક જણો ચાલાક અને સતેજ નીકળ્યો અને ન જાણે કેવી રીતે જીવતો ભાગવામાં સફળ થઈ ગયો. ખેર, બંને કારતૂસ વાપર્યા બાદ હાથ લાગેલી એક લાશમાંથી સોનાના બિસ્કિટ ભરેલું જૅકેટ કાઢી લીધું ને લાશ નિર્જન રણમાં દફનાવી દીધી. ગળા સુધી ખાતરી કે બીજો જાસૂસ ક્યાં સુધી પોતાની પકડમાં આવ્યા વિના રહેવાનો? દોંગલાને અભિમાન હતું કે મારા સોર્સની રજેરજની માહિતી મારી પાસે હોય જ. એની હિલચાલ, સંબંધીઓ, દોસ્તો અને સંપર્કોનાં પગલાં દબાવીને એ ગદ્દારને પકડીને ઝેર કરી નાખવામાં વાર નહીં લાગે. સારો તરવૈયો છીછરા પાણીમાં ડૂબે, એ હકીકતથી દોંગલા કદાચ અજાણ હતો. પોતે કારતૂસોનો હિસાબ આપવો પડે એટલે અન્ય એજન્સીના દોસ્ત પાસેથી કાલ્પનિક બહાનું કાઢીને વાટકી વ્યવહારની જેમ ગોળી ઉધાર લીધી હતી. દોંગલાને આમાં પોતાની સ્માર્ટનેસ લાગી પણ એ ઉધારી એને ટૂંક સમયમાં ભારે પડવાની હતી.

અત્યાર સુધીની માહિતી મેળવીને વિપુલ એકદમ ઉત્તેજિત થયો કે મસ્ત સ્ટોરી મળશે. સાથોસાથ ઉદાસ પણ થયો, કારણ કે કોઈને, ખાસ તો પોતાને ક્યારેય દોંગલાના મુખવટા પાછળના અસલી ચહેરાનો અણસાર સુધ્ધાં ન આવ્યો. સાથોસાથ આનંદ અને ગર્વ પણ થયો કે રમજુ બોતલ સોનાની લગડી વિશેની કેવી પ્લેટિનમ જેવી અમૂલ્ય ટિપ લાવ્યો! વિપુલ તો મનોમન સ્ટોરીનો શબ્દદેહ ઘડવા માંડ્યો. હેડિંગ વિચાર્યું કે સલામતી રક્ષકો ઊઠીને સોનાનાં બિસ્કિટ ગળે, પરંતુ આ ઉત્સાહ વચ્ચે અનુભવના જોરે વિપુલને સમજ હતી કે કોઈ જાતની ફરિયાદ, તપાસ, નિવેદન, પુરાવા, સાક્ષી કે સમર્થન વિના આટલી મોટી સ્ટોરી ન લખાય, ક્યારેય ન લખાય – ન છપાય. અખબારી બાનીમાં ભલે સ્ટોરી મળી ગઈ હતી, પણ દોંગલાની વાસ્તવિક વાર્તા હજી અધૂરી હતી. એ રમજુ બોતલ સહિતના સોર્સ સાથેની વાતચીતમાં સતત બે બાબત પર ફોકસ કરવા માંડ્યો. દોંગલાસાહેબ કેમ છે ને તે શું કરે છે? મતલબ કે એમનું શું થયું? અને સોનાના ૧૦૦ બિસ્કિટ સાથે જીવતો ભાગેલો જાસૂસ ક્યાં હશે? શું કરતો હશે?

4

દોંગલા વિશેના ઊંડા ખાંખાંખોળાંમાં વિપુલ વૈદ્યને નાનીનાની, થોડીથોડી માહિતી મળતી ગઈ, શક્યતાઓ વ્યક્ત થતી ગઈ. આ બધાં ટપકાં જોડીને સંભવિત ઘટનાક્રમ ઊભરતો ગયો.

રણની નિર્જનતા, રાતનું અંધારું, બુલેટના ફાયરિંગ્સના અવાજો અને ગભરાટ છતાં જીવતા ભાગવામાં સફળ થયેલા જાસૂસને પાકિસ્તાન પાછા જવાનું ખૂબ જોખમ ભરેલું લાગ્યું હશે. એ રણમાં ભારત તરફ જ ઊંધું વાળીને દોડવા માંડ્યો હશે. સંભાવના એવીય સામે આવી કે જીવતા બચેલા જાસૂસને દોંગલાની દાનત પર પહેલેથી શંકા હશે. એ અગાઉથી જ એકદમ સાવધાન હશે. એટલે દોંગલાએ પહેલા જાસૂસ પર ગોળી છોડી એટલે બીજો એને ધક્કો મારીને કે માથા પર કંઈક ઠપકારીને નૌ દો ગ્યારહ થઈ ગયો હશે. ખેર, હકીકતમાં શું થયું છે એ તો દોંગલા - બીજો જાસૂસ જાણે, રણ જાણે, આકાશ જાણે કે અંધારું જાણે.

વધુમાં વધુ શક્યતા એવી કે એ નસીબદાર જાસૂસ સોનાવાળું જૅકેટ પહેરી, અંધારું ઓઢીને સીમાવર્તી પચ્છમ વિસ્તારમાં સરકી આવ્યો હશે. આ પચ્છમ એટલે ઐતિહાસિક કાળો ડુંગર જ્યાં આવેલો છે એ વિસ્તાર. આ કાળો ડુંગર એટલે કચ્છનું સૌથી ઊંચું શિખર. ઊંચાઈ ૪૫૮ મીટર. ભુજથી ૯૦ કિમી દૂર આવેલા કાળા ડુંગરનું સૌથી નજીકનું ગામ ખાવડા. દાવા મુજબ કાળો ડુંગર એકમાત્ર એવી જગ્યા છે કે જ્યાંથી કચ્છના રણનો ૩૬૦ ડિગ્રીનો પૅનોરેમિક વ્યૂ મળે છે. આ જગ્યા પાકિસ્તાનની નજીક હોવાથી ટોચ ઉપર લશ્કરી બેઝ સ્થપાયો છે. એટલે અમુક હદ બાદ માત્ર આર્મી અને બી.એસ.એફ.વાળા જ આગળ વધી શકે.

આવા કચ્છના અફાટ રણની રેતીમાં ઘૂસણખોરી, જાસૂસી અને દાણચોરીનો વણકહેવાયેલો ઇતિહાસ ધરબાયેલો પડ્યો છે. ન જાણે, કેટકેટલી વાસ્તવિક કથા અને ઇન્સાનોય રેતી નીચે દબાયેલા પડ્યા હશે. આવી જ એક અધૂરી કથા છે આપણા બચી ગયેલા જાસૂસ નંબર - બે ની.

આ જાસૂસ ક્યાં ગયો, એનું શું થયું, એની હકીકત આજ સુધી બહાર આવી

નથી, પરંતુ એના પલાયન થયા બાદની નાનીનાની ઘટનાઓ થકી એની મુસાફરીનો થોડોઘણો ચિતાર મળે છે. આ લકી જીવંત જાસૂસે પોતાના ઓળખીતા, સગાં અને દોસ્તોના ઘરમાં જ્યાં જ્યાં મોકો મળ્યો ત્યાં બે, પાંચ, દશ, પંદર સોનાના બિસ્કિટ સંતાડી દીધાં. એને હશે કે મામલો શાંત પડે કે દોંગલાસાહેબની બીજે ક્યાંક બદલી થઈ જાય પછી નિરાંતે આવીને બિસ્કિટ પાછાં લઈ જઈશ, ને પછી એયને લીલાલહેર કરીશ. કરાય લીલાલહેર કરાય, એમ કરવાનાં સપનાંય જોવાય બધાથી, પણ એ સુખ નસીબમાં હોવું જોઈએ ને?

પચ્છમ જેવા સરહદી વિસ્તારમાં પોલીસ, બોર્ડર સિક્યોરિટી ફોર્સ, ઇન્ટેલિજન્સ બ્યૂરો, કસ્ટમ્સ જેવી વિવિધ એજન્સીઓ એકદમ સતેજ-સક્રિય હોય. જ્યાં ત્યાં ઓચિંતા છાપા મારીને સર્ચ કરતી રહે. નજીકના ખાવડામાં જ ઑફિસ ને ખબરીઓનું નેટવર્ક એટલે એમની સેંકડો આંખ અને કાન. તેઓ મળતી બાતમીના આધારે સર્ચ માટે પહોંચી જાય. શોધખોળમાં ક્યાંક બે, ક્યાંક પાંચ ને ક્યાંક દસ સોનાના બિસ્કિટ મળે. આ બિસ્કિટ મળ્યાનો આનંદ થાય. જ્યાંથી મળે ત્યાંના રહેવાસી પર ગમે તેટલું દબાણ લાવે અને આકરી પૂછપરછ કરે પણ રતિભર માહિતી ન મળે. આ ઑફિસર માથું ખંજવાળે કે યે હો ક્યા રહા હૈ? દાણચોરીના હોય તો ૧૦૦-૨૦૦ બિસ્કિટ મળે, પણ આટલી નાની સંખ્યામાં સોનાનાં બિસ્કિટ મળે એની પાછળ રહસ્ય છે શું? સોનાની દાણચોરી સામાન્યપણે તો જૅકેટમાં જ થાય. એટલે સો, બસો કે ત્રણસો બિસ્કિટ મળવા જોઈએ ને? સચમુચ કુછ ગરબડ જરૂર હૈ.

આ સોનાના બિસ્કિટની પરચૂરણ પ્રાપ્તિ વિશે સુપરિન્ટેન્ડેન્ટ ઑફ પોલીસ પ્રમોદકુમાર ઝા અને અન્ય ગુપ્તચર તથા સલામતી તંત્રના અધિકારીઓની સંકલન બેઠકમાં ચર્ચા નીકળી. એની પાછળ કોઈ તર્કબદ્ધ કારણ મળ્યું નહીં. આ જ બેઠકમાં દોંગલા દ્વારા બે કારતૂસ ઉધાર માંગવાનોય અછડતો ઉલ્લેખ નીકળ્યો. આને પગલે એક પછી એક અધિકારીઓ પોતાના દોંગલા વિશેના અનુભવ શેર કરવા લાગ્યા. અભિપ્રાય આપવા માંડ્યા. સૌ આછાપાતળા નિષ્કર્ષ પર આવ્યા કે હોય ન હોય, આ છૂટક ગોલ્ડ બિસ્કિટ મળવાના છેડા દોંગલા અને કારતૂસ સાથે જોડાયેલા હોઈ શકે. સમ ખાવા પૂરતોય નક્કર પુરાવો નહોતો એટલે પગલાં કેવી રીતે ભરાય?

પરંતુ વ્યવસ્થાના ભાગરૂપે કે અન્ય કોઈક રીતે આ બેઠકની ચર્ચાનું તારણ કચ્છના સીમાડા પાર કરીને દિલ્હી સ્થિત કેન્દ્રીય તપાસ સંસ્થા સુધી પહોંચી ગયું. કહેવાય છે, રિપિટ - કહેવાય છે કે કેન્દ્રીય એજન્સીની તપાસ ટુકડી ભુજ ધસી આવી. દોંગલાનો ખેલ ખતમ? સબૂર, અભી કહાની મેં ટ્વિસ્ટ હૈ. આ

સરકારી ટુકડી સરકારી ગેસ્ટ હાઉસને બદલે એક થ્રી સ્ટાર હોટલમાં ઊતરી. દોંગલાને પૂછપરછ માટે બોલાવાયો, પણ પછી શું થયું એ કોઈને ક્યારેય ખબર ન પડી. દોંગલાની એજન્સીમાંય ખાતાકીય આંતરિક તપાસ થઈ. પરિણામ શું આવ્યું, દોંગલાની બદલી થઈ, માત્ર બદલી. ઘણા તાણાવાણા લટકતા રહ્યા, પણ દોંગલા, બીજા જાસૂસે અને અમુક લોકોએ ખાધુંપીધું ને રાજ કર્યું.

જોકે વિપુલ વૈદ્યને આજીવન અફસોસ રહી ગયો કે આટલી મોટી સ્ટોરી હોવા છતાં પુરાવા કે સમર્થનના અભાવે પોતે એક અક્ષરેય લખી ન શક્યો. એટલે જ તો અહીં એ મહાચાલાક ઑફિસરનું નામ બદલીને 'દોંગલા' રાખવું પડ્યું છે.

વિપુલને ખૂબ અફસોસ થતો હતો કે પોતે દોંગલા જેવા માણસ અને એની કરતૂતનો પર્દાફાશ કરી શકતો નથી. ઘાંઘા થઈને જ્યાંત્યાં ફોન નંબર ડાયલ કરવા માંડ્યો કે ક્યાંકથી સમર્થન કે પુરાવા મળે, પણ સાંપડી માત્ર હતાશા ને નિરાશા. ઘરના એક ખૂણામાં આંખ બંધ કરીને ચુપચાપ બેસી રહ્યો. અચાનક એક ખૂણામાંથી અવાજ રણક્યો :

"તુમ મિલે, દિલ ખિલે,
ઔર જીને કો ક્યા ચાહિએ."

વિપુલને આ ખૂબ ગમ્યું. અચાનક પાછળથી બે હાથ એની આંખો પર મુકાયા...

"ના હો તૂ ઉદાસ, તેરે પાસપાસ
મૈં રહૂંગા જિંદગીભર."

આગળની પંક્તિમાં વિપુલ પણ સૂર મિલાવવા માંડ્યો. હળવેકથી હાથ પાછળ લઈ જઈને તે પત્ની માલિનીને પોતાની આંખ સામે લઈ આવ્યો. એની આંખોમાં જોતી વખતે વિપુલના ચહેરા પરની હતાશા-નિરાશાનું બાષ્પીભવન થઈ ચૂક્યું હતું.

ફિલ્મ 'ક્રિમિનલ'નું આ ગીત પતિ-પત્ની બંનેનું ફેવરિટ. એમાંય માલિનીનો મીઠો અવાજ, પ્રેમ, હૂંફ અને સ્મિત એટલે વિપુલનાં બધાં દર્દની દવા. અચાનક વિપુલ ખડખડાટ હસી પડ્યો. માલિનીએ પાંપણો ઊંચી કરીને કારણ પૂછ્યું.

'મારાથી થતાં થતાં રહી ગયેલી બેવકૂફી પર હસું છું. મારી જાત પર હસું છું.'

'એ વળી કઈ બેવકૂફી?' માલિનીએ મજાકમાં સવાલ કર્યો.

વિપુલે માલિનીનો હાથ પોતાના હાથમાં લઈને પૂછ્યું, 'એ રાતે બરોડાની બસમાં ભુજ પાછા આવી જવાની બેવકૂફી કરી બેઠો હોત તો...?'

બંને સરી પડ્યાં ૧૯૯૪માં. વિપુલે 'કચ્છમિત્ર'માં રિપોર્ટરમાંથી ક્રાઇમ રિપોર્ટર અને ક્રાઇમ રિપોર્ટરમાંથી ચીફ રિપોર્ટર સુધીની બઢતી મેળવી હતી. નામના

વધતી જતી હતી, પણ જીવનનો જંગ લડવામાં આયખાનાં ૩૪ વર્ષ પૂરાં થવા છતાં હજી લગ્ન નહોતાં થયાં. પપ્પા, મમ્મી અને બહેનો લગ્નની વાત કાઢે, પણ ભાઈ બહુ ભાવ ન આપે. આમાં વડોદરાની માલિની નામની યુવતીનું માગું આવ્યું. માંડમાંડ એક છોકરી જોવા જવા તૈયાર થયો. મનમાં એમ કે હજી તો શરૂઆત કરવાની છે. એમ થોડો રાતોરાત મેળ પડી જવાનો.

ત્રીજા નંબરના બનેવી જયંતભાઈ ઢેબર સાથે વિપુલ ભુજથી એસટી બસમાં વડોદરા ગયો. મુસાફરી વખતે મનમાં ગલગલિયાં કરતા મીઠા વિચારો સાથે, નવી નવી સ્ટોરીના આઇડિયા કુસ્તીબાજી કરતા હતા. મીટિંગ ગોઠવાઈ. સવાલો-જવાબોની અંતાક્ષરી ચાલી. વન-ટુ-વન વાતચીતમાં ઘણું સામે આવ્યું. લગ્ન મોડાં કરવા અંગેની વિપુલની પૃચ્છામાં માલિનીએ ટૂંકો ને ટચ જવાબ આપ્યો કે, 'પિતાની દેખરેખ માટે.' હા, માલિનીના મોટાંબહેન પારૂલ પરણીને મુંબઈ જતાં રહ્યાં હતાં. માતા વાસંતીબહેન ગંભીર અને લાંબી માંદગી બાદ સ્વર્ગે સિધાવી ગયાં હતાં. પહેલાં માતાની બીમારી અને ત્યાર પછી પિતા હરેન્દ્રભાઈની દેખરેખ કાજે લગ્નમાં ઉતાવળ ન કરી.

વિપુલને માલિનીનો પરિવાર, સંસ્કાર, સમજ અને શિષ્ટાચાર - બધું એકદમ બરાબર લાગ્યું. જોકે મનમાં એક બાબત કઠતી હતી. એના મનમાં પાતલડી નારની કલ્પના હતી. આ માલિની પાતળી તો નહોતી, પણ શરીર થોડું ભારે હતું. 'થોડું વિચારીને કહીએ'ના જવાબ સાથે વિપુલ માલિનીના ઘરેથી બનેવી સાથે રવાના થયો. મનમાં ગડમથલ ચાલુ થઈ. બનેવીને કારણ પણ સ્પષ્ટપણે જણાવી દીધું.

એસટી બસસ્ટેન્ડ પર આવીને ભુજની બસમાં બેસી ગયા, પણ કુદરતને કંઈક અલગ રીતે વિપુલનું ભલું મંજૂર હતું. જયંતભાઈએ સ્પષ્ટ શબ્દોમાં ચુકાદો આપ્યો, 'આવું ઘર અને છોકરી આ ઉંમરે નહીં મળે હોં. થોડો ફેરવિચાર કરો તો સારું. તમને છોકરી જાડી લાગી એનું કારણ એ પણ હોય કે એને સાડીમાં જોઈ. એકવાર પંજાબી ડ્રેસમાં જોઈ લેવામાં ખોટું શું?'

ન જાણે કેમ, વિપુલને ગળે બનેવીની દલીલ ઊતરી ગઈ. ત્વરિત નિર્ણય લઈને બસમાંથી ઊતરી ગયા બંને. માલિનીના ઘેર ફોન કરીને બીજી મીટિંગ માટેની ઇચ્છા જણાવી. સાથે જયંતભાઈએ પણ અચકાતાં અચકાતાં ઉમેર્યું કે, માલિનીબહેન પંજાબી ડ્રેસમાં હોય તો સારું. અને પંજાબી ડ્રેસમાં માલિનીને જોતાંવેંત વિપુલનું દિલ 'બલ્લે બલ્લે' કરવા માંડ્યું. મગજે હથોડી પછાડીને દિલને ઑર્ડર આપ્યો કે, આવું પાત્ર ખોઈ ન શકાય. અને ૧૯૯૫ની ૨૮મી ઑક્ટોબરે વિપુલ-માલિની 'તુમ મિલે દિલ ખિલે ઔર જીને કો ક્યા ચાહીએ' - ની લાગણીથી એકબીજાનાં થઈ ગયાં.

આ વિપુલે પોતે એકલા લીધેલો આખરી નિર્ણય. પછી તો દરેક વાતમાં માલિની સાથે ચર્ચા અને સહિયારો નિર્ણય જ લે. માલિની પાકશાસ્ત્રમાં નિપુણ, એટલી જ સમજદારીમાંય અગ્રેસર. એક-એક રસોઈ એવી બનાવે કે માત્ર સંકોચ ખાતર જ આંગળાં ચાટવાનું બાકી રહે. એમાંય દાળ-ઢોકળી, મગ-ઓસામણ, ચણાના લોટનું પીઠડું અને દક્ષિણ ભારતીય વાનગીઓ ખાઈને મોંમાંથી 'અય્યયો' નીકળી જાય. માલિનીના હાથના ઢોસા પર તો વિપુલ એકલું ચેન્નાઈ નહીં, આખા તમિલનાડુ સાથે કેરળ અને કર્ણાટક પણ લૂંટાવી દે.

આ સડસડાટ ચાલતા, ના, દોડતા એવા સુખી જીવનમાં ૧૯૯૭માં આવ્યો એક વળાંક, એકદમ સુખદ વળાંક. તેરમી મેએ દીકરા હેતની પધરામણી થઈ. સુખી લગ્નજીવન, દોડતી કારકિર્દી, દીકરાની રમત-મસ્તી વચ્ચે ૨૪ કલાકના દિવસો, ૩૦ દિવસના મહિના દોડીને ગાયબ થવા માંડ્યા હતા. વિપુલ માટે વર્ષના બે મહિના ખૂબ મહત્ત્વના પરિવર્તન લાવતા રહ્યા. ઑક્ટોબરમાં જ પોતાનો અને માલિનીનો જન્મદિવસ અને લગ્નતિથિ તથા હવે મેમાં હેતનું આગમન. હજી આ ઑક્ટોબર-મે ભવિષ્યમાં ઘણું બતાવવાના હતા, પણ એ તો આગોતરું કોણ જોઈ શકે?

ટેલિફોનની ઘંટડીએ વિપુલ અને માલિનીને ભૂતકાળમાંથી વર્તમાનની ફર્શ પર લાવી દીધા. રમજુ બોતલનો ફોન હતો, "મળી શકાય? બને તો આજે જ રાખો." જીવન, પરિવાર, પત્ની અને પુત્ર જેટલો જ કારકિર્દીને પ્રેમ કરતો વિપુલ તરત તૈયાર થઈ ગયો. એટલીવારમાં માલિનીએ પોતાના ફેવરિટ ડ્રિન્ક 'ચા'ના બે કપ તૈયાર કરીને ટેબલ પર મૂકી દીધા. ચા પીતાં પીતાં મીઠા રોષ સાથે બોલી, 'આપણા મીઠા સમયમાં કાપ મૂકનારો આ રમજુ બોતલ છે કોણ?' ચાનો છેલ્લો ઘૂંટડો ગળે ઉતારી, હાથમાં મુખવાસની શીશી લઈને વિપુલે જવાબ આપ્યો, 'ખૂબ લાંબી વાત છે, ક્યારેક નિરાંતે કહીશ.'

વિપુલ રસ્તામાં રમજુ બોતલ વિશે વિચારે ચડી ગયો. પોતાના અનેક ખબરી સોર્સ અને માહિતીનાં સાધનોમાં આ રમજુ બોતલ સૌથી અલગ. પોતામાં મા-બાપની એને જ ખબર નથી. સમજણો થયો ત્યારે અંજારના અનાથાશ્રમમાં હતો. અનાથાશ્રમના મુખ્ય દાતા અને લેડીઝ મૅનેજરને કઢંગી હાલતમાં અકસ્માતે જોઈ લીધાં એટલે અનાથાશ્રમમાંથી ખોટા આળ સાથે તગેડી મુકાયો. એક ભંગારવાળાએ દયા બતાવીને કામે રાખ્યો. બે ટંક લૂખુંસૂકું ખાવાનું આપે પણ ખૂબ ગધ્ધાવૈતરું કરાવે.

ખબર નહીં કેમ, રમજુ ભંગારમાંથી બોતલ અલગ કાઢીને ગોઠવે. કાચની બોતલ, પ્લાસ્ટિકની બોતલ, નાની બોતલ, મોટી બોતલ, આખી બોતલ, તૂટેલી

બોતલ, બધી અલગ-અલગ રાખે. આમાં તેણે ગોઠવી રાખેલી બીયરની બોતલનો ઢગલો જોઈને એક હવાલદાર દુકાનની અંદર ધસી આવ્યો. માલિક હાજર નહોતો એટલે એ તો રમજુને ઉપાડી ગયો. રમજુને સમજાયું નહીં કે પોતાનો વાંક શો છે? બુટલેગરના કેરિયર તરીકે પકડીને પોલીસ દ્વારા ખૂબ ધોલધપાટ થઈ. કોના માટે કામ કરે છે? ક્યાં ક્યાં માલ પહોંચાડે છે? એવા સવાલોના જવાબો બિચારો આપે ક્યાંથી? નાહકનો માર ખાધા બાદ પોલીસે જવા દીધો, પણ જતી વખતે ચેતવણી આપી, 'રમજુ બોતલ, પાછો અંજારમાં દેખાયો છે તો મર્યો સમજજે.'

એ જ ઘડીએ અંજાર છોડીને રમજુ ચાલવા માંડ્યો. ચાલતો જ રહ્યો, ભૂખ્યો અને તરસ્યો. એને ખબર ન પડી પણ ૪૨-૪૫ કિલોમીટર ચાલ્યો. એ ભુજ પહોંચ્યો અને એસટી ડેપો પાસે લગભગ બેભાન થવાની હાલતમાં ફસડાઈ પડ્યો. તમાશાને તેડું ન હોય. રમજુની આસપાસ ભીડ જમા થવા માંડી.

તે જ સમયે નવોસવો રિપોર્ટર બનેલો વિપુલ એસ.ટી. સ્ટેન્ડની ગંદકી પર સ્ટોરી કરવા પહોંચ્યો હતો. ભીડ જોઈને એ દિશામાં આગળ વધ્યો. આઠ-દસ વર્ષના છોકરાને બેહોશ જોઈને એ દોડ્યો. થોડીવારમાં પાણીનો ગ્લાસ લઈને આવ્યો. એના મોઢા પર પાણી છાંટ્યું. આંખ ખોલીને એ માંડ માંડ બોલી શક્યો, 'પાણી... પાણી...' દોડીને વિપુલ બીજો ગ્લાસ લઈ આવ્યો. સાથે બે કચ્છી દાબેલી પણ લાવ્યો. પાણી પીધા પછી એ છોકરો થોડોઘણો સ્વસ્થ થયો એટલે વિપુલે કચ્છી દાબેલીનું પડીકું એના હાથમાં પકડાવીને કચ્છી ભાષામાં પૂછીયે લીધું કે, 'હવે બરાબર લાગે છે?' કંઈ બોલ્યા વગર રમજુ એની સામે જોઈ રહ્યો. પછી પડીકું ખોલીને આસપાસની ભીડની હાજરીને ભૂલીને, વરસોના ભૂખ્યાની જેમ કચ્છી દાબેલી પર તૂટી પડ્યો.

પછી તો રમજુ બોતલે ભુજને અને ભુજે રમજુને દિલથી અપનાવી લીધા. ડામાડોળ જીવનમાં રમજુ કેવો સ્થિર થયો, કંઈક અંશે સમૃદ્ધ થયો અને એક સમયનો આખી દુનિયાથી બેખબર છોકરો કેવો પોતાનો વિશ્વાસુ ખબરી બની ગયો, એ વિચારથી વિપુલ આગળ વધતો રહ્યો. એ જાણતો નહોતો, આજે રમજુ કયું આશ્ચર્ય આપવાનો હતો.

5

વિપુલ વૈદ્યના ખબરીઓ અનેક. સરકારી તંત્રમાં, પોલીસ વિભાગમાં અને અન્ય એજન્સીઓમાં. બને ત્યાં સુધી એમને બહુ જાહેરમાં મળવાનું ટાળે. કોઈને એક ને એક સ્થળે બીજીવાર ન મળે. ઘણા ખબરીઓ સાથે અંતરંગ સંબંધ. એ લોકોને જરૂર પડે ત્યારે પત્રકાર તરીકેના પોતાના સંપર્કોના ઉપયોગથી મદદ કરે જ, પણ બધા ખબરીમાં રમજુ બોતલ સૌથી અલગ, ને અનેરો. ન ક્યારેય કંઈ માગે, આપે તોય લે નહીં અને પૂરેપૂરો ખાતરીલાયક. રમજુ પર વિપુલને પોતાની જાત જેટલો જ વિશ્વાસ, કદાચ વધુ.

એટલે રમજુએ ફોન પર આપેલા અણસારથી વિપુલનું માથું ચકરાવે ચડી ગયું હતું. કબૂલ કે રમજુએ ક્યારેય ખોટી કે ગેરમાર્ગે દોરતી માહિતી આપી નથી, પણ અપવાદરૂપ એને કોઈક ફસાવી રહ્યું હોય ને પોતે લખીને એ અજાણ્યા ભેદી તત્ત્વોનો હાથો બની જાય. કોઈના મલિન ઇરાદાને પોતે સફળ નહીં જ થવા દે. વિપુલે દરેક ખબરીને મળવાના દશ સ્થળની યાદી આપી હતી, જે તેમના રહેવાના કે કામકાજના સ્થળેથી થોડે દૂર હોય. કોઈ જોઈ ન જાય ને શંકા ન જાય એટલા માટે આ વ્યવસ્થા કરાઈ. પોતાની એક્સક્લુઝિવ કે સ્કૂપની દોટમાં કોઈ નિર્દોષ નાહક કુટાઈ ન જાય એની એ સતત તકેદારી રાખે.

રમજુની યાદીમાંના નવ નંબરના સ્થળે એ પહોંચી ગયો. બે રસ્તાના જંક્શનના ખૂણે શેરડીના રસની લારી હતી, ત્યાં દૂરદૂરથી લોકો રસ પીવા આવે. થોડી ભીડ હતી, પણ વિપુલ એકદમ છેવાડાના બાંકડા પર બેઠો. નજર ફેરવી પણ રમજુ દેખાયો નહીં એટલે સંતોષ થયો. વ્યવસ્થા મુજબ વિપુલના પહોંચ્યા બાદ તેણે પાંચ-સાત મિનિટે આવવાનું હતું. દૂર ચાના ગલ્લા પર એ ક્યારનો ખાલી કપ લઈને બેઠો હતો. સમય થતાં રમજુ ઊભો થયો.

એ તડકામાં ચાલતો-ચાલતો શેરડીવાળા સામે જઈને ઊભો રહી ગયો. ઇશારાથી બે ગ્લાસ રસનો ઑર્ડર આપ્યો. એની આંખો ચકળવકળ થતી આસપાસ જોતી હતી. શેરડીવાળાના ગ્રાહકોની ભીડમાં બે જાણીતા ચહેરા દેખાયા. તે ફટાફટ બંને ગ્લાસ લઈને દૂર જઈને વિપુલના આગળવાળા તૂટેલા બાંકડા પર સાચવીને

બેઠો. ફટાફટ બંને ગ્લાસ ગટગટાવીને ઊભો થયો. પરસેવો લૂછવા ગજવામાંથી રૂમાલ કાઢવા ગયો, તો નીચે પડી ગયો. રૂમાલ ઊંચકવા નીચે નમ્યો અને હળવા અવાજમાં બોલ્યો, 'જૂના મંદિરની પાછળ.'

રૂમાલ ઉપાડીને મોઢું લૂછતો રમજુ નીકળી ગયો એની ચાર-પાંચ મિનિટ બાદ વિપુલ ઊભો થયો. વિપુલ મામલો સમજી ગયો. પાંચેક મિનિટના અંતરે એક જૂનું મંદિર હતું. એની પાછળ એક વૃક્ષ નીચે રમજુ બેઠો હતો. એ છાપું વાંચવાનો ડોળ કરતો હતો. થોડીવારમાં ઝાડ નીચે આવીને વિપુલ બેઠો. રમજુએ છાપામાંથી મોઢું બહાર ન કાઢ્યું. વિપુલ ધીમેથી ગણગણ્યો, 'કાલે ફોન પર વાત કરી એ માની શકાય એવી નથી છતાં જેટલી વિગત હોય એટલી બોલવા માંડ.'

છાપામાં મોઢું રાખીને રમજુ બોલવા માંડ્યો. પંદરેક મિનિટ બાદ તેની વાત પૂરી થઈ. વિપુલે પૂછ્યું, 'કોઈ સાક્ષી?'

'બધાને જીવ વહાલો હોય કે નહીં?'

'કોઈ પુરાવા?'

'એ શોધવાનું કામ તમારું.' આટલું બોલીને રમજુ ઊભો થઈને ચાલવા માંડ્યો. વિપુલ થોડીવાર બેસી રહ્યો. એ વ્યવસ્થાનો ભાગ હતો ને પાછો વિચારમાંય ગરકાવ હતો. આજે રમજુએ આપેલી માહિતી પરથી ખૂબ મોટી સ્ટોરી બને. ઘણાનાં માથાં વધેરાઈ જાય. મોટી ઊથલપાથલ થઈ જાય. રમજુએ એવી વ્યક્તિની માહિતી આપી કે જેનું સમાજમાં મોટું નામ હતું, ધુરંધરો સાથે ઊઠવા-બેસવાના સંબંધ હતા, ને ધારે એ કરી શકવાની તાકાત હતી.

આપણે એનું નામ 'ઉસ્તાદ' રાખીશું. કેમ? કારણ સમજાઈ જશે આગળ. ઉસ્તાદની એકદમ સફેદપોશ, આબરૂદાર આદમીની રૂડીરૂપાળી ને ચમકતી ઇમેજ, પણ મૂળમાં એ એક ડોન હતો. કહો કે ડોનનોય બાપ હતો. આ અનોખા ડોનની મોડસ ઑપરેન્ડી એકદમ અવનવી હતી, કલ્પના બહારની હતી.

એક-એક કામ એટલી સફાઈથી કરે કે ક્યારેય કંઈ સરકારી ચોપડે ન આવે. ઊલટાનું સરકારીબાબુઓ એની કદમબોસી કરે. એની આસપાસ મધમાખીની જેમ બણબણે પણ ડંખ મારવા નહીં, પ્રશસ્તિનાં મીઠાં કોરસગાન કરવા માટે. ક્યારેક હળવા અવાજે થતી કાનાફુસીમાં એને પોતાના વિસ્તારના ડોન તરીકે ઓળખાવાતો હતો. ઉસ્તાદનું કામ શું? દાણચોરી, પણ એમાં મોડસ ઑપરેન્ડી એવી કે વ્હાઇટ અને બ્લેક બંનેમાં આવક થાય. ક્યારેય કોઈ સ્મગલિંગ કેસમાં એનું નામ બહાર ના આવ્યું. દુબઈ અને પાકિસ્તાનમાં બેઠેલા અંડરવર્લ્ડના ડોનનો અત્યંત વિશ્વાસુ અને ખૂબ માનીતો. એટલું જ નહીં, કેટલીય ભારતીય એજન્સીઓનો પણ એકદમ ખાસમખાસ. એ કઈ રીતે?

વિશાળ સરહદ ધરાવતા કચ્છ પ્રદેશે રણ, દરિયા અને ક્રીક સીમાએથી થતી દાણચોરી તો ઘણી જોઈ, પણ આ વ્હાઇટ કૉલર ઉસ્તાદે તો મહાબંદર (પોર્ટ)થી દાણચોરી કરી. કચ્છના મહાબંદરે દુબઈ, સિંગાપોર જેવા ફ્રી પોર્ટથી આવતા જહાજોમાં એ સમયે આઠ-નવ કરોડની ચાંદીની દાણચોરી કરીને વિદેશમાં બેઠેલા સ્મગલર્સ પાસેથી લેન્ડિંગ એજન્ટ તરીકે બ્લેકના લાખો રૂપિયા કમાતો રહે ઉસ્તાદ.

આ રીતે અંડરવર્લ્ડના આકાઓની વાહવાહી સાથે કૃપાદૃષ્ટિ મેળવી લે. બીજી તરફ, બે-ચાર કન્સાઇનમેન્ટ પછી પોતે જ મંગાવેલા એક નાનકડા ઓછી કિંમતના દાણચોરીના કન્સાઇનમેન્ટની ટિપ દેશની એજન્સીઓને પકડાવી દે. એ માલ પકડાવવા બદલ ઇનામ રૂપે ૨૦ ટકા રિવૉર્ડ મળે, પૂરેપૂરા વ્હાઇટમાં. છે ને ગજબનાક ખોપડી?

સિંગાપોરથી આવેલા એક શીપમાંથી સાત કરોડ અને અન્ય એક દેશમાંથી આવેલા જહાજમાંથી નવ કરોડનો સફેદ માલ એટલે કે ચાંદી પકડાઈ ત્યારે એજન્સીઓની આંખ પહોળી થઈ ગઈ હતી. હવે આ માલ વિદેશી ડોનનો હતો. પણ આપણો ઉસ્તાદ જ એનો લેન્ડિંગ એજન્ટ હતો. આમાંથી ઉસ્તાદને વ્હાઇટના કુલ્લ ૩૨ લાખ રૂપિયાનો રિવૉર્ડ મળ્યો હતો. પહેલી નજરે આમાં નુકસાન દેખાય, પણ એ નુકસાન હતું નફામાં.

આ શાતિર દિમાગ ફ્રી પોર્ટમાંથી ગેરકાયદે કન્સાઇમેન્ટ કચ્છના અખાતમાં અંદર સુધી આવે ત્યારે એના સફળ-સિફતપૂર્વકના લેન્ડિંગમાં એકદમ માહિર. ખૂબ રસપ્રદ છે આ મોડસ ઑપરેન્ડી. વિદેશી જહાજને મહાબંદરે બર્થ મળે એટલ કે લાંગરીને અનલોડિંગ માટે સમય મળે એ અગાઉ ઘણે દૂર દરિયામાં વેઇટિંગમાં ઊભા રહેવું પડે. આ ઉસ્તાદે દરિયાના કાંઠે આવેલી એક ધાર્મિક સંસ્થાના વડેરા સાથે સાંઠગાંઠ કરી હતી. એટલે એ સંસ્થાના બૉસના માણસો નાનાં-નાનાં હોડકાં લઈને દરિયામાં ઊભેલા જહાજ નજીક જાય, રાતવરત જહાજમાં ચડીને શિપના ડેકમાં રાખેલી ચાંદીની પાટો ધડાધડ પોતાના હોડકામાં ઉતારે. આ રીતે બંદરે પહોંચતાં અગાઉ દાણચોરીનો માલ સગેવગે થઈ જતો.

પછી વેઇટિંગવાળા જહાજથી આઠ-દશ નોટિકલ માઈલ દૂર આ ચાંદીવાળી હોડીઓ નાંગરે, ત્યારે નિર્જન કાંઠા પર પહેલેથી જ ટ્રેક્ટર ટ્રોલી હાજર હોય. એમાં કરોડોની ચાંદી ઠાલવી દીધા પછી ઉપર ઘાસ અને ઝાડની ડાળખીઓ પાથરી દેવાય. ત્યાંથી ઉસ્તાદનું ઘર, અડ્ડો કે મહેલ માંડ સાત-આઠ કિલોમીટર દૂર.

ઉસ્તાદના વિશાળ બંગલાની કિલ્લેબંધી એકદમ ગજબનાક. દીવાલ પંદરથી વીસ ફૂટ ઊંચી. આ તોતિંગ દીવાલની અંદર કોઈની નજર ન પહોંચી શકે.

ખુદ ઉસ્તાદ જ મોટી મોટી એજન્સીઓને મહત્ત્વની અને મોટી ટીપ આપતો હોવાથી મોટા-મોટા સાહેબનોય એ ખાસ હતો. એટલે એ તરફ જોવાની ગુસ્તાખી થાય કઈ રીતે? અને આવી કાળમીંઢ તોતિંગ દીવાલોવાળી હવેલીમાં ચમકતો માલ લઈને ટ્રેક્ટર ટ્રોલી પહોંચી જાય.

પૂર્વયોજના મુજબ ત્યાં હવેલીની અંદર ઓઇલ ટેન્કર તૈયાર હોય. ચાંદીની પાટ એમાં ડમ્પ કર્યા બાદ ટેન્કર મુંબઈ કે અન્ય નિયત સ્થળ માટે ઊપડી જાય. ટેન્કર ઓઇલનું હોવાથી સામાન્યપણે કોઈને જરાય શંકા ન જાય. આમ છતાંય જિલ્લાની તથા આંતરરાજ્ય ચેકપોસ્ટ પર કોઈ અણધાર્યું ચેકિંગ ન આવે એટલે અગાઉથી વ્યવહાર થઈ ચૂક્યો હોય.

આ 'બંને હાથમાં લાડુ'વાળી દાણચોરી ઉપરાંત ઉસ્તાદના બીજા ઘણા ધંધા. ડેરિંગ પણ ગજબની. કચ્છ બહાર કેફીદ્રવ્ય બનાવવાનો એકાદ કેસ થયો હતો એ સિવાય ડોન ઉત્સાદની ઇમેજ અને કારકિર્દી પૂરેપૂરી નિષ્કલંક.

વિપુલ વૈદ્ય પાસે થોકબંધ જાણકારી હતી. આ સફેદપોશને પર્દાફાશ કરી શકાય તો ખૂબ મોટો ધમાકો થાય. ઘણી એજન્સીઓના પગ તળે ગરમ પાણીનો રેલો આવે, પરંતુ આ બધું લખતાં અગાઉ પુરાવા જોઈએ, સાક્ષી જોઈએ. કોઈક સરકારી અધિકારીનું સત્તાવાર નિવેદન જોઈએ. વારંવાર ખૂબ પ્રયાસો કરવા છતાં ક્યારેય કંઈ ન મળ્યું. આજે પત્રકારત્વમાંથી નિવૃત્ત થઈ ચૂકેલા વિપુલ વૈદ્યને આ એક્સક્લુઝિવ સ્ટોરી ન કરી શકવાનો વસવસો સતાવે છે.

બીજી એક ન્યૂઝ સ્ટોરી પાસે હતી. સંપૂર્ણ વિગતો હતી. સત્તાવાર ચોપડે નોંધ હતી. એ સ્ટોરી લખ્યા પછી ન છાપી શક્યો. એનો વિપુલને આજેય આનંદ છે ને ગર્વ પણ. આવી લાગણી જન્માવતી જાણીબૂઝીને મિસ કરેલી સ્ટોરીમાં તે વળી શું હશે?

ક્રાઇમ રિપોર્ટર વિપુલ વૈદ્ય પોતાના રોજિંદા નિત્યક્રમ મુજબ પોલીસ કન્ટ્રોલ રૂમની મુલાકાતે અચુક જાય. એ દિવસે પોલીસ કન્ટ્રોલ રૂમની બહાર ડી.એસ.પી. ઑફિસ તરફ જતી વખતે એક ઓળખીતા હવાલદારે વિપુલના કાનમાં ફૂંક મારી કે ક્રીક વિસ્તારમાં ૨૭ ઘૂસણખોરો પકડાયા છે.

વિપુલની સુસ્તી ઊડી ગઈ. એકસાથે ૨૭ ઘૂસણખોર? આ તો મોટી સ્ટોરી બનશે. ચાલો, એના પર કામે લાગી જઈએ. પોલીસ ખબરીની આ વનલાઇન ઇન્ફર્મેશનથી ચોંકી ઊઠેલો વિપુલ અખબારની ઑફિસે જવાને બદલે પાછો વળીને પોલીસ અધિક્ષકની ચેમ્બર તરફ ઉતાવળે પગલે જવા માંડ્યો.

'રામ રામ' કે 'ગુડ મૉર્નિંગ' જેવી ઔપચારિકતામાં પડવાને બદલે સીધું પોલીસવડાને પૂછ્યું, 'સાહેબ, એ સાચું કે ક્રીકમાં મોટી સંખ્યામાં ઘૂસણખોરો

પકડાયા છે?' આ સાંભળતાવેંત એસ.પી. સાહેબ સ્તબ્ધ થઈ ગયા. પળભરમાં સ્વસ્થ થઈને વાતને ટાળવાના પ્રયાસો કરવા માંડ્યા, 'અરે, ઐસા કુછ નહીં હૈ. આપ કો બતાયા કિસને?' વિપુલ પણ જમાનાનો ખાધેલો અને અનુભવી પત્રકાર હતો. તેણે એકદમ સ્વસ્થતાથી જવાબ આપ્યો, 'તમે માહિતી કે સમર્થન નહીં આપો તો બીજી એજન્સીઓ છે જ. હું બીએસએફમાંથી જાણકારી મેળવી લઈશ.'

પોલીસ અધિક્ષક સામે બેઠેલા વિપુલ વૈદ્યને જોઈ જ રહ્યા. થોડીવાર બાદ હસવાના નિષ્ફળ પ્રયાસ સાથે હળવેકથી બોલ્યા, 'હા, ૨૭ જણ પકડાયા છે ખરા, પરંતુ એ આપણા જ માણસો છે.'

'આપણા માણસો?! તો પકડાયા કેમ? મને કંઈ સમજાયું નહીં.'

'એ બધું હું તમને સાંજે કહીશ ને સમજાવીશ પણ. અત્યારે એ જ મામલામાં વ્યસ્ત છું, ઓકે?'

આ 'ઓકે' વાતચીત પૂરી થયાનો સંકેત હતો, જે વિપુલ તરત સમજી ગયો.

વિપુલે તરત જ ઑફિસ પહોંચીને ક્રીક વિસ્તારમાં ૨૭ પાકિસ્તાની ઘૂસણખોરો પકડાયા એ મતલબના ન્યૂઝ આગળ-પાછળના સંદર્ભો ટાંકીને લખીને તૈયાર રાખ્યા. ફ્રન્ટ પેજ પર ચાર કૉલમમાં ચમકાવી શકાય એવા સમાચાર હતા આ.

સાંજ પડવાની તાલાવેલી હતી વિપુલને, સૂર્યદેવ ગુડબાય કહે એ અગાઉ ફરી પોલીસવડા પાસે પહોંચી ગયો. તેમને એક રિપોર્ટર તરીકે વિપુલની સમજ, કાર્યકુશળતા, કૉન્ટેક્ટસ અને વિશ્વસનીયતા પર પૂરેપૂરો ભરોસો હતો. તેમણે માંડીને વાત શરૂ કરી.

'હા, ક્રીકમાં ૨૭ માણસો પકડાયા એ તમારી માહિતી એકસો એક ટકા સાચી, એ આપણા માણસો છે એ પણ એટલું જ સાચું. આ માણસો આપણી જ એક કેન્દ્રીય એજન્સીના હતા. તેમને એક મિશન પાર પાડવા માટે સામે પાર (એટલે કે પાકિસ્તાનમાં) મોકલાયા હતા, પરંતુ બી.એસ.એફ.ના એક અમલદારની ગેરસમજથી, તેમને પરત આવતી વખતે પકડી લેવાયા.'

વિપુલ વૈદ્યનું મગજ વિચારે ચડી ગયું કે આ મામલો માત્ર ગેરસમજણનો હતો? કે પછી એજન્સીઓની ચડસાચડસીનું પરિણામ હતું? કે પછી સંકલનનો અભાવ હતો? આ સવાલો પોલીસવડાનેય પૂછ્યા પણ તેમણે કંઈ પણ કહેવાનો સ્પષ્ટ ઇનકાર કરી દીધો. આ સાથે મિત્રભાવે અને વિનંતીના સૂરમાં સૂચન કર્યું, 'જો તમે ભૂલેચૂકે આ સમાચાર લખશો તો એ ૨૭ જણાને ચોપડે બતાવવા પડશે. રાષ્ટ્રહિતમાં આ વાત ગુપ્ત રહે એ ખૂબ જરૂરી છે. પ્લીઝ, આ સમાચારને ભૂલી જાઓ.'

એક પત્રકારને સમાચાર ભૂલી જવા અને ન છાપવાની સલાહ આપનારા ઉચ્ચ પોલીસ અફસરને વિપુલ જોઈ રહ્યો. મામલાની ગંભીરતા અને એના પરિણામથી એ માહિતગાર હતો. ઑફિસમાં જઈને તંત્રી કીર્તિભાઈ ખત્રીને કીધું કે, મેં આપેલા ચાર કૉલમના સમાચાર છાપી નહીં શકાય. પોતાના હાથે જ ફ્રન્ટપેજ પર ચાર કૉલમમાં ચમકી શકે એવા તૈયાર સમાચારના કાગળો ફાડી નાખવા સાથે વિપુલે કારણો પણ જણાવી દીધાં. બહોળા અનુભવી, દૂરંદેશીવાળા તંત્રીએ પણ એક સમાચારને બદલે દેશને, સલામતીને જ મહત્ત્વ આપવાનું મુનાસિબ માન્યું.

પરંતુ અખબાર અને વિપુલ માટે વાત અહીં પૂરી ન થઈ, બલ્કે શરૂ થઈ. આમ તો વિપુલને મળેલી ટીપ બીજા કોઈને મળે એ વાતમાં માલ નહોતો. એક પોલીસવાળાએ અંગત મિત્રભાવે આ માહિતી આપી હતી, પરંતુ પોલીસ અધિક્ષકની ઑફિસમાં વિપુલના સવારે પહોંચવા અને સાંજે ફરી પાછા જવાની હિલચાલ પારખીને એક અન્ય અખબારના પ્રતિનિધિને કંઈક નક્કી બન્યું હોવાની ગંધ ગઈ. આવો અંદેશો આવ્યા બાદ તેણે યેનકેન પ્રકારેણ થોડું જોર લગાવીને વનલાઇનર ન્યૂઝ જાણી લીધા કે ક્રીકમાંથી ૨૭ જણ પકડાયા છે. બસ, આટલી જાણકારી પરથી તેણે 'કચ્છની સરહદ રેઢી પડી છે, ઘૂસણખોરો માટે ક્રીક વિસ્તાર સ્વર્ગ સમાન છે.' જેવા શબ્દોના સાથિયા રંગીને આડીઅવળી વાતો ઉમેરી દીધી કે સુરક્ષાદળોમાં ભારે હલચલ, ૨૭ ઘૂસણખોરો પકડાતાં સનસનાટી જેવો મસાલો ભભરાવીને ટેબલ સ્ટોરી લખી નાખી.

કચ્છ બહારથી પ્રગટ થતા આ અખબારની ઑલ એડિશનમાં પહેલે પાને આ સમાચાર છપાઈ ગયા. પોલીસવડાની વિનંતી અને પોતાની સમજ બાદ કીર્તિભાઈ અને વિપુલે 'કચ્છમિત્ર'માં જે સમાચાર ન લીધા એ હરીફ અખબારમાં આવી ગયા. એ સમાચારમાં નહોતા કોઈ અધિકારીના પ્રતિભાવ કે નહોતું કોઈનું સમર્થન. પત્રકારત્વની ભાષામાં માત્ર ટેબલ સ્ટૉરી હતી એ.

વિપુલને પત્રકાર ધર્મ સામે રાષ્ટ્રપ્રેમને પ્રાધાન્ય આપવાનો સંતોષ થયો, પરંતુ સામાન્યજન થોડા આ બધું જાણે કે સમજે? એક ધાર્મિક અને કથિત રાષ્ટ્રવાદી સંગઠનના હોદ્દેદારે લેન્ડલાઇન પર વિપુલને ફોન કર્યો, "તમે પોતાને સરહદી જિલ્લાનું મુખ્ય છાપું ગણાવો છો, પણ બહારના છાપાંને જે સમાચારની ખબર પડી એ તમને કેમ ન મળ્યા? તમે ઊંઘતા હતા કે શું? આના કરતાં તો અખબારને તાળાં લગાવી દો." આ એક જ નહીં, ફરિયાદનાં વધુ ત્રણ-ચાર ફોન આવ્યા. એમણે પણ ખૂબ રોષ ઠાલવ્યો, પરંતુ બધાને ન કહેવા બેસાય કે આ આપણું મિશન હતું, ને દેશહિતમાં સમાચારની અવગણના કરી છે એ પણ જાણીબૂઝીને.

પત્રકાર આલમમાં ક્યારેક આવું થતું હોય છે. રાષ્ટ્રહિતમાં, સમાજના હિતમાં કે ક્યારેક કોઈ નિર્દોષને કનડગતથી બચાવવા માટે સમાચાર ભૂલી જવા પડે છે. એમાં અખબાર પોતાનો ધર્મ બજાવે, પત્રકારને સંતોષ થાય, પણ બોનસમાં વાચક રાજ્જાનો ઠપકો-આક્રોશ સહન કરવાની તૈયારી રાખવી પડે.

અલબત્ત, આજેય એ સમાચાર ચૂકી ગયાનો વિપુલ વૈદ્યને રંજમાત્ર વસવસો નથી, બલ્કે આનંદ છે, ગર્વ છે.

6

અમુક ઉચ્ચ અમલદારો સાથે સંપર્ક જાળવવાના રૂટિન મુજબ એક દિવસે સાંજે પાંચેક વાગ્યે વિપુલ વૈદ્ય પોલીસ અધિક્ષક કેશવકુમારની કેબિનમાં ચાની ચુસ્કી લઈ રહ્યો હતો. આ ચા પીતી વખતે તેને માલિની યાદ આવી ગઈ. ચાની કેવી ગજબનાક શોખીન. એને પ્રેમપૂર્વક ચા બનાવતા જોવામાં જ વિપુલની સુસ્તી ઊડી જતી હતી. કેશવકુમાર સાથે ચાય પે ચર્ચા ચાલતી હતી, ને ટેલિફોનની રિંગે વિક્ષેપ પાડ્યો. સામેના છેડેથી કહેવાયેલી વાત સાંભળીને કેશવકુમારના મોઢામાંથી રાડ નીકળી ગઈ, 'ક્યા?... ઓહ... ઠીક હૈ, ઠીક હૈ... મૈં અભી નિકલા.'

આટલું બોલીને જોશભેર રિસીવર પટકીને કેશવકુમાર ઊભા થઈ ગયા. વિપુલને કંઈ કીધા કે સામું જોયા વગર એ ઉતાવળે પગલે ચેમ્બરમાંથી બહાર દોડી ગયા. આનું જરાય માઠું લગાડવાને બદલે વિપુલ અલગ વિચારવા માંડ્યો. એકદમ શાલીન, મળતાવડા, વ્યવહારુ અને કાર્યદક્ષ કેશવકુમાર આ રીતે કેમ ગયા? ક્યાં ગયા? એક તો લાંબો અનુભવ અને એમાંય પાછો રિપોર્ટરનો જીવ એટલે 'મને બાય કે આવજો' ન કહ્યાના અરણ્યરુદનમાં ડૂબી જવાને બદલે એ સમજી ગયો કે ખરેખર કોઈ મોટી, બહુ મોટી ઘટના બની લાગે છે. બાકી, પોલીસવડા થોડા એકદમ દોડી જાય?

પત્રકારના જીવથી જિજ્ઞાસા અને ચચરાટી સહન થતી નહોતી. વિપુલ એકદમ ઉતાવળે ઑફિસ પહોંચી ગયો. ત્યાંથી પોલીસ કન્ટ્રોલરૂમનો નંબર ડાયલ કરીને પૂછપરછ શરૂ કરી. ત્યાંથી જે જવાબ મળ્યો એ સાંભળીને વિપુલનેય કેશવકુમાર જેવો જ આંચકો લાગ્યો, 'ખરેખર? એકદમ કન્ફર્મ ન્યૂઝ છે ને?'

હા, એ દિવસે કચ્છમાં સર્વપ્રથમ પોલિટિકલ મર્ડર થયું હતું. એ પણ શાસક પક્ષ ભાજપના વગદાર-વજનદાર સ્થાનિક નેતાનું. પૂરું નામ બાવજી ભાણજી જાડેજા, પણ બધા ઓળખે અને બોલાવે બાવજીભા તરીકે જ. 'ભા' એટલે કચ્છી ભાષામાં 'ભાઈ'. અગાઉ જોઈ ગયા એમ બાવજીભાનો ભારે દબદબો. વ્યક્તિત્વ પણ એકદમ પ્રભાવશાળી. લાગે છ ફૂટના પણ હાઇટ પાંચ ફૂટ દસ ઇંચ. કાયમ સફેદ ધોતી અને ખમીસમાં જ હોય. ખમીસમાં ચાંદીની સાંકળથી

જોડાયેલાં બટન દેખાય. બેય કાનમાં સોનાનાં કુંડળ ચમકે. માથા ઉપર ફાળિયું, સફેદ કાં બ્લુ રંગનું વસ્ત્ર શોભે. પગમાં કાળાં બૂટ. અવાજ એકદમ પહાડી. ઓછા શબ્દોમાં કહી શકાય કે રોબદાર રાજપૂતાના વ્યક્તિત્વ.

કોઈની મગદૂર નહીં કે એને 'બાવજીભા'ના બદલે ખાલી 'બાવજી' કહીને બોલાવે. એમની પાસે પોલિટિકલ પાવર, મસલ પાવર અને મની પાવર પણ ખરો. કૉન્ટેક્ટ ઊંચા-ઊંચા માણસો સાથે. આવા માણસને મારવાની હિંમત કરી કોણે? શા માટે? કેવી રીતે માર્યા?

સ્કૂટરનાં પૈડાં સાથે વિપુલના વિચારો સ્પર્ધા કરી રહ્યા હતા. સવાલોના હૉર્સ પાવરની ગતિ સામે પૈડાં ઘણાં પાછળ રહી ગયાં હતાં. વિપુલને યાદ આવ્યું કે ચારેક વર્ષ અગાઉ ઢોરી - સુમરાસરમાં કોલસા માફિયાને પર્દાફાશ કરતા સ્કૂપ વખતે બાવજીભાઈ સાથે અલપઝલપ મુલાકાત થઈ હતી. એક સમયે બાવજીભા કોલસા માફિયાનું એક નહીં, મસમોટું નામ હતા, પરંતુ ત્યાર બાદ અમુક પોલીસ ઑફિસર દોસ્તોના સમજાવ્યા બાદ તેમણે કોલસામાં હાથ કાળા કરવાનું છોડી દીધું હતું.

બાકી આ કોલસાનો ગોરખધંધો ક્યારેક દાણચોરીની તાલીમશાળા ગણાતો હતો. કોલસાનો ગેરકાયદે ધંધો ખૂબ કમાઉ અને આસાન હતો. ન જમીનમાં રોકાણ, ન મશીનરીનો ખર્ચો કે લમણાઝીંક. એમાંય રાજકીય પીઠબળ હોય અને દાદાગીરીની આવડત હોય એટલે તો એકદમ બખ્ખેબખ્ખા. ખર્ચાને નામે માત્ર મજૂરી અને ટ્રાન્સપોર્ટેશન. આ રીતે લગભગ મફતની કહી શકાય એવી મબલખ આવક હતી, એટલે સ્પર્ધા તો થવાની જ. એ પણ કટ્ટર અને ક્યારેક લોહિયાળ.

ઇતિહાસ ફંફોસીએ તો કચ્છના રણની રેતી ઍંસીના દાયકામાં બેફામ દાણચોરીની માહિતી ઓકી નાખે. નેવુંના દાયકામાં એનું સ્વરૂપ બદલાઈ ગયું. લાંબો સમય અગાઉ કચ્છપ્રવેશ કરી ચૂકેલો ગાંડો બાવળ લાખો ચોરસ કિલોમીટરમાં ફરી વળ્યો હતો. હકીકતમાં તો કચ્છના રણને રોકવા માટે આ ગાંડો બાવળ ઉગાડાયો હતો, પણ ન રણ રોકાયું કે ન ટોકાયું, પણ ગાંડો બાવળ ગાંડાની જેમ ચોમેર ફરી વળ્યો, પરંતુ આ મુસીબતમાં ઘણા 'ડાહ્યા' માણસોએ આવક જોઈ. ગાંડો બાવળ કાપીને ગેરકાયદે કોલસો પકાવવાનો ખોટો ધંધો શરૂ કરી દીધો.

આ કાળા ધંધાની શરૂઆતમાં મોટાભાગના ધોળાં કપડાં પહેરનારા મુખ્ય રોલમાં હતા. આમાં એક હતા બાવજીભા, પરંતુ પછી બાવજીભાઈએ આ ધંધો છોડી દીધો. એટલું જ નહીં, એ ધંધો બંધ કરાવવાય સક્રિય બન્યા હતા.

આ બેફામ આવકવાળા ધંધા પર ઘણાના નિરંકુશ સામ્રાજ્ય જમાવવાના ઓરતા હતા. એના પર લેશમાત્ર આંખ કે આંગળી ઊંચી કરનારાઓને સહન

કરી લેવાની વૃત્તિનો સદંતર અભાવ હતો. એટલે જ તો વિપુલના કોલસાની દાણચોરીને પર્દાફાશ કરતા સ્કૂપથી ઉશ્કેરાયેલા માથાભારે માફિયાએ પોતાનો ગુસ્સો સબ-ઇન્સ્પેક્ટર ઓડેદરા પર કાઢ્યો હતો. એ તો ઠીક, પણ આ લોકોમાં બાવજીનું ઢીમ ઢાળી દેવાની હિંમત કોણે કરી?

ઝડપભેર માહિતી આવવા માંડી કે બાવજીભાની હત્યા ભુજના ઉત્તરાદીએ આવેલા વિસ્તારના વેકરિયાના રણમાં શેરવો સરાડો સીમમાં થઈ હતી. અહીં એ વિસ્તારનો નકશો થોડોક સમજીએ. ભુજની ઉત્તરે લોરિયા ગામ. એની ઉત્તરે બન્ની-પચ્છમ અને એની ઉપર આંતરરાષ્ટ્રીય સરહદ. લોરિયાની પૂર્વમાં ઢોરી-સુમરાસર, જ્યાં રીતસર કોલસા માફિયાની આણ પ્રવર્તતી હતી. લોરિયાની ડાબી તરફ નિરોણા, બીબ્બરવાળી પાવરપટ્ટી. નામમાં જ પાવર હોય પછી વધુ કહેવાનું શું હોય? આ પટ્ટીની ઉત્તરાદે વેકરિયાનું રણ તો દખ્ખાણાદી તરફ નાના ડુંગરોની હારમાળા. અહીં ન થવાનું, ધારણા બહારનું થતું રહે. આ વિસ્તાર શસ્ત્રો, દારૂગોળો કે આર.ડી.એક્સ. મળવાની ઘટનાઓનો સાક્ષી છે. પાકિસ્તાન સાથેની સરહદથી ૧૨૫ કિલોમીટર દૂર ભારતમાં એક ઝાડ સાથે બાંધેલું ઊંટ મળી આવ્યું હતું. આ સામાન્ય ઊંટ નહોતું. એના પર ઘાતકી શસ્ત્રો - દારૂગોળો લદાયેલાં હતાં. સત્તાવાર નોંધ અને અખબારી અહેવાલ મુજબ 'મુશર્રફ' (સરહદના રક્ષકોએ ઊંટને આપેલું નામ!) નામના ઊંટ પરથી ૨૨ કિલો આર.ડી.એક્સ., આઠ ટાઇમર પેન્સિલ, ૯૩ કોડેક્સ વાયર, ૯૨ ફૂટ ડોકેક્સ વાયર, દશ રિમોટ સ્વીચ, જાપાની બનાવટના બે વાયરલેસ, ૧૨ ગ્રેનેડ-ડિટોનેટર્સ, ૨૦ લાલ કલરના ડિટોનેટર્સ અને દશ રિલે સ્વીચ જપ્ત થયાં હતાં, પરંતુ આ ઊંટને 'મુશર્રફ'નું નામ કેમ અપાયું? હકીકતમાં એ વખતે કારગિલ યુદ્ધ તાજું હતું. એટલે કચ્છ પોલીસે પાકિસ્તાનની નાપાક કુચેષ્ટાને સાકાર કરવામાં નિમિત્ત બનેલા ચોપગાને આ નામ આપ્યું છે.

હવે મૂળ વાત પર આવીએ. કોલસાના ધંધામાં નિરોણા પંથકમાં ભારતીય જનતા પક્ષના નેતા મોહન ભાનુશાળીની ભારે ધાક હતી. મૂળ તો તેઓ ખેતીવાડી અને વેપાર સાથે સંકળાયેલા હતા, પરંતુ રણકાંધીએ મોટી માત્રામાં ઊગતા બાવળના આકર્ષણથી બચી ન શક્યા. એમના મળતિયાઓએ આ બાવળ બાળીને ગેરકાયદે કોલસા પકાવવાનો ધમધોકાર ધંધો શરૂ કરી દીધો હતો. એ સમયે બાવજીભા લોરિયાનાં સિંહ ગણાતા હતા. તેમણે પણ આજુબાજુમાં કોલસાના ભઠ્ઠા કરી દીધા. બંને હતા ભારતીય જનતા પક્ષમાં, પણ અલગ અલગ જૂથમાં. બાવજીભા હતા સુરેશ મહેતા સાથે, તો મોહન ભાનુશાળી હતા કેશુભાઈ પટેલની સાથે. એટલે બંનેની સ્પર્ધા અને ચડસાચડસી રાજકીય અને

કોલસાના ધંધાને લીધે સ્વાભાવિક હતી. સમયાંતરે બાવજીભાઈએ કોલસાના ધંધાને તિલાંજલિ આપી દીધી. આનાથી ભાનુશાળી જૂથને રાહત થવી જોઈએ, પણ થયું ઊંધું જ. બાવજીભા હવે સરકારી યંત્રણાને ગેરકાયદે ભઠ્ઠા બતાવતા હતા અને બંધ કરાવવા પ્રયત્નશીલ થયા હતા. આમાંથી આકાર લીધો જીવલેણ ઘટનાએ. એ દિવસ હતો ૧૯૯૮ની ૧૦મી સપ્ટેમ્બરનો. લોરિયાથી પોતાના કેટલાક અગ્રણી, જિલ્લા પંચાયતના સભ્ય બાવજી ભાણજી જાડેજાએ નિરોણાના રહેવાસી મોહનલાલ ઉમરશી ભાનુશાળીના ગેરકાયદે કોલસા પકડાવવા માટે ભુજથી વનવિભાગના અધિકારીઓને બોલાવ્યા હતા. લોરિયા પોતાના કેટલાક માણસો તથા જંગલખાતાના અધિકારીઓને લઈને બાવજીભા નિરોણા ગામે થઈ શેરવા સરાડો સીમ બાજુ, બન્ની ભણી જઈ રહ્યા હતા.

રસ્તામાં કોલસા ભરેલી ટ્રક મળી, જેનો વનખાતાએ કબજો લઈને નર્સરીમાં મુકાવી દીધી. આગળ જતાં વધુ એક ટ્રક પણ પકડી પડાઈ. આ કોલસા ક્યાંથી ટ્રકમાં ભરાયા છે એ બતાવવા માટે વન અધિકારીઓએ ટ્રક ડ્રાઇવરને સાથે લીધો. આ ડ્રાઇવરે જણાવ્યું કે, કોલસા શેરવો સરાડો સીમમાંથી ઉપાડ્યા હતા. અહીં વન અધિકારીઓ બાવજીભાની હાજરીમાં તપાસ કામગીરી બજાવી રહ્યા હતા. એ સમયે બધાનું ધ્યાન સામેથી આવતી ટ્રક પર ગયું. સૌને આશ્ચર્ય થયું, કારણ કે આ ટ્રક તો જપ્ત કરીને નર્સરીમાં મુકાઈ હતી. આ ટ્રકમાં તેમજ સાથેની જીપમાં ૭૦થી ૮૦ માણસોનું ટોળું હતું. આ ટોળું એકદમ તપાસ અધિકારીઓ અને બાવજીભા ભણી રોષભેર ધસી આવ્યું.

પોલીસ ફરિયાદમાં મુકાયેલા આરોપ મુજબ આ ટોળામાં મોહન ભાનુશાળી, તેના ભાઈઓ નીતિન, બાલકૃષ્ણ, ગોવિંદ અને વિજય, તેનો પુત્ર રાજુ વગેરે હતા. ટોળામાં મોટાભાગના હાથમાં શસ્ત્રો હતાં. બધા બંદૂક, ધારિયાં, તલવાર, કુહાડીથી સજ્જ હતા. બપોરે ચારેક વાગે બાવજીભા પર ફાયરિંગ તો કરાયું જ, પણ પછી ઘાતક હથિયારથી તૂટી પડ્યા. આ હુમલામાં ૪૫ વર્ષના સોઢા આગેવાન બાવજીભાની કરપીણ હત્યા થઈ. ઉપરાંત, માનાજી હીરાજી સોઢા નામનો શખસ ઘાયલ થયો હતો, જેની પોલીસ ફરિયાદ પરથી પોલીસે તપાસ આદરી હતી.

આ હત્યા બાદ કચ્છનાં ઘણાં ગામોમાં જાડેજા અને ભાનુશાળી જૂથો વચ્ચે ઘર્ષણ થયાં હતાં. હુમલા-પ્રતિ હુમલાની અદાવતમાં ભાનુશાળી સમાજના બે માણસોના જીવ ગયા હતા. બાવજીભાના મર્ડરથી કચ્છમાં તો આકરા પ્રત્યાઘાત પડ્યા જ, પરંતુ સમગ્ર ગુજરાત હચમચી ગયું હતું. વધુ કોઈ અનિચ્છનીય ઘટના ન બને એટલે અગમચેતીરૂપે જિલ્લા બહારથી એસ.આર.પી.ને બોલાવી લેવાઈ

હતી. કચ્છમાં આને પહેલું પોલિટિકલ મર્ડર ગણાવાયું હતું. અલબત્ત, આ લોહી રેડાવા પાછળ રાજકારણ સીધેસીધું જવાબદાર નહોતું, છતાં એ ગણાવાયું તો પોલિટિકલ મર્ડર જ.

કચ્છનો આ અત્યંત ચકચારી મર્ડર કેસ ખૂબ સંવેદનશીલ હતો. એ સમયે ભાજપના મોટા માથા ગણાતા અને ઉદ્યોગ પ્રધાન સુરેશ મહેતાએ આરોપીઓને ન પકડાય તો પ્રધાનપદેથી રાજીનામું ધરી દેવાની ચીમકી ઉચ્ચારી હતી. અંતે ગામડે ગામડા ખૂંદી વળીને પોલીસે આરોપીઓને પકડી પાડ્યા. એફ.આઈ.આર. અને ચાર્જશીટ ઘડાયા બાદ ભુજની સેશન કોર્ટમાં છેક ૨૦૧૫માં ચુકાદો આવ્યો.

આ ખટલા દરમિયાન જંગલખાતાના અધિકારીઓ સાક્ષી તરીકે હાજર થયા નહોતા. ૧૯૯૮થી શરૂ થયેલા આ આંટીઘૂંટીભર્યા કેસમાં ૨૦૧૫ની ૨૫મી ફેબ્રુઆરીએ ભુજની સેશન્સ કોર્ટે ચુકાદામાં તમામ આરોપીઓને નિર્દોષ ઠેરવીને મુક્ત કરવાનો આદેશ આપ્યો હતો. આ રીતે મોહન ભાનુશાળી સહિતના ત્રીસેત્રીસ આરોપી છૂટી ગયા હતા.

આ તો થઈ કાનૂની પ્રક્રિયા, પણ વિપુલ વૈદ્યના સ્મૃતિ-વિશ્વમાં બાવજીભાનો ચહેરો કાયમ માટે અંકિત થઈ ગયો.

7

વિપુલ વૈદ્ય પત્રકારત્વને એટલો બધો સમર્પિત અને સાથોસાથ ઈશ્વરનીય મોટી કૃપા કે ચારેક દાયકાની કારકિર્દીમાં સમ ખાવા પૂરતી માંદગીની એકેય રજા ન લેવી પડી. પિતા નલીનકાન્ત અને માતા વસુબહેનનાં આશીર્વાદ, પત્ની માલિનીનો પ્રેમ, સમજદારી અને સહકાર તથા વધતા જતા હેતના વિકાસ અને સ્મિતના જોરે વિપુલ જિંદગીની લડાઈ જોશપૂર્વક-હોશપૂર્વક લડીને આગળ વધતો રહ્યો.

૧૯ વર્ષની ઉંમરે ૧૯૮૧માં પહેલી સાઇકલ ખરીદી, રૂપિયા એક હજારની. એ પણ બૅન્કમાંથી લોન લઈને. આ સાઇકલ ચોરાઈ ગઈ ત્યારે ખૂબ દોડધામ કરી અને એ બહુ વ્યથિત થયો. ૧૯૮૬માં પહેલું ટુ-વ્હીલર બજાજ સુપર લીધું. જીવનની ગાડી ખરબચડા રસ્તા અને સ્પીડબ્રેકર છતાં આગળ વધે જતી હતી. ક્યારેક વિપુલ માટે ભાવતાં મગ-ઓસામણ કે ચણાના લોટનું પીઠડું લાઇફ બનાવી દે, તો ક્યારેક માલિનીનાં ફેવરિટ દાળ-પકવાન મજા કરાવી દે. બંનેની 'તૂ મિલે દિલ ખિલે ઔર જીને કો ક્યા ચાહીએ...'ની સ્નેહાળ સૂરાવલિમાં હિમાલય જોવાના માલિનીનાં સપનાં હોય, તો ક્યારેક વિપુલના પ્રિય કચ્છના રણની મુલાકાત હોય. ૧૯૯૮માં જૂનું મકાન વેચીને હાઉસિંગ લોન લઈને ભુજના સંસ્કારનગરમાં સપનાના ઘર જેવો ફ્લૅટ પણ લઈ લીધો. સમય મળ્યે, જે બહુ ઓછો હોય, બંને માટે અમિતાભની 'શોલે', 'ડોન' અને 'કભી-કભી'ની મસ્તી હોય. ઔર જિને કો ક્યા ચાહિએ?

આ સવાલનો જવાબ શોધવાની જરૂર ન પડી ૨૦૦૧ સુધી. કચ્છની ભૂગોળ, વર્તમાન, ભવિષ્ય અને તેની રૂપરેખા બદલી નાખનારો એ દિવસ આવી પહોંચ્યો. ૨૦૦૧ની ૨૬ જાન્યુઆરી. જાહેર રજા હોવાથી વિપુલ, માલિની અને ત્રણ મહિનાનો હેત ભુજથી અમદાવાદ જતી એસ.ટી. બસમાં બેઠા હતા. નાની બહેન મૌસમી અને ત્રણેક માસ અગાઉ જન્મેલા વહાલસોયા ભાણિયાભાઈ સ્પંદનને ઘરે હેમખેમ પાછા મૂકવા જવાનો વૈદ્ય પરિવારને સંતોષ હતો, આનંદ હતો.

આ આનંદ વધારે ટકવાનો ન હતો. વહેલી સવારની થોડીઘણી સ્ફૂર્તિ અને જાન્યુઆરીની કડકડતી ઠંડી વચ્ચે બસ સામખિયાળીના બસ-સ્ટેશનમાં પહોંચી,

ત્યાં તો વિચિત્ર અનુભવ થવા માંડ્યો. ભયાનક - ગેબી અવાજ સંભળાવા માંડ્યા, પણ કોઈ કંઈ સમજી શકતું નહોતું. નિરાંતે ઊભેલી બસ અચાનક આપોઆપ ચાલવા માંડી અને થોડી આગળ જઈને હળવી ટક્કર સાથે ઊભી રહી ગઈ.

સૌ નિરાંત અનુભવે એ સાથે બસસ્ટોપની સામે નજર પડી. કાચી-પાકી દુકાનો, ચા-નાસ્તાની હોટલો ધડાધડ પડી રહી હતી. આ શુક્રવારે જરાય શક્કરવાર નથી થવાનો એની પૂરી જાણકારી મોડેથી મળવાની હતી. જીવન આખું બદલાઈ જવાનું હતું અને કચ્છ પણ. બસ માંડ માંડ આગળ વધી ત્યારે ઠેર-ઠેર વિનાશ વેરાયેલો દેખાવા માંડ્યો. સૌ સમજી ગયા કે ધરતીકંપે ઉપાડો લીધો છે. પોતાના સ્વજનોની ક્ષેમકુશળતા સાથે સૌને માલમિલકતની ફિકર થવા માંડી. બસમાં કોઈક મોટા અવાજે તો કોઈક મનોમન ઈશ્વર સ્મરણમાં લાગી ગયા. ચકળવકળ થતી આંખોને શાતા ઊપજે એવું કંઈ નજરે પડતું નહોતું. આ ભૂકંપે ઠેર-ઠેર કેવી ભયંકર તારાજી વરસાવી છે એનાથી સંપૂર્ણપણે અંધારામાં સૌને પોતે સલામત હોવાનો સધિયારો હતો, પરંતુ ધીમી ગતિએ માંડમાંડ ચાલતી બસમાંથી દેખાતો બહારનો નજારો આક્રંદ કરતો હતો કે મહાભયંકર કુદરતી આપત્તિ ત્રાટકી છે. બંગલો, મકાન, હોટલ, પેટ્રોલ પમ્પ, હૉસ્પિટલ અને ટેલિફોન પી.સી.ઓ. જમીનદોસ્ત થઈ ગયાં હતાં. ક્યાંય કોઈનો સંપર્ક સાધવાની ગુંજાઈશ દેખાતી નહોતી.

કચ્છને બીજા પ્રદેશો સાથે જોડતો સૂરજબારી પુલ ક્ષતિગ્રસ્ત થયો હતો. વાહનવ્યવહાર ઠપ્પ થઈ ગયો હતો. કચ્છના પ્રવેશદ્વાર સમાન સૂરજબારી ગામનો અહીં ખાસ ઉલ્લેખ કરવો પડે, એ બે કારણોસર. કચ્છમાં સૂરજનું પહેલુંવહેલું કિરણ આ ગામમાં પડે. એટલે જ ગામનું નામ સૂરજબારી રખાયું છે. સૂરજદાદાની અસીમ કૃપા છતાં ગામમાં વિકાસનું એકેય કિરણ પ્રવેશ્યું નથી. આ ગરીબ ગામમાં પ્રગતિ-વિકાસના નામે અંધારું જ અંધારું છે. આ ગામ બે વિભાગમાં વહેંચાયેલું છે. સૂરજબારી પુલની એક તરફ ચેરાવાંઢ ગામ અને બીજી બાજુ સૂરજબારી ગામ. બંનેની મળીને ત્રણેક હજારથી ઓછી વસ્તી. અહીં શિક્ષણ, રસ્તા અને આરોગ્ય જેવી પાયાની સુવિધાઓ હજી પણ નથી. સરકાર અને અમલદારો ચૂંટણી ટાણે વચનોનાં મસાલેદાર વડાં તળીને પીરસે. જેમ કે સાગરખેડુના નામે કરોડોનાં પૅકેજ જાહેર થયાં, પણ કોઈ અગરિયા કે માછીમારને એના લાભ મળ્યા નથી. ગામની હાલત એટલી કફોડી કે ચોમાસામાં ચેરાવાંઢની અવરજવર જ બંધ થઈ જાય. ચૂંટણી વખતે મત મેળવવા આ ગામ રાજકીય પક્ષોને યાદ આવે પણ મતદાન કરવા માટે ચેરાવાંઢથી બે કિ.મી. દૂર સૂરજબારી જવું પડે એ કોઈને ક્યારેય ન દેખાય. વિકાસના નામે એક કરુણ

મજાક થઈ આ વિસ્તાર સાથે. ગામમાં સમ ખાવા પૂરતું એકેય પાકું મકાન નથી. સરકારે આવાસ યોજના હેઠળ ૫૦-૬૦ પાકાં મકાનો જાહેર કર્યાં. બસ, જાહેર કરી દીધાં, પણ એના માટે ભંડોળ ક્યારેય ન ફાળવાયું. વિકાસના સદંતર અભાવને લીધે ધરતીકંપ ચેરાવાંઢનું કંઈ બગાડી ન શક્યો.

થોડીવારમાં સ્પષ્ટ થઈ ગયું કે સામખિયાળીથી ભુજ પાછા ફરવાનુંય નામુમકિન છે. આ અણસાર સામેથી માંડ બચીને આવેલા મુસાફરો અને વાહનચાલકોની આપવીતી પરથી આવ્યો. ધરતીકંપ બાદ ગમે ત્યારે આફ્ટરશોક આવવાનો ડર, એટલે બસમાં તો બેસી ન રહેવાય. પાછી સૌને પોતાના ઘર અને સ્વજનોની ફિકર કોરી ખાય. અંતે ભુજ-અમદાવાદના ડ્રાઇવર, કંડક્ટર અને મુસાફરોએ એક હિંમતભર્યો નિર્ણય લીધો. એ કેટલો સાચો કે યોગ્ય હતો એ તો આવનારો સમય જ જાણતો હતો.

હાઈવે પર ઠેરઠેર વિનાશ અને ભયંકર અવરોધોના ડરામણા ખડકલા હતા. ફાટી પડેલી આંખ જ્યાં જ્યાં જુએ ત્યાં હોટલ, ગલ્લા, ચાની ટપરી સહિત બધું વેરણછેરણ પડેલું દેખાય. ક્યાંય કંઈ ખાવા-પીવાનું ન મળે. જે કંઈ સાથે લાવ્યા હો એનાથી જ રોડવવાનું હતું. આ કપરા સંજોગોમાં બસને ભુજ પાછી પહોંચાડવાને બદલે અમદાવાદ લઈ જવાનું નક્કી કર્યું. આના માટે બીજો એટલે કે આડેસર-રાધનપુરનો માર્ગ પસંદ કરાયો. અમદાવાદ જતી બસમાં અન્ય મુસાફરો સાથે વિપુલ સવાલોની સંતાકૂકડીમાં ઘેરાયો હતો કે એપાર્ટમેન્ટમાં આવેલા ઘરની શું હાલત થઈ હશે? ઘરે બા-બાપુજી હેમખેમ હશે? અંદરનો માલસામાન કેવી સ્થિતિમાં હશે? આ બધી ચિંતાનો બોજ માથે રાખીને વિપુલ અન્ય મુસાફરો સાથે માંડ માંડ રાતે અમદાવાદ પહોંચ્યો.

અમદાવાદનેય વિનાશનો એરુ આભડી ગયો હતો. માનસી ઍપાર્ટમેન્ટ જેવી કેટલીય ઇમારતો ધસી પડી હતી. રાતની મસ્તી-મહેફિલ માટે જાણીતા અમદાવાદમાં સોપો પડી ગયો હતો. આખેઆખું અમદાવાદ ઘરબાર છોડીને રસ્તા પર ઊતરી આવ્યું હતું. સતત ફફડાટ રહે કે હમણાં કંઈ થયું તો આપણું શું થશે? માંડ રાતે આઠ વાગે અમદાવાદ મૌસમીબહેનને ઘરે તો પહોંચ્યા, પણ હવે શું? ટેલિફોન સેવા તો ઠપ થઈ ચૂકી હતી એટલે કોઈનો સંપર્ક સાધવાનું અશક્ય હતું. ટેલિવિઝન પર માત્ર અમદાવાદની ખુવારીની વિગતો અને આંકડા જ આવ્યે રાખતા હતા. કચ્છ પૂરેપૂરું કટઑફ થઈ ચૂક્યું હતું, એ વિપુલને સમજાઈ ગયું. એટલે પાંજા કચ્છની સ્થિતિથી બેખબર રહેવાની લાચારી કોરી ખાતી હતી.

આવામાં એક ઓળખીતાની મદદથી જાણકારી મળી, પણ એમાં મૂઆની મોકાણથી વિશેષ કંઈ નહોતું. હેમ રેડિયો થકી કચ્છમાં રાપરના મામલતદારનો

સંપર્ક થયો તો ખબર પડી કે ત્યાં ભારે પ્રમાણમાં ખાનાખરાબી થઈ છે, પરંતુ એના વ્યાપની જાણકારી ન મળી. વિપુલ-માલિની અકળાતાં હતાં, મૂંઝાતાં હતાં. બા-બાપુજી ઘરે જ હતાં તો તેમની હાલત કેવી હશે? બિચારા અમારી ચિંતામાં અડધાં થતાં હશે, પણ કરવું શું?

વિપુલ માથાકૂટ કરીને વાસણા ટેલિફોન એક્સચેન્જમાં પહોંચી ગયો. આશા હતી કે પોતાના કોઈ સ્નેહી, સ્વજન, મિત્ર કે સાથી કર્મચારી સાથે યેનકેન પ્રકારેણ વાતચીત થાય તો કંઈક જાણકારી મળે, પરંતુ ત્યાં જવાબ મળ્યો કે એકેએક લાઇન ઠપ થઈ ગઈ છે. કચ્છમાં વાત કરી શકાય એમ નથી.

કચ્છની વિગત સૌ પ્રથમ મળી કેન્દ્રીય પ્રધાન પ્રમોદ મહાજન પાસેથી. ટીવી ઇન્ટરવ્યૂમાં તેમણે માહિતી આપી, 'ભુજ મેં અસ્સી પ્રતિશત બહુમજલી ઇમારતેં ગીર ગઈ હૈ.' વિપુલનું હૃદય ધબકારો ચૂકી ગયું. શિયાળામાંય પરસેવો વળવા માંડ્યો. પગ પાણીપાણી થવા માંડ્યા. એનું ઘર, નવું ઘર, બહુમાળી ઇમારતમાં હતું, ને... ને... એમાં બા-બાપુજી હતાં.

એક-એક મિનિટ કલાક જેવી અને કલાક જાણે વરસ જેવો લાગતો હતો. મગજ બહેર મારવા માંડ્યું. અમંગળ વિચારો કેડો ન મૂકે. કુદરત કોપાયમાન થાય ત્યારે બધા વિકાસ અને પ્રગતિ બચોળિયાં બની જાય, સાવ નકામા-નિરર્થક સાબિત થાય. જાત પર નફરત થાય કે આટલી બધી લાચારી? ક્યાં સુધી આમ ને આમ રહેવાનું? આ મહાવિનાશી આફત વચ્ચે એક નાનકડી રાહત દેખાઈ, જે એ ઘડીએ ખૂબ મોટી લાગી. બીજા દિવસે કેટલીક બસ શરૂ થવાની ખબર મળતાં જ વિપુલના જીવમાં જીવ આવ્યો. શનિવારે રાતે અમદાવાદ બસ ડેપો પહોંચી ગયા. ભુજ જતી બસમાં હકડેઠઠ ભીડ હતી છતાં એની નારાજગી કે રાવ વ્યક્ત કરવાને બદલે મનને હાશકારો થયો કે ચાલો બાર-પંદર કલાકે મારા કચ્છ પહોંચીશું, મારા ભુજ પહોંચીશું, મારા ઘરે પહોંચીશું અને... અને... ખાસ તો મા-બાપને જોઈશું. ભરચક બસમાં ભેંકાર રાત અને કાતિલ ઠંડી વચ્ચે કોઈને બોલવા-ચાલવાની સૂધ નહોતી. રસ્તામાં અંધકારમય ભચાઉ અને અંજારનો વિનાશ નજરે જોયો ત્યારે સ્થિતિની ભયાનકતાનો ખ્યાલ આવ્યો ને બધા સાથે વિપુલ ધ્રૂજી ઊઠ્યો. જાણે વિનાશના ઘૂઘવાતા દરિયા ચીરીને બસ આગળ વધતી હતી.

આ બે દિવસના અત્યંત આકરા સમયમાં વિપુલ અને માલિનીએ આદત મુજબ એક્સ્ટ્રીમ-અંતિમ વિચારોય કર્યા હતા કે થઈ થઈને કેટલું ખરાબ થઈ શકે? પહેલેથી વિકસાવેલી આ આદત ઘણી ઉપયોગી થતી હતી. ધાર્યાં કરતાં મુશ્કેલી થોડીય ઓછી નીકળે તો મનમાં રાહત થાય કે આપણે વિચારતાં હતાં એટલું ખરાબ નથી થયું. મન-મગજ બધી શક્યતાઓ સ્વીકારવા માનસિક રીતે

સજ્જ રહે. બંને થિન્કિંગ કાયમ પૉઝિટિવ રાખે. ખરાબમાં ખરાબ વિચારવા સાથે મનમાં ભારોભાર શ્રદ્ધા અને વિશ્વાસ કે સંજોગો આટલા બધા ખરાબ નહીં જ હોય. ન જ હોઈ શકે. આ વિચારસરણીનો ફાયદો તેમને જીવનના દરેક તબક્કે થયો હતો.

પરોઢિયે બસ ભુજ પહોંચી ખરી. ઠંડી કહે મારું કામ. પારો ઝીરો કે એકાદ ડિગ્રીએ હશે. ભૂકંપ પછી ભેંકારનો વાસ. એમાં કોઈ વાહન મળવાનું તો છોડો, ઑટોરિક્ષાનાં દર્શન સુધ્ધાં દુર્લભ. આવામાં માલિની અને ત્રણ વર્ષના હેતને લઈને ઘરે પહોંચવું કઈ રીતે?

આ સવાલ વધુ પજવે એ અગાઉ અંધારામાં આશાનું આછુંપાતળું કિરણ નજરે પડ્યું. બોર્ડર વિંગ હોમગાર્ડની પેટ્રોલિંગ પર નીકળેલી જીપ વિપુલને દેખાઈ. પોતાની પત્રકાર તરીકેની ઓળખ આપીને વિનંતી કરી. વર્દીધારીઓએ માનવતા બતાવીને લિફ્ટ આપી. હજી આકાશના તારા સ્પષ્ટપણે ન દેખાય એવા અંધકારભર્યા ભેંકાર માહોલમાં જીપ ઘરભણી દોડતી હતી, ત્યારે ચંચળ મન ઊછળકૂદ કરતું હતું કે ઘરનું શું થયું હશે? ને બા-બાપુજી... સંસ્કારનગર પાસે ઊતર્યા. સામે જોઈને વિપુલે કંઈક અલગ જ પ્રકારની લાગણી અનુભવી. તેણે માલિની ભણી જોયું. બિલ્ડિંગ તો ઊભું હતું નજર સામે. બંનેના ચહેરા પર કોઈ ભાવ ન ઊપસ્યા, પણ અંદરોઅંદર ખુશી હતી, ને મન પોક મૂકવા માંગતું હતું. ઍપાર્ટમેન્ટ દૂરથી સાબૂત દેખાતો હતો, પણ નજીક જઈને જોયું તો એક વિંગ ધસી પડેલી દેખાઈ.

હે ભગવાન! રણના બદલે અહીં આવા અંધારામાં ઝાંઝવાં ક્યાં દેખાડે છે? વિપુલ બીજી વિંગમાં રહેતો હતો, જે ઊભી હતી, પણ તિરાડ અને સારા એવા નુકસાન સાથે. મકાન ખાલીખમ અને એકદમ સુમસામ હતું. ફરી મગજ પર હથોડો વિંઝાયો કે તો પછી બા-બાપુજી ક્યાં? હવે શું કરવું? જવું ક્યાં? પૂછવું કોને?

અચાનક મગજે યાદ કરાવ્યું કે સાથી પત્રકાર નિખિલ પંડ્યાનું ઘર નજીકમાં હતું. હાંફળોફાંફળો થઈને વિપુલ તરત માલિની અને માસૂમ હેતને લઈને નિખિલના ઘર ભણી ભાગ્યો. સદ્ભાગ્યે એનું ટેનામેન્ટ અડીખમ હતું. મા-બાપની ફિકર કોરી ખાતી હોવાથી વિપુલના પગ ઊપડતા નહોતા, પણ એમ ઊભા રહેવા કે બેસવાની પરમિશન હતી ક્યાં? અને નિખિલના ઘરે વિપુલને જીવનની સૌથી મોંઘી ભેટ મળી, કહો કે સર્વસ્વ પાછું મળી ગયું. બા-બાપુજી બંને ત્યાં સહીસલામત હતાં. જાણે જંગ જીતી ગયો હોય એવો આનંદ થયો વિપુલને, પણ એ કંઈ બોલી ન શક્યો. ગળામાં ડૂમો ભરાઈ ગયો.

વિપુલ એકદમ જોશમાં આવી ગયો કે હવે ગમે તેટલી ભયાનક વિપદાનેય પહોંચી વળાશે. જોકે એક-બે કલાકે કોઈ ને કોઈ મળે ને ભુજમાં ક્યાં ક્યાં શું થયું, કોણ કોણ ઓળખીતા ગયા અને કોણ બચી ગયા એના અપડેટ્સ મળતા રહે. કોઈક બચી ગયાની ખુશી પૂરેપૂરી ન અનુભવાય ત્યાં અન્ય કાયમ માટે છોડી ગયાનો વિષાદ ઘેરી વળે.

ફિકર ઓછી નહોતી, પણ એને વળગીને થોડા બેસી રહેવાય? આગલા દિવસે સવારે વિપુલ પહોંચી ગયો 'કચ્છમિત્ર ભવન'. પત્રકારનો જીવ ખરો ને? મા-બાપ સાથે હોવા બાદ બીજો હાશકારો થયો કે રોજીરોટી કરતાં શ્વાસોચ્છ્વાસમાં સમાઈ ગયેલું, પત્રકારત્વ આગળ ધપાવવાનું સ્થાન આફતમાંય અડીખમ ઊભું હતું. જોકે તાત્કાલિક અખબાર છાપવા કે મોકલવાની શક્યતા નહોતી. પરિવારના એક-એક સભ્ય સલામત હતા છતાં હજી અંગત સંઘર્ષ સામે બાખડવાનું બાકી હતું. ધરતીકંપના બે મિનિટમાં સિસ્મોમીટરમાં ૭.૭ના જીવલેણ આંચકા બાદના આફ્ટરશૉક પણ ૫.૫ જેટલા તીવ્ર હતા, છતાં વિપુલ અને માલિનીએ જ નહીં, વસુબહેને પણ ગજબની હિંમત બતાવી.

ત્રણેય જોખમ વચ્ચે ક્ષતિગ્રસ્ત ફ્લૅટમાં જઈ જઈને કીમતી માલમત્તા, દરદાગીના, જરૂરી ચીજવસ્તુઓ અને માલસામાન નીચે લાવતા હતા. એ સમયે બાજુની 'એ' વિંગમાં ૨૧ પડોશીના મૃતદેહો કાટમાળમાં પડ્યા હોવાની કોઈને ખબર નહોતી. અઢી વર્ષ અગાઉ ખૂબ પ્રેમ, પરિશ્રમ અને લોન લઈને બનાવેલો ફ્લૅટ તો ગયો. અંદર મૂકેલી ઘરવખરીમાંથી થોડું રસ્તા પર હતું, થોડું બિલ્ડિંગના કમ્પાઉન્ડમાં તો કંઈક કોઈના ગોદામમાં. આ સામાન અહીંથી ત્યાં ખસેડાતો રહ્યો, એમાંથી થોડો ખોવાતો, તો થોડો ચોરાતો રહ્યો, પરંતુ એ સ્મશાન-વૈરાગ્ય જેવી અવસ્થા હતી એટલે ઝાઝો હરખ કે શોક અનુભવાતો નહોતો. એક જાતનો નિઃસ્પૃહ ભાવ મન ઉપર છવાઈ ગયો હતો.

ટૂંકમાં, આખો પરિવાર હેમખેમ હોવાના આશ્વાસનના બળે ફરજની જ્યોત અવિરત પ્રકટેલી રાખી. જોકે મોટી મોકાણ એ હતી કે ધરતીકંપ અને આફ્ટરશોક બંધ થયા બાદ ટેલિફોન અને વીજળી પુરવઠો બંધ જ હતાં.

માંડ માંડ એક કેન્દ્રીય એજન્સીના સેટેલાઇટ ફોનથી વડોદરા સાસરે કહેવડાવ્યું કે પેટ્રોલની ફુલ ટાંકી સાથે કાર મોકલાવો. પત્રકાર હોવાથી સામાન્યજનોની સરખામણીએ આવી સેટેલાઇટ ફોનની સગવડ મળવાથી વિપુલે પોતાને નસીબદાર માન્યો.

આ ભયંકર સમયમાં વડોદરાથી આવેલી બંધ બોડીની બોલેરો ગાડીમાં બધો સામાન લઈને વિપુલ બહેન કાલિન્દીના ઘરે ગયો. ત્યાં તો હાલત અત્યંત

ભયંકર હતી. એમનું ઘર ભાંગીને એ હદે ભુક્કો થઈ ગયું હતું કે એક પણ ચીજવસ્તુ લઈ શકાય એમ નહોતી. કાટમાળમાં દબાઈને એમનાં સાસુજી દિવંગત થઈ ગયાં. બનેવી રાહુલભાઈને એટલી ભયંકર ઈજા થઈ હતી કે ત્રીજે દિવસેય બેભાન હતા. કોઈક ઓળખીતાએ એક સગાંના ઘરે તેમને પહોંચાડી દીધા. જી.કે. સરકારી હૉસ્પિટલ તો ૧૨૧ દર્દી, ડૉક્ટર અને નર્સના જીવ લઈને ભોંભીતર થઈ ગઈ હતી. એક હાથવગા તબીબે માનવતાના ધોરણે રાહુલભાઈના પ્રાથમિક સારવાર-ઉપચાર કર્યા. સદ્‌ભાગ્યે તેઓ બચી ગયા.

વિપુલ વડોદરા જતી વખતે બહેન-બનેવીને સાથે લઈ જવાનું ભૂલ્યો ન હતો. બોલેરોમાં બેભાન બનેવીને વચ્ચે આખી સીટમાં સુવડાવ્યા. આગળ-પાછળની સીટમાં બા-બાપુજી, નાનકડો હેત, માલિની અને જરૂરી સામાન. ભુજથી રાતોરાત પહેલાં ગાંધીનગર ગયા. ત્યાં બનેવીની બહેનના ઘરે તેમને હેમખેમ પહોંચાડ્યા બાદ વિપુલનો શ્વાસ કંઈક અંશે હેઠો બેઠો. એક તો બનેવી બેભાન અને પાછી લાંબી મુસાફરી. રસ્તામાં કંઈ મેડિકલ ઇમર્જન્સી થઈ હોત તો? સદ્‌ભાગ્યે એવું કંઈ ન થયું. પછી તો વ્યવસ્થિત અને ઘનિષ્ઠ સારવારથી બનેવીલાલની આયુષ્યરેખા લંબાઈ ગઈ.

પરિવારને વડોદરા મૂકીને વિપુલ સસરાજીના બે આસિસ્ટન્ટ સાથે ગાડીમાં ભુજ માટે પાછો નીકળી ગયો. ભૂકંપ બાદ ગાંધીધામના ગોપાલપુરીમાં ચાલ્યાં ગયેલાં બીજાં બહેન હિના અને બનેવી પીયૂષભાઈને સાથે ભુજ તેડતા આવ્યા. ભવિષ્યની ચિંતા અને કામનો પાર નહોતો, પરંતુ મગજ શાંત રાખવા સિવાય છૂટકો નહોતો.

સૌ પ્રથમ રસ્તે રઝળતી પડેલી ઘરવખરીને માંડમાંડ કામચલાઉ ઠેકાણે પહોંચાડી દીધી. પછી 'કચ્છમિત્ર ભવન'ની બહાર આંગણાંમાં બાંધેલા તંબૂમાં રહીને છાપું કાઢવાની કામગીરીમાં વિપુલ જોતરાઈ ગયો. એ પછી ખૂબ વહાણાં વાયા બાદ પાટા પરથી ખડી પડેલું જનજીવન ધીરેધીરે થાળે પડતું દેખાયું. અલબત્ત, અંદરના ઘા, વેદના અને પીડાનો ઇલાજ નહોતો. એમાંય પોતાની આંખો સામે જ સપનાના મહેલ જેવા જોખમી ઘરને વિસ્ફોટમાં ધરાશાયી થતું જોયું ત્યારે હૈયું રડી પડ્યું. એ ઘરની ફર્શ પર માસૂમ હેતે પ્રથમ પગલું પાડ્યાની યાદો હતી, માલિની સાથેના રોજિંદા સ્નેહ-સંબંધોની સાહેદી હતી, બા-બાપુજીનાં આનંદ-ખુશીનાં આંસુઓનાં સુકાયેલાં ટીપાં હતાં, ને જાણે કેટકેટલીય મધુર સ્મૃતિઓનો ખજાનો હતું એ ઘર, પરંતુ સ્ટ્રક્ચરલ એન્જિનિયરનો રિપોર્ટ આવ્યા બાદ વૈદ્ય પરિવારના સપનાનું ઘર ધરાવતા શ્રી હરિ ઍપાર્ટમેન્ટને આર્મીની ટીમ દ્વારા તોડી પડાયું.

આ દરમિયાન 'કચ્છમિત્ર' પ્રગટ કરવાના પ્રયાસોએ જોર પકડ્યું. એક હકીકત ઝડપભેર સ્પષ્ટ થઈ ગઈ કે હમણાં ભુજથી અખબાર છાપી શકાય એમ નથી. છેવટે 'કચ્છમિત્ર' રાજકોટથી બહાર પાડવાનું નક્કી થયું. ભૂકંપના ગણતરીના દિવસોમાં ચીફ રિપોર્ટર વિપુલ વૈદ્ય રાજકોટના અંધારિયા, ભેંકાર અને ખાલીખમ સર્કિટ હાઉસમાં ધામા નાખીને અખબાર નિયમિતપણે પ્રગટ કરવાના કામમાં જોતરાઈ ગયો.

ભુજમાં તૂટેલો ફ્લૅટ, વડોદરામાં પરિવાર, ઘરનો સામાન રસ્તા ઉપર અને વિપુલ પોતે રાજકોટમાં પણ ડ્યૂટી ઇઝ ડ્યૂટી.

બિલાડી ભલે પાંચ ઘર બદલીને ફેમસ થઈ ગઈ, પણ વિપુલે તો ત્રણ વર્ષમાં પાંચ-પાંચ ઘર બદલવા પડ્યાં. મૂળ ઘરમાં ખૂબ બધો સામાન હતો. જે છૂટક-છૂટક આઠ-નવ સ્થળે ફેરવવો પડ્યો હતો. ખેર, અંતે સરકારી પૅકેજ છતાં બૅન્ક લોનની મદદથી આર.ટી.ઓ. રિલૉકેશન સાઇટ પર નાનું ઘર બનાવ્યું.

આ ઘટનાના વરસો બાદ એટલે કે ૨૦૦૯માં ભોપાલની મકખનલાલ જર્નાલિઝમ યુનિવર્સિટીના વિદ્યાર્થીઓ સાથે સંવાદ સાધવાની વિપુલને તક મળી ત્યારે તેણે એક દુર્લભ હકીકત રજૂ કરી. કુદરતી આફતનું રિપોર્ટિંગ કરવું એ કઠણ, પણ અલગ બાબત છે. જ્યારે તમે ખુદ કુદરતી આફતનો ભોગ બન્યા હો અને તન-મનથી છિન્નવિચ્છિન્ન થઈ ગયા હો ત્યારે પત્રકારત્વની મશાલને પ્રજ્વલિત રાખવી, એ ખૂબ મોટો અને અકલ્પ્ય પડકાર છે. ૨૦૦૧ના ધરતીકંપની તબાહી અને પોતાની અવદશા વચ્ચે બજાવેલી કામગીરીની વિપુલની વાતો વિદ્યાર્થીઓ એકચિત્તે સાંભળતા રહ્યા. ઘણાને મનમાં થયા વિના ન રહે કે કોઈ માણસ આવું કરવા માટેની હિંમત લાવતો ક્યાંથી હશે?

ખેર, ધરતીકંપ પર પાછા ફરીએ તો ભૂકંપની ભૂતાવળ અને આફ્ટરશૉક્સના આંચકા શમી ગયા બાદ રેસ્ક્યૂ, રિલીફ તથા રિહેબિલિટેશન કામગીરી પર એક પત્રકાર તરીકે વિપુલે ફોકસ કર્યું. આમાં કંઈ જ આનંદદાયક નહોતું. બીજાની વેદના, પીડા અને આંસુ સામે પોતીકી મુશ્કેલી હાંસિયામાં હડસેલાઈ જતી હતી.

૨૦૦૧ના પ્રજાસત્તાક દિને માત્ર બે મિનિટથી થોડા સમય ચાલેલા ભૂકંપે ધરતી જ નહોતી ધણધણાવી, પણ સમગ્ર કચ્છને અને કચ્છીમાડુઓને ઊંધાચત્તા કરી નાખ્યા હતા. કચ્છના ભચાઉ તાલુકાના ચોબારી ગામથી નવ કિમી.ના અંતરે ધરતીકંપનું કેન્દ્રબિંદુ હતું એવું બહાર આવ્યું. પાછળથી ધરતીકંપના ઉદ્‌ગમસ્થાન માટે વિવાદ ચગ્યો ત્યારે ચોબારીને બદલે લોડાઈ ગામનું પણ નામ લેવાતું હતું. વીસેક હજાર માનવીઓને ગોઝારો ભૂકંપ ભરખી ગયો. ત્રણેક લાખ મકાન નાશ પામ્યાં. અન્ય નુકસાનની ગણતરી તો શક્ય જ નહોતી. ભુજ, ભચાઉ અને

અંજારનાં સેંકડો ગામોમાં ઐતિહાસિક ઇમારતો, પર્યટનસ્થળ, સ્કૂલ, હૉસ્પિટલ, મંદિર અને ઘરો જાણે નકશામાંથી ગાયબ થઈ ગયાં હતાં. કચ્છી માડુઓની સંવેદનાના પાયા હચમચી ગયા, અમુક અપવાદરૂપ કેસમાં સંવેદનશીલતા મહોરી ઊઠી તો કેટલાંકમાં મૃતપ્રાયઃ બની ગઈ. ભૌગોલિક ભૂકંપની વિદાય બાદ માનવતાના દુકાળની કેટકેટલીય ડૂસકાં ભરતી કથાઓ કાટમાળ નીચે કાયમ માટે ધરબાઈ ગઈ, છતાં એક ઘટના વિપુલ ક્યારેય ભૂલી ન શક્યો. આજેય એના ઉલ્લેખ સાથે આંખમાં સહેજ ભીનાશ, ઝાઝેરા રોષ સાથે ગળામાં ડૂમો બાઝી જાય છે. કેવી રીતે આવું થઈ શકે? શું માનવીઓ નીચતાની આટલી હદે નીચે ઊતરી શકે?

8

ભૂકંપ કોઈ ફિલ્મ, ઑલિમ્પિક્સ, ક્રિકેટ વર્લ્ડ કપ કે આઈ.પી.એલ. ટૂર્નામેન્ટ નહોતો કે એ પૂરો થવા સાથે ભુલાવા માંડે. કચ્છમાં મોટાભાગનાં મકાનો સાવ ધરાશાયી થઈ ગયાં હતાં કે રહેવા માટે એકદમ જોખમી હતાં. આખેઆખું ભુજ રસ્તા પર આવી ગયું હતું એમ કહેવામાં જરાય અતિશયોક્તિ ના થાય.

આફ્ટરશૉક હજી ધ્રુજાવતા હતા ને ભૂકંપની ભયાવહ યાદને ઢંઢોળીને જીવતી રાખતા હતા. સરકાર અને બિન-સરકારી સ્વૈચ્છિક સંસ્થાઓ દ્વારા બનાવાયેલા તંબૂ જ સૌનો એકમાત્ર આશરો. જાણે સરનામા વગરનું એક નગર જોઈ લો. સર્વત્ર કાટમાળના ઢગલા વચ્ચે બંધાયેલા તંબૂઓમાં બાળકો, વડીલો અને વૃદ્ધોને રાતની કાતિલ ઠંડી ધ્રુજાવતી રહેતી હતી, તો યુવાનોનાં ગમનાં આંસુને થીજવી દેતી હતી. આ બહારના આંચકા વચ્ચે સૌનો માંહ્યલો હજી ભૂતકાળને સંભારીને ભવિષ્યની અનિશ્ચિતતા સાથે ધ્રૂજતો હતો.

મકાન, મિલકત અને ઘરવખરી તો ઠીક, સ્વજનો ગુમાવનારાય લાખો હતા. પોતીકાંઓને ન ગુમાવનારાઓ કે ખુવારી ન વેઠનારાઓએ પણ આસપાસના લોકોની બેહાલી જોઈ હતી. અંદરથી એકદમ ખળભળી ઊઠેલા લોકોમાંથી અમુકની માનસિકતા એકદમ ધરમૂળથી બદલાઈ ગઈ હતી. એકદમ આંચકાજનક વૈચારિક શીર્ષાસન થઈ ગયું હતું. પળભરમાં હતા નહોતા થઈ જવાય તો હવે જિવાય એટલું ખુલ્લેઆમ જીવી લો. ખાઓ, પીઓ, મોજ કરો અને... આમ કહેવું કે વિચારવું બીભત્સ લાગે, વિકૃત લાગે, પણ હકીકત કાયમ કલ્પના કે ધારણાથી ખૂબ વરવી અને કડવી હોય છે.

આ ભયંકર આફત અને તેણે સર્જેલી વિનાશલીલાની એક અન્ય માનસિક અસર ઘણા લોકો પર થઈ જેની માહિતી મળી ત્યારે પત્રકારત્વમાં ઘણાં નરસાં - ભૂંડા તત્ત્વોને જોઈ, મળી ચૂકેલો વિપુલ વૈદ્ય માની ન શક્યો કે ઐસા ભી હો સકતા હૈ, શું હતું એ?

ભૂકંપની ધણધણાટી શાંત થયા બાદ દેશ અને પરદેશની અમુક સંસ્થાઓએ યુદ્ધના ધોરણે ફેબ્રિકેટેડ ઓરડા બાંધી દીધા. એમાં દર બે રૂમ વચ્ચે એક

કૉમન દીવાલ. અદ્દલોઅદલ મુંબઈની જૂની ચાલીઓ જોઈ લો. બંને રૂમના દરવાજા એકદમ બાજુબાજુમાં હોય. એક અભ્યાસ મુજબ ઘણાં ભૂકંપ પીડિતોની જાતીયતામાં અસાધારણ વધારો થયો હતો. લાંબા સમયથી ઘર બહાર હતા, ફરી ક્યારે ઘરભેગા થાય એની ગેરંટી નહોતી. જાતીય સહવાસને લાંબો સમય થયો હતો. નજીકના ભવિષ્યમાં કંઈ થવાનો અણસાર દેખાતો નહોતો. એટલે લોહીના-લાગણીના સંબંધ ધરાવતાં સ્ત્રી-પુરુષને છોડીને ઘણાબધા નહીં - ગમે તેની સાથે સેક્સ માણવાની તક શોધવા લાગ્યા હતા. આ એક પત્રકારનું નિરીક્ષણ, કલ્પના કે મત માત્ર નથી. સર્વેક્ષણનું ચોંકાવનારું તારતમ્ય છે.

જાતીય આવેગમાં કંઈ ખરાબ નથી, એ એકદમ કુદરતી છે અને સ્વસ્થ શરીરની સાબિતી છે, પરંતુ સમય માઠો હતો, સંજોગો ભૂંડા હતા. સેક્સ્યુઅલ એક્ટિવિટીનો આંક તેજીના સેન્સેક્સની જેમ ઉછાળા મારતો હતો. એમાંય ખુલ્લી જગ્યામાં આજુબાજુમાં ટેન્ટ કે ફેબ્રિકેટેડ ઓરડા, દિવસો સુધી ખોરવાયેલો વીજ પુરવઠો, કડકડતી ટાઢ, નહીંવત્ ચહલપહલ. સામાજિક કાર્યકરો ને સરકારી કર્મચારીઓ રાહત આપીને જતા રહે પછી નીરવ એકલતા, ભેંકાર માહોલ વચ્ચે કોઈ જાતની પ્રવૃત્તિ હોય નહીં. ચિંતા-ભયથી લગભગ બંધ પડી ગયેલી વિચાર-શક્તિ, ભયંકર ઠંડી. આવામાં બે સમદુઃખિયાં સ્ત્રી-પુરુષ એકલાં મળે એટલે ઘણા મામલામાં ન થવાનું થઈને રહેતું. સબૂર, આ બધા ભૂકંપપીડિતોની વાત નથી, પણ એમાંના ઘણાના આચરણનું નોંધાયેલું નિરીક્ષણ છે. બધેબધા ચારિત્ર્યહીન થઈ ગયા એવું આળ હરગિઝ મૂકી ન શકાય, પણ અમુક ટકાવારીની જાતીય પ્રવૃત્તિએ માઝા મૂકી હતી તેનો ઇનકાર પણ ન જ થઈ શકે.

આવા દિવસોમાં વિપુલ વૈદ્યને દિલ્હીથી આવેલા રવિભાઈને મળવાનું થયું. આ રવિભાઈ ભૂકંપની અસરો પર સંશોધન કરવા માટે આવેલી દિલ્હી યુનિવર્સિટીની ટીમના સભ્ય હતા. એમના સંશોધનના તારતમ્યમાં આ વધતી ગુપ્ત જાતીય પ્રવૃત્તિ હેઠળ અંડરલાઇન કરાઈ હતી. જોકે અત્યંત વિશ્વાસુ ખબરી રમજુ બોતલ પાસેથી એક કિસ્સો સાંભળ્યો તો વિપુલને પોતાના કાન પર વિશ્વાસ ન બેઠો. પત્રકાર તરીકે ઘણી ગંદકી જોવાની, સાંભળવાની આદત, પણ આ તો કલ્પનાતીત, સંવેદનાને શૂન્ય કરી નાખતો કુઠારાઘાત. એક કસાયેલા અનુભવસિદ્ધ પત્રકારનું હૈયું હચમચી જાય એવું તે શું બન્યું હતું?

ભુજના મધ્યમાં આવેલા વિસ્તારના એક ચોગાનમાં ટેન્ટ લાગેલા હતા. ટેન્ટ હકડેઠઠ ભરાયેલા હતા એ કહેવાની જરૂર નથી. અહીંય એકાંત, અંધકાર સાથે પ્રવૃત્તિ-ઉત્સાહનો સદંતર અભાવ. ઠંડી એટલી આકરી કે સૂર્યાસ્ત અગાઉ સૌ પોતપોતાના તંબૂમાં ઘૂસી જવા માટે લાચાર થઈ જાય. એક સરકારી કર્મચારી

મકાન અને ઘરવખરી ગુમાવી બેઠાની હતાશા ઓઢીને ટૂંટિયું વાળીને પડ્યા હતા. સતત ચાલતી વૈચારિક મથામણની થકાવટ અને ચિંતાને કારણે ક્યારે ઊંઘમાં સરી પડ્યા એનીય ખબર ન રહી. એમનાથી થોડે દૂર બાર વર્ષની એમની દીકરી અર્ચના (નામ બદલ્યું છે) લુસલુસ કરીને ફૂડપૅકેટ ખાધા બાદ ફર્શ પર આડી પડી હતી. ઊંઘ નહોતી આવતી, પણ ઠંડીને લીધે ધાબળામાં ટૂંઠવાઈને પડી રહેવા સિવાય કંઈ કરી શકે એમ નહોતી.

આ 'અનુકૂળ' સ્થિતિનો લાભ લઈને બાજુના તંબૂનો એક યુવાન બિલ્લી પગે અર્ચનાના તંબૂમાં ઘૂસી ગયો. એ અબુધ બાળાની બાજુમાં ચુપચાપ આડો પડ્યો. પોતાની હિલચાલ કે આગમનની કોઈને ખબર ન પડી એટલે એની હિંમત વધી. એ અર્ચનાની એકદમ નજીક સરકી ગયો. રાતના અંધકારમાં ડરી ગયેલી અને એકદમ ગભરાઈ-હેબતાઈ ગયેલી અર્ચનાના મોઢામાંથી ચૂં કે ચાં સુધ્ધાં ન નીકળી શક્યું. બિચારીને સમજાયું નહીં કે એના શરીર પર કોનો હાથ ફરી રહ્યો છે? તેણે દાનમાં મળેલા ધાબળાને વધુ સરખી રીતે ઓઢી લીધો. એ પડખું ફરી ગઈ. સદ્ભાગ્યે એ દિવસે કંઈ અજુગતું ન થયું, પરંતુ ઘૂસણખોર યુવાને માની લીધું કે આ છોકરીને વાંધો નથી, નહીંતર વિરોધ કે બૂમાબૂમ કર્યાં હોત ને? આ છોકરી આજે નહીં તો કાલે... એવી આશા સાથે એ હળવેકથી તંબૂની બહાર સરકી ગયો.

બીજા દિવસે એ થોડો આગળ વધ્યો, પણ બિચારી અણસમજુ અર્ચના ન કંઈ બોલી શકી કે ન જરાય વિરોધ કરી શકી. ત્રીજા દિવસે એ યુવાન પોતાના બદઇરાદામાં સફળ થયો. ટાઢીબોળ રાતોમાં ધાબળાની અંદર આવતા ગરમ હાથને શરીર પર ફરતા એ રોકી ન શકી. એક નિર્દોષ પારેવડી હેવાનિયતનો શિકાર બનીને જ રહી.

આ યુવાન આટલું કરીને ચૂપ બેસી ન રહ્યો. દિવસો જતાં તે આસપાસ પોતાના પરાક્રમની ડંફાશ મારવા માંડ્યો. આ વાત તો યુવાનોમાં દાવાનળની જેમ ફેલાવા માંડી. છપ્પનિયા દુકાળના ભૂખ્યાજનો વચ્ચે છપ્પનભોગની ચર્ચા ન થાય, પણ એને રોકાય કેવી રીતે? હવે મોકો જોઈને નિતનવા લેભાગુના અર્ચનાના તંબૂએ આંટાફેરા વધવા માંડ્યા. અગાઉ રાતે જ થતું એ હવે તક મળે દિવસેય થવા માંડ્યું. દીકરીને ક્યાં દોડધામ કરાવવી એમ માનીને પિતા સરકારી સહાયના ફૂડપૅકેટ્સ લેવા કે સરકારી કેશડોલ્સ લેવા નીકળી પડે એની રાહ જોઈને કેટલાંક વરુ દૂર ઊભા જ હોય. બાપ બહાર, ને નરાધામ અંદર. આ તકસાધુઓ ૧૨ વર્ષની કુમળી કળી સાથે ગંદો ખીલવાડ કરવા પહોંચી જાય. આવું ન જાણે કેટલાય દિવસ ચાલતું રહ્યું. ન એ માસૂમ કંઈ બોલી શકી કે ન કોઈને એની ઉંમરની દયા આવી.

સાવ નાની ઉંમર અને સેક્સના અતિરેકે અર્ચનાને નવી ઉપાધિની ખાઈમાં ધકેલી દીધી. હવે એને સેક્સની લત લાગી ગઈ. ન જાણે ક્યારે એ સેક્સ એડિક્ટ બની ગઈ. યુવાનીમાં કદમ મૂકતી એક છોકરી જાતીય સંબંધની બંધાણી બની ગઈ છે એવી માહિતી શહેરના અમુક મહાચબરાક ચારેક યુવાન પોલીસવાળા સુધી પહોંચી.

આને લીધે એ યુવતી રવરવ નરકમાંથી બચી ગઈ એવું ન માનતા. બલ્કિ આ લોકોએ પોતાની વરદીની ધાકધમકીથી બાળકીને ભોગવવાનું શરૂ કરી દીધું.

આ દરમિયાન આ પોલીસવાળાને ગંદા-શેતાની મગજમાં બીભત્સ વિચારો આવ્યા. ખૂબ ઓછા સમયમાં વધુ મોટી પુખ્ત અને આકર્ષક દેખાવા માંડેલી અર્ચનાએ ચારેય પોલીસવાળાના માર્ગદર્શન હેઠળ ધનવાન નબીરાઓને જાળમાં ફસાવવાનું શરૂ કરી દીધું. લોકોમાં જાતીયતા વધી હતી. એમાં નબીરાઓ પાસે તો પૈસાનોય પાવર. છોગામાં એકદમ કુમળી કળી જેવી યુવતી.

આ નબીરા પાછા વરરાજાની જેમ ગળામાં સોનાની હાર જેવી ચેઇન, આંગળામાં સોનાની વીંટીઓ, હાથમાં સોનાની પોંચી, મોંઘી બ્રાન્ડેડ કાંડા ઘડિયાળ અને વૉલેટમાં રૂપિયાના થોકડા સાથે કાર લઈને નીકળી પડે. પોતાને હીરો સમજતા આવા કેટલાય અર્ચનાની આગળ-પાછળ પતંગિયાની જેમ ફરકવા માંડ્યા. કુદરતની નિષ્ઠુરતા જુઓ, ભૂકંપમાં વેઠવાનું તો સામાન્ય લોકોને જ પડ્યું હતું. પોશ વિસ્તારમાં રહેતા આવા નબીરાઓના મજબૂત બંગલાઓને ખાસ કંઈ નુકસાન થયું ન હતું. એમના ગાડી, બંગલા, બૅન્ક બૅલેન્સ તેમજ તેમના ગંદા વિચારો-વૃત્તિઓ અડીખમ હતાં.

તક ઝડપીને પોલીસવાળા હવે બાર વર્ષની થયેલી અર્ચનાને ઇશારો કરે. ધનવાન 'વરરાજા' મોટરકાર કે મોંઘીદાટ બાઇક પર અર્ચનાને શહેરના નિર્જન વિસ્તારમાં લઈ જાય અને કંઈ શરૂ કરે એ પહેલા બાઇક પર પોલીસવાળા આવી જાય. અમે 'ડી સ્ટાફ' (જેમને પોલીસનો યુનિફૉર્મ પહેરવાની મુક્તિ હોય)ના પોલીસ છીએ. તું એકાંતમાં આ બિચારી સાથે શું કરે છે?' એવા આકરી ભાષામાં ઉચ્ચારાયેલા સવાલ પૂછવાનું શરૂ કરે. 'વરરાજા' બિચારો એટલો શિયાંવિયાં થઈ જાય કે નામ પૂછવા કે ઓળખપત્ર માંગવાની હિંમત સુધ્ધાં ન કરી શકે. રંગરેલિયાનાં સાપોલિયાં મનમાં કૂદાકૂદ કરતાં હોય એનું પાપ તો પેટમાં હોવાનું જ. પોલીસનો સત્તાવાહી અવાજ, લાલ આંખ અને તેજ જીભ સામે લંપટ યુવાનના ટાંટિયા સાવ ઢીલા થઈ જાય. એ ભાઈબાપા કરીને પોલીસને કાલાવાલા કરવા માંડે.

પોલીસવાળા સૌ પહેલા અર્ચનાને ધમકાવવાનું, અંદર કરી દેવાનું નાટક કરે.

પછી 'છોકરીની જાત છો એટલે તારા ભવિષ્યનું વિચારીને જવા દઈએ છીએ' કહીને ભગાડી દે. પછી તરત જ કરડાકી સાથે યુવાનને પગથી માથા સુધી નીરખે, અંદરોઅંદર ગુસપુસ કરે. 'ચાલ પોલીસ સ્ટેશન' એવું કહીને પછી એની તરફ આગળ વધે ત્યાં જ યુવાન કરગરવા માંડે, 'સાહેબ, ક્યારેય આવું નહીં કરું. મને જવા દો. પ્લીઝ, તમતમારે જે જોઈએ તે લઈ લો.' જાણે કાકલૂદીથી પીગળી ગયા હોય એમ કાયદાના રક્ષકો નબીરાનું બધેબધું ખંખેરી લે.

હની ટ્રેપનો આ ગંદો ખેલ ખૂબ લાંબો સમય ચાલ્યો, પરંતુ કેટલાક સર્તક અને પ્રામાણિક પોલીસવાળાના કાન સુધી આ કૌભાંડની કાનાફુસી પહોંચી ગઈ. તેમણે જિલ્લાના પોલીસ સુપરિન્ટેન્ડેન્ટ સુભાષ ત્રિવેદી સુધી વાત પહોંચાડી. એક સગીરાનું જાતીય શોષણ અને એ ષડયંત્રમાં પોલીસવાળાઓની સંડોવણીથી એસ.પી. સાહેબનો ચહેરો ક્રોધથી રાતોચોળ થઈ ગયો. તેમણે તરત જાળ બિછાવી પોતાના ખાતામાં નવાસવા ભરતી થયેલા દોષી પોલીસવાળાને ઝડપી લીધા. તરત કેસ નોંધાયો. ત્રિવેદીએ જાત-દેખરેખમાં આ લાલચુ, લંપટ અને ભ્રષ્ટ પોલીસવાળાને કાયદા મુજબ બરાબરનો પાઠ ભણાવ્યો જ.

પરંતુ કુમળી કળી જેવી અર્ચનાને કરમાતી તેમજ બરબાદ થતી જોઈને સુભાષ ત્રિવેદી અત્યંત વ્યથિત થઈ ગયા. રૂટિન મુલાકાત માટે વિપુલ વૈદ્ય ત્રિવેદીને મળવા એસ.પી. ઑફિસે પહોંચ્યો ત્યારે ખબર પડી કે તેઓ પોતાની ચેમ્બરને બદલે એલ.સી.બી. (લોકલ ક્રાઇમ બ્રાંચ)ની ઑફિસમાં બેઠા છે. વિપુલને નવાઈ લાગી, પણ એ એલ.સી.બી.માં પહોંચી ગયો. આ અર્ચનાના કેસની વાત કરવામાં ત્રિવેદીની આંખ ભીની થઈ ગઈ. જોકે ઉચ્ચ પોલીસ અધિકારી ક્યારેય પત્રકાર સામે રડી પડ્યો હોય એવું ભાગ્યે જ બને. વિપુલથી મનોમન સરખામણી થઈ ગઈ કે ક્યાં રક્ષકમાંથી ભક્ષક બનેલા યુવાન નઠારા પોલીસવાળા ને ક્યાં આખી પોલીસ ફોજના વડાની સંવેદનશીલતા?

વર્દીની અંદરના ઋજુ માનવીએ ફિકર વ્યક્ત કરી કે, આ દીકરીને હવે ક્યાં મૂકવી? લાચાર બાપ પાસે પાછા મોકલવાનું હિતાવહ નહોતું. ત્રિવેદીસાહેબે વિપુલની મદદ માગી કે કચ્છ, રાજકોટ કે બહારની કોઈ સારી મહિલા સંસ્થાઓમાં તમારો સંપર્ક હોય તો વાત કરી જુઓને.

પછી અર્ચનાના જીવનમાં અનેક ચડાવ-ઉતાર આવ્યા. થોડો સમય મહિલા આશ્રમમાં રહી અને સત્તાવારપણે પુખ્ય વયની થઈ ગયા બાદ બહાર આવી. હવે કરવું શું? અને અર્ચના રૂપજીવિની બની ગઈ. કદાચ એને આ એકમાત્ર વિકલ્પ દેખાયો કે જેમાં એની બધી જરૂરિયાત સંતોષાઈ શકે. અર્ચના ક્યારેય પરણવાનું તો વિચારી ન શકી. નવા વિકસેલા ભુજની બહાર ક્યાંક રહીને એ

દેહવ્યાપાર કરવા માંડી. સમયાંતરે મુલાકાતીઓ ઘટવા માંડ્યા અને આવક પણ. ગુમનામીના અંધકારમાં એક ટેન્ટમાં ઠંડીથી કણસતી માસૂમ કિશોરી ક્યાં અને ક્યારે ખોવાઈ ગઈ એની કોઈને ખબર ન પડી.

ન જાણે આવી તો કેટલીય શર્મનાક ઘટના ધરતીકંપના કાટમાળમાં ધરબાઈ ગઈ હશે. ભૂકંપસર્જિત વિપદા કે આવા માનવસર્જિત મલિન ગંદા ખેલને વધુ વિનાશકારી માનવા? આવી ભયંકર આફતમાંય માણસ સંવેદનશીલતા, માનવતા અને સારા-નરસાનો ભેદ ભૂલી જાય તો એના કરતાં કૂતરાં-બિલાડાં સારાં નહીં?

ભૂકંપ બાદ નવા કચ્છે ખૂબ વિકાસ સાધ્યો, પ્રગતિ કરી. ઉદ્યોગો આવ્યા, લીલીછમ ખેતી લહેરાવા માંડી અને પર્યટન પણ ખીલી ઊઠ્યું. અથાગ પ્રમાણમાં દાન, ધર્માદા, અનુકંપા અને દયા જોવા મળ્યાં. માનવતા મહોરી ઊઠી હતી, પણ અર્ચના જેવા કેટલાક અપવાદરૂપ કિસ્સાએ માનવીને નીચાજોણું કરાવ્યું. વિપુલ વૈદ્યની 'સ્મરણ ડાયરી'માં ભૂકંપની અનેક સારી-નરસી સ્ટોરી છે, પણ અર્ચનાની તોલે કંઈ ન આવે. અર્ચનાના ભોળપણને પહેલીવાર અભડાવનારો, પછી એને રગદોળનારા લેભાગુઓ અને એ ચાર બદમાશ પોલીસવાળા તો નિરાંતે ક્યાંક જીવતા હશે, પણ અર્ચના બરબાદ-બદનામ થઈ ગઈ એનું શું? બધા દોષિતોને અર્ચના જેટલી જ, ના, એનાથીય વધુ અને આકરી સજા ન મળવી જોઈએ? આવા વિચારો આજેય વિપુલ વૈદ્યનો કેડો મૂકતા નથી.

9

કચ્છ હજુ કણસતું હતું. કચ્છી માડુનાં ડૂસકાં શમવાનું નામ જ નહોતાં લેતાં. આખું ભારત છાનેખૂણે આંસુ સારતું હતું. દુનિયાભરમાંથી સંવેદના, સહાય અને સહાનુભૂતિની ધોધમાર વર્ષા ચાલુ હતી. ૨૦૦૧નો ભૂકંપ કચ્છ કે ભારત પૂરતો સીમિત નહોતો. આ માનવી અને માનવતા પરની મહાભયાનક આફત હતી. આવા કપરા સમયે કોઈ જાતના ભેદભાવ રાખે એ મૂરખ.

કમનસીબે આપણું નાપાક પાડોશી પાકિસ્તાન મહામૂરખમાં આવે. કચ્છના ભૂકંપ માટે મગરના આંસુ સુધ્ધાં સારવાને બદલે એ પોતાની મનગમતી ગંદી પ્રવૃત્તિમાં રચ્યુંપચ્યું રહ્યું હતું. આપણને આવું કહેવામાં શરમ આવે, પણ પાકિસ્તાનને એમ કરવામાં શરમ ન આવી એમ વિપુલ વૈદ્ય રોષભેર કહે છે. જો પાકિસ્તાન જે કરવા માંગતું હતું એમાં સફળ થયું હોત તો ભારતના માથે વધુ એક મોટી ટીલી લાગી હોત, લોહિયાળ અને જીવલેણ ટીલી.

આ ઝનૂની અને ભિખારી પાડોશીએ ન સંવેદના વ્યક્ત કરી કે ન સહાયનો હાથ લંબાવ્યો. હકીકત એ છે કે, ભારતને કે કચ્છને એની મદદની અપેક્ષાય નહોતી, ને સામે પક્ષે સદાય કટોરાવાળા રહેલા ભિખારી પાકિસ્તાન માટે એ શક્ય પણ નહોતું, છતાં થોડો સમય છાનુંમાનું મરવાને બદલે એના ઉધામા ચાલુ રહ્યા. એની બદનામ જાસૂસી સંસ્થા આઈ.એસ.આઈ.એ. લશ્કર-એ-તોયબા (એલ.ઈ.ટી.) નામના કુખ્યાત આંતરરાષ્ટ્રીય આતંકવાદી સંગઠન સાથેની સાંઠગાંઠમાં ભૂકંપની અરાજકતાનો ગેરલાભ લઈને ભારત સાથે મેલી રમત શરૂ કરી દીધી હતી. આ આખું કાવતરું શું હતું અને કેટલું ભયાનક વિનાશનકારી હતું એનો પૂરો પર્દાફાશ તો મહિનાઓ પછી થયો.

પરંતુ ભારતમાં વિનાશક ષડયંત્રની પહેલીવહેલી ઝલક મળી માર્ચ, ૨૦૦૧માં એટલે કે ધરતીકંપના ત્રીજા જ મહિને. એ પણ મુસલામાનો માટે માથું નમાવવાનું અને આસ્થાનું સ્થળ ગણાતા હાજીપીરમાં. અહીં ચૈત્ર મહિનાના પ્રથમ સોમવારે ભવ્ય વાર્ષિક મેળો યોજાય છે, જેમાં ગુજરાત આખામાંથી શ્રદ્ધાળુઓ પીરની દરગાહના દર્શને આવે છે. આ હાજીપીર પર મોરબી સ્થિત હુસૈની કમિટીએ

એક પુસ્તિકા પ્રગટ કરી છે. 'કોમી એકતાના પ્રતીક અને કચ્છના ગરીબ નવાઝ હાજીપીર' નામક આ પુસ્તિકામાં જનાબ માસ્તર હમીરાણીએ 'શહેનશાહે કચ્છ હાજીપીર બાબા' વિશેના લેખની શરૂઆતમાં લખ્યું છેઃ 'ઇસ્લામનો અર્થ જ શાંતિ અને સલામતીનો ધર્મ થાય છે.' વલ્લી અલ્લાહ હાજીપીર ઉર્ફે રહમતુલ્લ અલયની જીવનઝરમર વાંચીએ કે એમના ઉર્સમાં જઈએ તો ખબર પડે કે માત્ર મુસલમાનો જ નહીં, હિન્દુઓ પણ એમનામાં ભારે આસ્થા ધરાવે છે. લોકવાયકા મુજબ હાજીપીર તરીકે ઓળખાતા મુસ્લિમ સંત મૂળે શહાબુદ્દીન ઘોરીની સેનાના સિપાહી તરીકે કચ્છના નરા આવ્યા હતા. નિવૃત્તિ બાદ તેમણે નરામાં જ સ્થાયી થવાનું નક્કી કર્યું હતું. બહારવટિયા સામે ગાયોનું રક્ષણ કરવામાં તેમણે જીવ આપી દીધો હતો.

કચ્છના જોવાલાયક સ્થળમાં સમાવેશ પામેલું સીમાવર્તી હાજીપીર પાકિસ્તાનથી નજીક હોવાથી અહીં ઘૂસણખોરો, દાણચોરો, જાસૂસો અને ભાંગફોડિયાઓ ઘૂસી ન આવે એટલે સલામતી સંસ્થાઓએ સતત સર્તક રહેવું પડે. હાજીપીરના મુસલમાનોય જરાક શંકા પડે તો પોલીસને માહિતગાર કરવામાં પાછા ન પડે. તેઓ સાચા અને દેશપ્રેમી ભારતીય છે જ.

આવા પાક સ્થળે માર્ચ ૨૦૦૧માં પોલીસ અને સીમા સુરક્ષાદળ (બી.એસ.એફ.)ના જવાનોને એક વ્યક્તિનું વર્તન જ નહીં, દેખાવ પણ વિચિત્ર અને શંકાસ્પદ લાગ્યાં. એક તરફ ધરતીકંપગ્રસ્તોની ખુવારી અને રાહતકાર્યોના નિરીક્ષણ માટે વડા પ્રધાન અટલબિહારી વાજપેયી કચ્છની મુલાકાતે આવવાના હોવાથી માત્ર સ્થાનિક વહીવટતંત્ર અને રાજ્ય સરકાર જ નહીં, સરહદી જિલ્લો હોવાને લીધે સલામતી અને ગુપ્તચર સંસ્થાઓ પણ ખડેપગે હતી. આની વચ્ચે ચોથી માર્ચ ૨૦૦૧ના દિવસે નરા પોલીસ સ્ટેશન હેઠળની હાજીપીર પોલીસ આઉટપોસ્ટ અને બી.એસ.એફ. ચોકીના સાબદા જવાનોએ હાજીપીરની દરગાહથી થોડે દૂર એક માણસને પાણી પીતો જોયો. માણસ પાણી પીવે એમાં નવાઈ નહીં, પણ એ તો જાનવરોના પાણી પીવાના હવાડામાંથી પાણી પીતો હતો. પાછો દેખાવ પણ ધ્યાનમાં આવ્યા વગર ન રહે. ગોરો ચહેરો, લાંબી દાઢી, પઠાણી જેવો મેલો ચૂંથાયેલો અને ગંધાતો સિંધી લિબાશ. આ ઇસમ હવાડામાંથી પાણી પીવે અને પછી ગાંડાની જેમ પાણી ઉડાડે.

સુરક્ષાકર્મીઓને આ માણસ શંકાસ્પદ લાગ્યો અને હરકત પણ સામાન્ય ન લાગી. શંકા માત્રથી સુરક્ષા જવાનોએ એને તાબામાં લીધો. લાગ્યું કે કોઈ પાગલ હશે એટલે થોડા સવાલો પૂછ્યા બાદ છોડી મૂકીશું. જોકે સ્માર્ટ પૂછપરછ અને ઊલટતપાસમાં તો આ ભેદી શખ્સ એક પછી એક આંચકાજનક કબૂલાતો

કરવા માંડ્યો. એ સમયે ભયંકર થાક, અસહ્ય ભૂખ, અતિશય તરસ અને લાંબા ઉજાગરાને લીધે એ રીઢા તાલીમબદ્ધ શખ્સે માથાકૂટ ટાળવા માટે જાણે પોતાની જાતને શરણે કરી દીધી, 'હું પાકિસ્તાનના સિંધથી આવ્યો છું. સાથે એક એ.કે.૫૬ રાઇફલ લાવ્યો છું, પણ મને ખૂબ તરસ લાગી છે. પીવાનું પાણી આપો તો તમને જોઈએ એટલા રૂપિયા આપીશ.'

વિચિત્ર હુલિયા અને ન કળાય એવા આ માણસે પોતાનું નામ મુઝમ્મીલ હોવાનું કહ્યું. એકદમ ચોંકી ગયેલી સ્થાનિક પોલીસે તરત વાયરલેસથી ભુજ હેડક્વાર્ટરને મૅસેજ મોકલ્યો કે, હાજીપીરમાં એક ઇસમ એ.કે.૫૬ સાથે પકડાયો છે.

આ મૅસેજ મળતાવેંત પોલીસ સુપરિન્ટેન્ડન્ટ વિવેક શ્રીવાસ્તવને એક ખાસ ઑફિસર સાંભર્યાઃ પોલીસ સબ-ઇન્સ્પેક્ટર દિલીપ આર. અગ્રાવત. મૂળ રાજસ્થાનના એવા અગ્રાવત મોટેભાગે જીન્સ પેન્ટ અને લાંબી બાંયના પ્લેન શર્ટમાં દેખાય. લાંબી બાંયો કાયમ અડધી ચડાવેલી હોય. પાંચ ફૂટ અને આઠ ઇંચની ઊંચાઈ ધરાવતા શરીર પર વાંકડિયા વાળ અને સામાન્ય મૂછ. પહેલી નજરે ન પોલીસ લાગે કે ન આકરા લાગે, પણ સંપર્કમાં આવનારા ગુનેગારને એમના કરતાં લોખંડ નરમ લાગે, વહાલુંય લાગે. આ વર્દીધારી જાંબાજ હોવા સાથે કચ્છ સરહદના ભોમિયા અને બોર્ડર ક્રાઇમના માસ્ટર. લોકલ ક્રાઇમ બ્રાંચ (એલ.સી.બી.)ના સબ-ઇન્સ્પેક્ટર અગ્રાવતને ફટાફટ નરા પોલીસ સ્ટેશન ભણી દોડાવાયા.

બોલિવુડની ફિલ્મને પાણી ભરાવે એવી ટક્કર હવે થવાની હતી, સવાયા 'સિંઘમ' સમા પોલીસ અધિકારી અને રીઢા ત્રાસવાદી વચ્ચે. હજી મળવાનું થયું નહોતું, પણ એમની વચ્ચેની લવ-હેટ રિલેશનશિપ ખૂબ લાંબી, મહિનાઓના મહિના ચાલવાની હતી. એમાંય એના ટર્ન્સ અને ટ્વિસ્ટ્સ તો એવાં કે બંને મૂળ પાત્રો સાથે અનેકના આશ્ચર્યથી મોતિયા મરી જાય.

અગ્રાવત નરા પહોંચ્યા ત્યારે મુઝમ્મીલના થાક, ભૂખ, તરસ અને કંટાળો ઓછાં થવાથી એ થોડોઘણો સ્વસ્થ થઈ ચૂક્યો હતો. એટલું જ નહીં, પોતાના અસલ રંગ-મિજાજમાં આવી રહ્યો હતો એટલે હવે મોઢું ખોલવા જ તૈયાર નહોતો, કદાચ શક્ય નહોતું. અગ્રાવતમાં અન્ય ગુણો સાથે એક અમૂલ્ય જણસ હતીઃ ધીરજ. મુઝમ્મીલને વધુ વતાવ્યા વગર અગ્રાવત તેને પોલીસની જીપ્સીમાં બેસાડીને ભુજના જે.આઇ.સી. (જોઇન્ટ ઇન્ટરોગેશન સેન્ટર) લઈ ગયા. ભારતમાં માત્ર ભુજ અને જમ્મુ-કાશ્મીરમાં આવા સંયુક્ત પૂછપરછ કેન્દ્ર છે. અહીં કેન્દ્ર અને રાજ્ય સરકારની બધી ગુપ્તચર અને સુરક્ષા એજન્સીઓ ઘૂસણખોરો, સંભવિત કે સાબિત થઈ ચૂકેલા આતંકવાદીની પોતપોતાના દૃષ્ટિકોણથી તપાસ

કરે. જે.આઇ.સી.માં વિદેશી - મોટેભાગે પાકિસ્તાની - બંદીઓને રખાય છે. કચ્છના પોલીસ વડા પાસે ખાસ સત્તા છે કે અહીં શકમંદોને ગમે તેટલા દિવસ અટકાયતમાં રાખી શકે. અને આમ કરવા માટે તેઓ કારણ સુધ્ધાં આપવા માટે બંધાયેલા જ નથી.

એક રીતે તો જે.આઇ.સી. જેલ છે, પણ વિશિષ્ટ જેલ છે. સેન્ટ્રલ એજન્સી તરીકે જે.આઇ.સી. કચ્છ પોલીસ હસ્તક છે. આ અને આવા કિસ્સાને સમજવા માટે જે.આઇ.સી. ઉપરાંત કચ્છમાં સક્રિય એજન્સીઓ વિશે જાણવું અનિવાર્ય છે. કચ્છમાં બી.એસ.એફ. (સીમા સુરક્ષાદળ)ના બે વિભાગ - સલામતી અને ગુપ્તચર, રો (રિસર્ચ ઍન્ડ એનાલિસિસ વિંગ), સેન્ટ્રલ અને સ્ટેટ આઈ.બી. (ઇન્ટેલિજન્સ બ્યૂરો), આર્મીના ત્રણ વિભાગ અર્થાત્ મુખ્ય લશ્કર બ્રિગેડ, એલ.યુ. (લાઇઝનિંગ યુનિટ) જે આંતરિક જાસૂસી કરે અને એમ.આઈ. (મિલિટરી ઇન્ટેલિજન્સ) જે સરહદ પાર ગુપ્ત કામગીરી પાર પાડે. તથા કસ્ટમ્સ, ડી.આર.આઈ અને કોસ્ટગાર્ડ વગેરે મળીને ૧૧ એજન્સીના અમલદારો પોતપોતાની રીતે કેદીની પૂછપરછ કરે જે.આઇ.સી.માં.

જે.આઇ.સી. વિશે વધુ રસપ્રદ વાતો આગળ આવશે, પણ હમણાં મુઝમ્મીલ અને દિલીપ અગ્રાવત પર ફોકસ માંડીએ. આ જે.આઇ.સી.માં ચાણક્યથી સવાયા એવા એક પછી એક અમલદાર સામે ભલભલા ત્રાસવાદી, ઘૂસણખોર અને જાસૂસો થોડા સમયમાં પોપટની જેમ પટપટ બોલવા માંડે. જોકે હાજીપીરથી લવાયેલો મુઝમ્મીલ કંઈક અલગ જ માટીનો બનેલો હતો. આખા એક મહિનાની એજન્સીઓની પૂછપરછમાં મીંઢા મુઝમ્મીલે મોઢું જ ન ખોલ્યું. રિપોર્ટમાં એવું આવ્યું કે એ એક એ.કે.૫૬ રાઇફલ સાથે લાવ્યો હતો, એ સિવાય બીજું કંઈ નહીં.

હાજીપીરમાં હાથ લાગેલો મેલોઘેલો અને થાકેલો મુઝમ્મીલ હવે ન્હાયા-ધોયા, ખાધા-પીધા અને સ્વસ્થ થયા બાદ કેવો અલગ લાગતો હતો એનું અગ્રાવતે નિરીક્ષણ કર્યું. કસાયેલો દેહ, અણિયાળું નાક અને ગોરો ચહેરો. પછીથી ખબર પડી કે એ પાકિસ્તાનના પંજાબ પ્રાંતનો હતો. એનો દેખાવ ત્યાંના પંજાબીઓ જેવો જ લાગતો હતો. કરતૂત જાણ્યા પછી એવું ન લાગે કે બોલિવુડમાં હીરો બની શકે, પણ વિલન અવશ્ય બની શક્યો હોત.

ભારે અનુભવી ચબરાક અગ્રાવતને સવાલ થયો કે આવો પડછંદ માણસ સરહદ ઓળંગીને ઘૂસણખોરી કરે અને ફક્ત એક એ.કે.૫૬ રાઇફલ લાવે? એમાંય આટલું મોટું રણ ચીરીને આવવાનું જોખમ ગુજરાતના ગરબા રમવા કે કચ્છની ડબલ રોટી (દાબેલી) ખાવા માટે તો ન જ લીધું હોય. ચોક્કસ એ ભારતમાં કોઈ મોટી ખાનાખરાબી સર્જવાના પ્લાનના ભાગરૂપે આવ્યો હોવો જોઈએ,

પરંતુ નહોતી કોઈ માહિતી કે નહોતા પુરાવા. કચ્છમાં આર.ડી.એક્સ.ના ચારેક કન્સાઇન્ટમેન્ટ પકડી ચૂકેલા દિલીપ અગ્રાવતને કંઈક ખૂંચતું-ખટકતું હતું. તેમણે પોતાના ઉપરી અને પોલીસ અધિક્ષક વિવેક શ્રીવાસ્તવને વિનંતી કરી, 'સર, આ મુઝમ્મીલ સામે હમણાં કેસ ફાઇલ ન કરીએ. મને મારી રીતે પૂછપરછ કરવા દો હજી.' અગ્રાવતનો ટ્રેક રેકોર્ડ ખૂબ ઉજ્જ્વળ હતો એટલે ઉપરીએ તરત ગ્રીન સિગ્નલ આપી દીધું.

હવે દિલીપ અગ્રાવતનું મગજ નવી રીતે વિચારવા માંડ્યું. ૧૯૮૦ના દાયકામાં કચ્છમાં સોના, ચાંદી અને ઇલેક્ટ્રોનિક્સ માલસામાનની ધૂમ દાણચોરી થતી હતી. મોટાભાગના દેશ પાસે સામાન્ય રીતે જમીન કે દરિયાઈ સરહદ હોય. અમુક કિસ્સામાં બંને સરહદ હોય, પરંતુ કચ્છ એકમાત્ર એવો પ્રદેશ છે કે જેમાં જળ અર્થાત્ સમુદ્રી, ભૂમિ અર્થાત્ રણ અને એ બંનેના મિશ્રણ સમાન ક્રીક સરહદ આવેલી છે. એંસીના દાયકામાં આ ત્રણેય સરહદેથી ઘૂસણખોરી થતી હતી. કદાચ વધુ પ્રમાણમાં દરિયાઈ સરહદેથી વણનોતર્યા મહેમાનો આવી ચડતા હતા.

આવા ઘણા કિસ્સાના રિપોર્ટિંગમાં ગુજરાતી અખબારોમાં 'કચ્છની સરહદ રેઢી પડી છે' એવા ચવાઈને ચુથ્થા થઈ ગયેલા વાક્યની યાદે વિપુલ વૈદ્યના ચહેરા પર મલકાટ લાવી દીધો, પરંતુ એની સ્મૃતિ - ડાયરીમાં દિલીપ અગ્રાવતનું આગળનું પગલું જોઈએ. અગ્રાવતે ભૂતકાળના દાણચોરીના ધંધા અને એમાં સક્રિય લોકોની વિગતો કઢાવવા અને ફંફોસવા માંડી. આમાં વળી મુઝમ્મીલ વિશે શું મળે? ભૂતકાળમાં બંને દેશની સરહદ આરપાર અવરજવરનો અનુભવ કરી ચૂકેલા 'ભોંયો' (જાણકાર-જાણભેદુ માટેનો કચ્છી શબ્દ) જેવા એક ઇસમને મુઝમ્મીલ કાંડને પર્દાફાશ કરવા માટે અગ્રાવતે સાધી લીધો. ક્ષત્રિયની એક જાતિ સોઢા જ્ઞાતિના આ માણસ પાસે અગ્રાવતે જે કરાવવા ધાર્યું એ આપણને માનવામાં ન આવે, પરંતુ કચ્છમાં મોટાભાગની એજન્સીઓએ ક્યારેક-ક્યારેક આવું કરવું પડતું હોય છે.

મુઝમ્મીલના આગમન અને મૌન પાછળ કંઈક અત્યંત ભયાનક છુપાયેલું છે એનો ગળા સુધી અગ્રાવતને વિશ્વાસ. એ કંઈ બોલતો નથી અને સમય વેડફી રહ્યો છે એ દરમિયાન કંઈક થઈ જાય તો? એનું ષડયંત્ર સત્વરે પર્દાફાશ કરવું જ પડે, એટલે ઉપરીઓની જરૂરી મંજૂરી લઈને વિશ્વાસુ ખબરી સોઢાને મુઝમ્મીલ વિશે ખાંખાંખોળાં કરવા પાકિસ્તાન મોકલવાનું નક્કી કર્યું. મોટા રણની સરહદેથી એને સામે પાર ઘુસાડી દીધો. એ પાકિસ્તાનથી પાછો ફરે ત્યાં સુધી એના ઘર-પરિવારની બધી જવાબદારી જાતે સંભાળવાનું વચન અગ્રાવતે આપ્યું હતું.

આ ગુપ્ત ઑપરેશન ખૂબ જોખમી હતું, પરંતુ કચ્છની રો, મિલિટરી

ઇન્ટેલિજન્સ, બી.એસ.એફ. જેવી એજન્સીઓ જાસૂસી કે અન્ય કારણોસર દેશના હિત માટે પોતાના એજન્ટને સરહદ પાર આવવા-જવામાં મદદ કરતી હોય છે. જોકે પોલીસનું એ મૂળભૂત કામ નહીં, પરંતુ અગ્રાવતે દેશહિતમાં પોતાની વગનો ઉપયોગ કર્યો. પાકિસ્તાન મોકલાતા મોટાભાગના સોર્સ એટલે કે એજન્ટ પચ્છમ વિસ્તારના મુસલમાનો હોય. એમની બોલવાની ઢબ-શૈલી, પહેરવેશ અને રહેણીકરણી અદ્દલોઅદ્દલ સામેના દેશના સિંધ પ્રાંતના રહેવાસીઓ જેવી હોય, એટલે એકવાર સરહદ પાર કરી લીધા બાદ દૂધમાં સાકરની જેમ ભળી જવામાં ઝાઝી મુશ્કેલી ન નડે.

અલબત્ત, અગ્રાવતનો સોર્સ તો હિન્દુ સોઢા હતો. પાકિસ્તાનમાંય સોઢા ખરા, પણ બહુ મર્યાદિત પ્રમાણમાં એટલે અગ્રાવતના આ એજન્ટના ઝડપાઈ જવાની થોડીઘણી શક્યતા તો ખરી જ, પરંતુ નાપાક કાવતરાને પર્દાફાશ કરીને નિષ્ફળ બનાવવાના અગ્રાવતના દૃઢ નિશ્ચયમાં સોઢા એજન્ટની બહાદુરીથી આ સિક્રેટ મિશન શરૂ થઈ ગયું.

હવે દિલીપ અગ્રાવતને એજન્ટના પાછા આવવાની કે એની તરફથી ઉપયોગી માહિતી મળવાની રાહ જોવાની હતી. અગ્રાવત જાણતા હતા કે એમ મુઝમ્મીલનું ષડયંત્ર કંઈ બજારમાં મળતા ચણા-મમરા નહોતા કે ચપટી વગાડવા સાથે દશ-વીસ રૂપિયા આપીને થેલીમાં લઈ લેવાય.

સબ-ઇન્સ્પેક્ટર દિલીપ અગ્રાવત પોતાના અન્ય કેસ પર કામ કરતા રહ્યા, પણ તેમના મન-મગજ પર તો મુઝમ્મીલ અને પાકિસ્તાન મોકલેલો એજન્ટ જ સવાર હતા. દિવસો બાદ અઠવાડિયાં વીતી ગયાં. એક, બે અને ત્રણ મહિના પૂરા થઈ ગયા. પાકિસ્તાન ગયેલો એજન્ટ પાછો ન આવ્યો, ન એના કોઈ વાવડ મળ્યા.

આ એજન્ટના પાછા આવવાની રાહમાં સાથી પોલીસ અધિકારીઓ આશા ગુમાવવા માંડ્યા હતા. એકાદે તો મુઝમ્મીલનું એન્કાઉન્ટર કરી નાખવાની વાત સુધ્ધાં કરી દીધી, કારણ કે મુઝમ્મીલ મોઢું ખોલવા જ તૈયાર નહોતો. અમુક સાથીદારો અગ્રાવતની મજાક કરવા માંડ્યા. કેટલાકે ગપસપ શરૂ કરી દીધી કે મુઝમ્મીલના કેસમાં જરાય દમ નથી, પરંતુ એસ.પી. સાહેબના વહાલા થવા માટે અગ્રાવતે આ નાટક કર્યું છે. અમુક તો મુઝમ્મીલનું ચેપ્ટર બિનજરૂરી રીતે ખેંચવા પાછળ અગ્રાવતના ઇરાદા પર પણ શંકા કરવા માંડ્યા. બીજી એજન્સીઓમાં પણ જાતભાતના ગણગણાટ થવા માંડ્યાં.

સદ્‌ભાગ્યે પોલીસ સુપરિન્ટેન્ડન્ટ સાહેબને દિલીપ અગ્રાવત પર પૂરેપૂરો વિશ્વાસ. એનાથી વધુ એમની કાબેલિયતમાં શ્રદ્ધા. આ કારણસર અગ્રાવત માટે ધીરજ રાખવાનું શક્ય અને સહ્ય બન્યું. અંતે ધીરજનાં ફળ મીઠા મળ્યાં ખરાં.

છેક છ મહિના બાદ અગ્રાવતે પાકિસ્તાન મોકલેલો સોઢા જાસૂસ પાછો આવ્યો. માત્ર પાછો ન આવ્યો, પણ ધડાકાભડાકા થાય એવી નક્કર માહિતી લાવ્યો.

પોતાને માત્ર મુઝમ્મીલ ગણાવાતા ભેદી જણનું મૂળ અને આખું નામ હતું શાહનવાઝ અબ્દુલ ગફુર ભટ્ટી. એ આતંકવાદી હતો પણ શીખાઉ નહીં, એકદમ તાલીમબદ્ધ. તેણે તાલીમ બહુ બદનામ આતંકવાદી સંગઠન લશ્કર-એ-તોયબાની છત્રછાયામાં લીધી હતી. સોઢાએ વધુમાં જાણકારી આપી કે, આ શાહનવાઝ અબ્દુલ ગફુર ભટ્ટીને તાલીમ આપી છે આઝમ ચીમાએ. આઝમ ચીમાનું નામ સાંભળતાં જ અગ્રાવતના કાન એકદમ સતેજ થઈ ગયા. આ આઝમ ચીમો જ મુંબઈમાં શ્રેણીબદ્ધ વિસ્ફોટો કરનારા પાકિસ્તાની આતંકવાદીઓને તૈયાર કરવા માટે જવાબદાર હતો.

લશ્કર-એ-તોયબા અને આઝમ ચીમાનાં નામ આવે પછી કરતૂત નાનાંસૂનાં ન જ હોય. અગ્રાવતની છઠ્ઠી ઇન્દ્રિયે અને આંતરસ્ફુરણાએ ભલે થોડું મોડું, પણ અત્યંત મહત્ત્વપૂર્ણ પરિણામ આપ્યું હતું. હવે મુઝમ્મીલ ભલે મોઢું બંધ રાખે, પણ શાહનવાઝ અબ્દુલ ગફુર ભટ્ટી ઉર્ફે મુઝમ્મીલની પૂરેપૂરી કુંડળી મળી ગઈ છે એટલે એના ષડયંત્રને નાકામ બનાવવામાં સફળતા મળશે જ એવી અગ્રાવતને ખાતરી થઈ ગઈ. મહત્ત્વના કેસમાં હાથવગા લાગતા ઉકેલમાં આગળ હજી માન્યામાં ન આવે એવી આંચકાજનક ઘટનાઓની હારમાળા સામે આવવાની હતી.

10

મુઝમ્મીલ ઉર્ફે શાહનવાઝ અબ્દુલ ગફુર ભટ્ટીના કેસમાં કંઈક મોટું બહાર આવવાનો અણસાર મળ્યા બાદ પત્રકાર વિપુલ વૈદ્ય શાંત બેઠો રહે ખરો? આ ચીફ રિપોર્ટર માત્ર ટેલિફોન રિપોર્ટિંગ કે પ્રેસ રિલીઝ પરથી બનતી સ્ટોરી પર નભતો નહોતો. એ તો ફિલ્ડનો માણસ હતો. એક્સક્લુઝિવ સ્ટોરીનો ભૂખ્યો હતો.

પોલીસના આ સિક્રેટ ઑપરેશનની શક્ય એટલી વિગતો મેળવવા એ બબ્બે વખત ૧૨૦ કિલોમીટરનો પ્રવાસ કરીને હાજીપીરના નરા પોલીસ સ્ટેશને પહોંચી ગયો હતો. એ અંદરની વાત જાણે કે આ કેસ સબ-ઇન્સ્પેક્ટર દિલીપ અગ્રાવત હસ્તક છે. અગાઉ ઘણાં પરાક્રમ કરી ચૂકેલા અગ્રાવત માટે વિપુલને અનહદ માન. જૂના સંબંધ તાજા થયા. એ સમયે કચ્છમાં 'કચ્છમિત્ર'ના નામના સિક્કા પડે અને ચીફ રિપોર્ટર વિપુલ વૈદ્યની વિશ્વસનીયતાય ગજબનાક. અગ્રાવત સાથે સતત મુલાકાતો અને ટેલિફોન પર લાંબી વાતચીત બાદ રાષ્ટ્રવિરોધી ભયંકર કાવતરાની તલસ્પર્શી વિગતો બહાર આવતી ગઈ. મુઝમ્મીલનું હાજીપીરમાં પકડાવું ટીઝર નહોતું, ને એનું અઝીમ ચીમા સાથે હોવું એ તો મૂળ ફિલ્મનું ટ્રેલર પણ નહોતું.

પાકિસ્તાનથી પાછો ફરેલો સોઢા એજન્ટ એવો એક પછી એક સિક્સર મારવા માંડ્યો કે ટી-ટ્વેન્ટીના સ્ટાર પણ ઝાંખા લાગે. રાષ્ટ્રીય સન્માન આપી શકાય એવી કામગીરી જીવના જોખમે બજાવીને આવેલા ખુફિયા એજન્ટે ઘટસ્ફોટનો આરંભ કર્યો, 'સાયબ, ઓલ્યો મુઝમ્મીલ નથી એકલો આવ્યો કે નથી એક જ એ.કે.૫૬ લાવ્યો, એની હારે બીજા છ આતંકી હતા. હરામી નાળામાં જે બોટ લઈને ઘૂસ્યા હતા, એમાં સાત કોથળા હતા.'

સોઢા એજન્ટે આપેલી વિગતો મુજબ કોથળામાં હતા આર.ડી.એક્સ. પાકિસ્તાન આર્મીના હેન્ડગ્રેનેડ, ધડાકા કરવા માટેના રિમોટ કન્ટ્રોલ, રીલે સ્વીચ, કારતૂસોનો જથ્થો... ઉર્ફે કેટલો ખોફનાક શસ્ત્ર-દારૂગોળો. ને એ મોકલવા પસંદ કર્યું સ્થળ પોતાની વૃત્તિ, મનોવૃત્તિ અને પ્રવૃત્તિને અનુરૂપ હરામી નાળું. આમેય પાડોશીની બદમાશીભરી હરકતોને પાપે જ આ નાળાને હરામી નાળા જેવું નામ મળ્યું છે.

આ હરામી નાળું ભરતી હોય ત્યારે વિશાળ દરિયા જેવું બની જાય. બાકીના સમય એટલે કે ઓટ વખતે જમીન, કાદવ અને કળણ હોય. હવે તો હરામી નાળામાં બી.એસ.એફ.ની ચોકી બનાવીને એને લગભગ સીલ કરી દેવાયું છે, પણ એ સમયે એટલે ૨૦૦૧માં એ ખુલ્લા પટ જેવું હતું. પાકિસ્તાની લશ્કર, આઈ.એસ.આઈ. અને રેન્જર્સની સક્રિય મદદથી લશ્કર-એ-તોયબાના સાત યમદૂત મોતનો સામાન ભરેલા સાત-સાત કોથળા લઈને ભારતમાં ઘૂસ્યા હતા. મોટા રણ તરફના કિનારે માલ સાથે ઊતર્યા પછી માથા પર કોથળાના વજન લઈને નીચે પોચી કાદવવાળી જમીન પર ચાલતા-ચાલતા ખૂબ થાકી ગયા.

અંતે રણની વચ્ચે આવતા 'ખાનજી ઢુઈ' નામના રણદ્વીપ પર આરામ કરવા માટે રોકાઈ ગયા. આરામ માટે પસંદ કરેલી નિર્જન ખાનજી ઢુઈનો ઇતિહાસ પણ આ બદમાશો જેવો જ છે. કચ્છમાં રાજાશાહીના સમયે લૂંટફાટ કરતો ખાનજી નામનો બહારવટિયો લૂંટનો સામાન સંતાડવા અને સિંધ તરફ ભાગતી વખતે આ ઢુઈ અર્થાત્ બેટ પર આવતો હતો. એના પરથી નામ પડી ગયું ખાનજી ઢુઈ એટલે કે ખાનજીનો દ્વીપ. પાકિસ્તાની ઘૂસણખોરો - આતંકવાદીઓને માલ બેટ ઉપર રાખતાવેંત થાકને લીધે ઘસઘસાટ ઊંઘ આવી ગઈ. બે ખૂબ ગભરાયેલા આતંકવાદી પોતાના કોથળા ઊંચકીને અંધારામાં સાથીદારોને મૂકીને પાછા પાકિસ્તાન ભણી ચાલવા માંડ્યા. બાકી બચ્યા પાંચ. આમાંથી કાસીમ નામનો એક બુઢ્ઢો તો થાકને લીધે સાવ બેભાન થઈને પડ્યો હતો. એની હાલત એટલી વિચિત્ર હતી કે બોલાવ્યો, હલાવ્યો, બૂમો પાડી અને હચમચાવ્યો, પણ નો રિસ્પોન્સ. કાસમ મરી ગયો છે એમ માનીને મુઝમ્મીલ સહિતના ચાર ઘૂસણખોરો એને ખાનજી ઢુઈ પર પડતો મૂકીને આગળ જવા રવાના થઈ ગયા.

બાકી બચેલા ચારમાંથી ત્રણને લાગ્યું કે વજનદાર માલસામાન થાકને લીધે સાથે લઈ જવાનું હવે શક્ય નથી એટલે મોતના સામાનને ખાનજી ઢુઈ પર દાટી-સંતાડી દીધો, પરંતુ પાછા આવે ત્યારે શોધવો ક્યાં? એટલે નિશાનીરૂપે એક લાકડી ખોસી દીધી. થોડે દૂર પડેલું લાલ બેરલ લાવીને એ લાકડીની બાજુમાં ગોઠવી દીધું. આ લોકોએ હવે ગભરાઈને પાકિસ્તાન પાછા ફરવાનું વિચારવા માંડ્યું, પરંતુ પછી અક્કલ આવી કે હવે વાપસી તો વધુ જોખમી છે, મોતને આમંત્રણ આપવા બરાબર છે. કદાચ રણ અને ભારતના જવાનોથી બચીને પાકિસ્તાન જીવતા પાછા ફરે તો આતંકવાદી આકાઓ થોડા નિષ્ફળ ગયેલાઓને ગળે લગાડવાના હતા? ભેજામાં ગોળી મારીને લાશને કબરમાંય ન મૂકે. ભલે કૂતરા-કાગડા ઇદ મનાવે. આ ત્રણેય રણકાંધીએ આવેલા બન્નીના બે નાનકડા ગામ શેરવો - સરાડો તરફ આગળ વધવા માંડ્યા. ચાલતાં-ચાલતાં

થાક્યા ત્યાં ઊંઘી ગયા ઘસઘસાટ. સવારે સૌથી છેલ્લી આંખ ખુલી મુઝમ્મીલની. આસપાસ ન એકેય સાથી દેખાયો કે ન કંઈ દારૂગોળો-શસ્ત્રો. થાક, કંટાળા અને હવે સાથીઓની દગાબાજીથી તે ભયંકર ઉશ્કેરાયો. સાથીઓ દૂર-દૂર દેખાયા હોત તો બાજુમાં પડેલી એ.કે.૫૬થી વીંધી નાખ્યા હોત, પણ એ લોકો તો ક્યાંના ક્યાં ભાગી ગયા. આ બધાનો ગુસ્સો ઉતારવા એ ધડાધડ આકાશમાં ગોળીઓ છોડવા માંડ્યો. ભેંકાર-અફાટ-નિર્જન રણ ફાયરિંગના અવાજથી ગાજી ઊઠ્યું. નીરવ શાંતિનો ભંગ કરતી ગોળીઓનો અવાજ કોઈ સુધી પહોંચવાનો ન હોવાની ખાતરીથી મુઝમ્મીલ એકદમ બેખબર-લાપરવાહ હતો.

રણમાં એ ધીમે-ધીમે ચાલવા માંડ્યો. નીચે રેતી અને ઉપર તપતો સૂરજ. શરીર પરસેવે રેબઝેબ. પેટમાં ભૂખની આગ અને તરસથી સુકાતું ગળું. પાસે ન પાણી કે ન કંઈ ખાવાનું. ન જાણે કેટલો સમય એ ચાલ્યો હશે. દૂર-દૂર રણના કિનારે નાના ટપકા જેવું કંઈક દેખાયું. મુઝમ્મીલના પગલાં એકી-બેકી રમવા માંડ્યા. હદ પારના થાક, ભૂખ, તરસ, ગરમી અને ગુસ્સાને લીધે એ લગભગ પાગલ જેવો થઈ ગયો હતો. મગજ બહેર મારી ગયું હતું. દૂરથી દેખાતું ટપકું નજીક જતાં હાજીપીરની દરગાહ નીકળ્યું, પરંતુ નાપાક ઇરાદાવાળા નાપાક ઇન્સાનને કોઈ જાતની સૂઝબૂઝ ક્યાંથી હોય? સતત દોઢ દિવસ ચાલીને એ હાજીપીર પહોંચ્યો હતો. સૌથી પહેલાં હાજીપીરની દરગાહે માથું ટેકવવાને બદલે તેને પહેલુંવહેલું પાણી દેખાયું ઢોરોના હવાડાનું. એમાંથી એ ગાંડાની જેમ કે છપ્પનિયા દુકાળમાંથી આવ્યો હોય એમ પાણી પીવા માંડ્યો, ઉડાડવા માંડ્યો. આ વિચિત્રતાથી એ ભારતીય રક્ષકોની નજરમાં આવીને જેલભેગો થઈ ગયો.

આ તો થઈ પકડાવા પૂર્વેની દાસ્તાન-એ-મુઝમ્મીલ, પરંતુ એમાં અનેક અનુત્તર સવાલો હતા, બાકીના છ સાથી ક્યાં? કોણ પાકિસ્તાન પહોંચ્યું? ભારતમાં રહી ગયા એ ક્યાં છે અને શું કરે છે? અને ભારે પ્રમાણમાં લવાયેલાં શસ્ત્રો, દારૂગોળો અને આર.ડી.એક્સ. ક્યાં? જીવતા બચેલા કોઈ આતંકવાદી એ સ્ફોટક સામગ્રી સુધી પહોંચીને ભાંગફોડિયા જીવલેણ પ્રવૃત્તિ કરે એ અગાઉ કંઈક કરવા માટે દિલીપ અગ્રાવતે કમર કસી લીધી. એ કામગીરી સફળતાપૂર્વક પાર પડી ખરી? કેવી રીતે? આમાંય અનેક રોમાંચક આરોહ-અવરોહ છે.

ઉપહાસ, મજાક, મશ્કરી, ટીકા અને શંકા-કુશંકાના ગાઢ તોફાનોની ખરબચડી પીચ પર લાંબો સમય ટકીને બેટિંગ કરી શકનારા દિલીપ અગ્રાવતની નસોમાં લોહીનું ભ્રમણ ઝડપી થઈ ગયું, કારણ કે 'સામે પાર'થી આવેલી માહિતી મુજબ આતંકવાદીઓ સંતાયા હતા એ ખાનજી ઢુઈ કે એની આસપાસ જ આ મોતનો સામાન સંતાડાયો હોઈ શકે, પરંતુ એમ રણમાં મહિનાઓ અગાઉ સંતાડાયેલી

ચીજવસ્તુ અને એના પર મૂકેલી લાકડી કે બેરલને આધારે શોધખોળ કરવા નીકળી ન પડાય.

જો ખાનજી ઢુઈ જવું પણ હોય તો વધુ નક્કર માહિતી મેળવ્યા બાદ જ એવું કરાય. અગ્રાવત મારતી જીપે પહોંચ્યા જે.આઇ.સી.માં. અત્યાર સુધી સામ, દામ, દંડ અને ભેદને નિષ્ફળ બનાવનારા મુઝમ્મીલને તેમણે કોટડીની બહાર કાઢ્યો. છ મહિનાના અનુભવ પરથી અગ્રાવત ઘણે અંશે મુઝમ્મીલને ઓળખી શક્યા હતા. આ વખતે તેમણે નવો દાવ અજમાવ્યો. સમય ઓછો હતો, કટોકટીભર્યો હતો અને મુઝમ્મીલને બોલતો કરવો જ પડે એવી કટોકટી માથે ઝળૂંબતી હતી.

જે.આઇ.સી.ની બંધિયાર ઊંચી દીવાલોમાંથી કાઢીને મુઝમ્મીલને એલ.સી.બી.ની કચેરીમાં લઈ જવાયો. લાંબા સમયે સ્થળ પરિવર્તનની થોડી ઘણી માનસિક અસર થયા વગર ન રહે. અગ્રાવતે હવે નવાં હથિયારો અજમાવ્યાં. ઑફિસરના રૂઆબને બદલે કંઈક અંશે અનૌપચારિક વર્તન-વલણ રાખ્યાં. આમેય અગ્રાવતે પોતે વ્યૂહાત્મક રીતે મુઝમ્મીલની ક્યારેય મારપીટ નહોતી કરી, કોઈ જાતનું ટૉર્ચર નહોતું કર્યું, વધારાની પૂછપરછ પણ નહીં. ઊલટાનું એને ખવડાવી-પીવડાવીને અલમસ્ત બનાવ્યો હતો. કહી શકાય કે, પોતાની તરફના ડરને મુઝમ્મીલના મનમાંથી ક્યારનોય અલવિદા કરાવી દીધો હતો.

હવે અગ્રાવત ક્યારેક ફોસલાવે, ક્યારેક મજાક કરે અને ક્યારેક મહેણું મારે. એકવાર તો ત્યાં સુધીનું ખોટું બોલી ગયા કે, બોલ, તને અહીંથી ભગાડી દઉં? મુઝમ્મીલ વિચારે ચડ્યો કે આ સાચું બોલે છે કે મને ફસાવવા માગે છે? ત્યાં અગ્રાવત નવો બાઉન્સર ફેંકે કે સાલા, છ મહિનાથી મારા રોટલા ખાય છે તો તારામાં સંસ્કાર જેવું કંઈ છે ખરું કે મારો આભાર માને? પછી સોઢા એજન્ટ પાસેથી મળેલી માહિતીનો ઉપયોગ કરીને કહી દીધું કે, તમે જે વૃદ્ધ કાસમને અધવચ્ચે છોડી દીધો હતો અને એ મરી ગયો એમ માની લીધું, હકીકતમાં એ બુઢ્ઢામાં એટલી બધી જિજીવિષા હતી કે એ જીવતો પાકિસ્તાન પાછો ફર્યો હતો. કાસમે અને પાકિસ્તાન પાછા ફરેલા બે આતંકવાદીઓએ પોતાના આકાઓને જે કહ્યું એ વાતો સોઢા એજન્ટે પોતાના સંપર્કો થકી જાણી લીધી હતી. આ રીતે સોઢાને પાકિસ્તાન મોકલવાનું અગ્રાવતનું જોખમી જુગટું કારગર નીવડ્યું હતું.

અગ્રાવતે એક ધુપ્પલ પણ ચલાવ્યું કે, તમે રણમાં સંતાડેલો માલ પણ અમે જપ્ત કરી ચૂક્યા છીએ. આ અંધારામાં તાકેલું તીર બરાબર નિશાન પર લાગ્યું. હવે ભેદી, મીંઢા અને રીઢા મુઝમ્મીલે જબાન પરનું તાળું ખોલી

નાખ્યું. તેણે અગ્રાવત સમક્ષ કબૂલ કરી લીધું કે, આ આર.ડી.એક્સ. કલકત્તામાં અમેરિકાના દૂતાલયને ફૂંકી મારવા માટે મોકલાયું હતું. આ પ્રકરણના અહેવાલ અને ફોલોઅપ સમાચારમાં ક્યાંય કલકત્તામાં અમેરિકાના દુતાલયને ફૂંકી મારવા માટે મોકલાયું હોવાની ચોંકાવનારી વાત બહાર નહોતી આવી, કચ્છ ફાઇલ માટે ઊંડા ઊતર્યા ત્યારે પહેલીવાર આ ઘટસ્ફોટ થયો!

શાહનવાઝ ઉર્ફે મુઝમ્મીલે તો બધું પકડાઈ ગયું એમ માનીને ઘણી વિગતો ઓકી નાખી. એ જાણી લીધાનો આનંદ અનુભવવા કરતા અગ્રાવત એ જીવલેણ માલસામાન કેવી રીતે પાછો મેળવવો એના વિચારોમાં ખોવાઈ ગયા. તેઓ જાણતા હતા કે સીમાપારથી આવેલી સ્ફોટક સામગ્રી હજી રણમાં ક્યાંક દટાયેલી પડી છે. દુશ્મન દેશ એનો ઉપયોગ કરવા અન્ય કોઈને મોકલે એ અગાઉ વિસ્ફોટક સામગ્રી શોધી લેવી જોઈએ.

અલબત્ત, એ કામગીરી ઘાસની ગંજીમાં સોય અને રાજકારણીઓમાં પ્રામાણિક માણસને શોધવાથી કપરી હતી. છ મહિનામાં રણમાં ઘણો ફેરફાર થયો હોય. હવે એ દાટીને ઉપર ખોડેલી લાકડી અને મૂકેલું લાલ બેરલ હજી ત્યાં હોય ખરાં? અને હા, મુઝમ્મીલે કીધા પ્રમાણે આર.ડી.એક્સ પૂરા ૩૪ કિલો હતું, જેનાથી ન જાણે કેટકેટલા વિસ્ફોટ થઈ શકે અને અગણિત નિર્દોષ ભારતીયોના જીવ જઈ શકે.

કાશ્મીરનેય ભુલાવી દે એવો ભંયકર કારસો કચ્છમાં રચાવાનો હતો. પહેલીવાર લશ્કર-એ-તોયબાએ ગુજરાત અને કચ્છનો રૂટ પસંદ કર્યો હતો. એમના ખોફનાક ઇરાદા સામે એક અદનો પોલીસ સબ-ઇન્સ્પેક્ટર પર્વતની જેમ અડગ ઊભો રહી ગયો હતો. પોતાના એજન્ટ થકી ષડયંત્રની વિગતો મેળવવી અને મુઝમ્મીલ પાસે કબૂલાતથી અગ્રાવત ઘણાં ગર્વ-ગૌરવ સાથે કદાચ શાંત બેસી શક્યા હોત, પરંતુ અગ્રાવતને પ્રશંસાના વરસાદમાં નહાવું નહોતું. એમને તો સેંકડોના જીવ બચાવવા હતા.

ખોફનાક ષડયંત્ર પર્દાફાશ થયા બાદ દિલીપ અગ્રાવત સહિતના પોલીસવાળાએ ગમે તેમ કરીને આફત, મુશ્કેલી અને જોખમને સથવારે આર.ડી.એક્સ સુધી પહોંચવું હતું. એ કેમ, કેવી રીતે થયું એ બધું ખૂબ દિલધડક જ રહેવાનું. ભલભલી એડ્વેન્ચર અને સ્પાય ફિલ્મના પ્લોટને બચુકલા બનાવી દે એવી આ ખોજ હતી. આ મિશન ઇમ્પોસિબલ હતું, પણ એને પોસિબલ બનાવ્યે જ છૂટકો એવા દૃઢ નિર્ધાર સાથે દિલીપ અગ્રાવત થોડા ચુનંદા સાથીઓને લઈને હાજીપીર જવા નીકળ્યા, સાથે મુઝમ્મીલને પણ રાખ્યો.

જોકે રણમાં થોડા આગળ વધ્યા તો પહેલો અવરોધ નડ્યો. પોલીસની

ગાડી કાદવમાં ફસાવા માંડી. આવામાં આગળ કેમ વધાય? રણના ભોમિયા હોવાથી અગ્રાવત સમજી ગયા કે વધુ તૈયારી સાથે રણમાં આવવું પડશે અને એ પણ શક્ય એટલો વધુ ચોક્કસ રૂટ જાણી-સમજીને. આડેધડ દોડધામમાં સમય ગુમાવવાનું પાલવે એમ નથી.

પી.એસ.આઈ. અગ્રાવત આર્મી કેન્ટોનમેન્ટમાં ગયા. ત્યાંથી કચ્છ-પાક.ની આંતરરાષ્ટ્રીય સરહદની બંને બાજુનો વિસ્તાર અને ઝીણવટભરી વિગતો દર્શાવતો વિશાળ નકશો સાથે લઈ આવ્યા. પોતાની એલ.સી.બી. ઑફિસનું બધું ફર્નિચર બહાર કઢાવી નાખ્યું. પછી આખા રૂમમાં માંડ સમાય એટલો મોટો નકશો પાથરી દીધો. મુઝમ્મીલને સતત પૂછપરછ કરતા જાય કે કયા રસ્તે આવ્યા, આસપાસ શું હતું? ક્યાંથી નીકળ્યા, ને ક્યાં પહોંચ્યા? એમાં કેટલો સમય લાગ્યો? ક્યાં રોકાયા? કેટલા વાગે નીકળ્યા, કેટલા વાગે પહોંચ્યા? આ બધા સવાલોના જવાબ પરથી નકશા પર નજર ફેરવતા જાય અને મનોમન મુઝમ્મીલ ઍન્ડ ટેરરિસ્ટ કંપનીનો રૂટ ગોઠવતા જાય. મુઝમ્મીલની ઘૂસણખોરી થઈ ત્યાંથી હાજીપીર પહોંચવા વચ્ચેના દિવસો, દરેક દિવસની મુસાફરીનો રૂટ અને અંતરના દાખલા બેસાડવા માંડ્યા. ત્રણ દિવસની પગપાળા મુસાફરીમાં ૩૫ કિ.મી. ચાલવા દરમિયાન ક્યાં કાદવ, ક્યાં કળણ મળ્યા, ક્યાં સીધા ચાલ્યા અને ક્યાં ઊંધા પગે પાછા વળ્યા અને છેલ્લે ક્યાં માલ દાટી દીધો. આવું વારંવાર ફેરવી ફેરવીને અગ્રાવત પૂછતા રહ્યા અને આમાંથી આ જોખમી વણનોતર્યા મહેમાનોના રૂટનો વ્યવસ્થિત ક્યાસ મળ્યો.

મંઝિલનો આછો-પાતળો રૂખ મળ્યા બાદ દિલીપ અગ્રાવતના કહેવાથી કચ્છ પોલીસે વાયુદળની મદદ માગી, પરંતુ ઍરફોર્સના નિયમ મુજબ તેમના હેલિકૉપ્ટરમાં સિવિલિયન (અર્થાત્ પોલીસ)ને ન લઈ જઈ શકાય. હવે શું કરવું? આ દરમિયાન અગ્રાવતના સંપર્કમાં આવેલા એક ઍરફોર્સના પાઇલટે સામેથી કીધું કે, અમારી ફરજના ભાગરૂપે કરાતી શોર્ટી (ઉડ્ડયન-ફેરા) દરમિયાન રણમાં ઉપરથી ક્યાંક માલની નિશાની રૂપે ખોડેલી લાકડી કે બેરલ દેખાશે તો પોતે અંગતરૂપે સામેથી જાણ કરશે. જોકે આકાશમાં હેલિકૉપ્ટરની ઉડ્ડયનની ઊંચાઈથી લાકડી કે બેરલ દેખાવાનું અશક્ય હતું, પરંતુ બીજી એક આશા પણ હતી ખરી. મુઝમ્મીલે માહિતી આપી હતી કે અમે લોકોએ ખાનજી ઢુઈ (બેટ) પર આર.ડી.એક્સ. વગેરે સંતાડ્યું ત્યાં લાલ રંગનું બેરલ પણ મૂક્યું હતું. છેક ૧૯૯૮માં ભયાનક વાવાઝોડામાં કચ્છના કંડલા બંદરનું એક લાલ બેરલ કચ્છની ક્રીકના ફરી વળેલા પાણી સાથે તણાઈ આવ્યું હતું. આ લાલ બેરલનો નિશાન તરીકે આતંકવાદીઓએ ઉપયોગ કર્યો હતો. લાલ બેરલની જાણકારી

પણ પાઇલોટને અપાઈ હતી અને સુખદ યોગાનુયોગ જુઓ કે હેલિકૉપ્ટરના એ પાઇલોટને પેટ્રોલિંગ દરમિયાન લાલ બેરલ દેખાયું. તેણે અગ્રાવતને જાણકારી આપી. એકદમ આનંદમાં આવી ગયેલા સબ-ઇન્સ્પેક્ટર દિલીપ અગ્રાવતને લક્ષ્ય નજીક દેખાવા માંડ્યું, પરંતુ એ હજી દૂર હતું, ઘણું ઘણું દૂર. એના સુધી પહોંચવામાં નાનીનાની કસોટીમાંથી લઈને વિકટ અગ્નિપરીક્ષા થવાની હતી.

11

સબ-ઇન્સ્પેક્ટર દિલીપ અગ્રાવતની નિષ્ઠા, ધગશ અને મહેનત ધીમે ધીમે રંગ લાવી રહ્યાં હતાં. હજી પૂરેપૂરી સફળતા મેળવવાની બાકી હતી, એ પણ શક્ય એટલી જલદી. ક્યાંક એકાદ કોઈ ઘૂસણખોર ત્રાસવાદી સ્ફોટક સામગ્રીથી દેશમાં ભાંગફોડ કરે તો પોતાની સમૂળગી મહેનત પર ટાઢુંબોળ પાણી ફરી જાય.

જે સ્થળે દારૂગોળો-વિસ્ફોટકો સંતાડાયાનો અણસાર મળ્યો હતો ત્યાં સુધી જવાનું અત્યંત વિકટ હતું. અગ્રાવતે પોતાના રણ અને વનવગડામાં રખડવાના શોખીન દોસ્તો સાથે ચર્ચા કરી. એક મિત્રે ઉપયોગી સૂચન કર્યું કે, સ્થળ પહોંચવામાં જી.પી.એસ. (ગ્લોબલ પોઝિશનિંગ સિસ્ટમ) કામ લાગી શકે. આજે જી.પી.એસ. રમત વાત લાગે, પણ એ સમયે એટલે કે ૨૦૦૧માં હજી મોબાઇલ ફોન પણ દૂરની વાત હતી, ત્યાં જી.પી.એસ. લાવવી ક્યાંથી?

ચર્ચાનો દોર આગળ વધતા સૂચન મળ્યું કે અલંગથી જી.પી.એસ. લાવી શકાય, પણ ઊંડી પૂછપરછમાં જાણકારી મળી કે જહાજી જી.પી.એસ. ખૂબ વજનદાર હોય એટલે એને લઈને રણમાં ભટકવાનું અત્યંત મુશ્કેલ કે અસંભવ બની જાય. અત્યંત ધીરજ, જહેમત અને ચોકસાઈથી સંતાડેલી સ્ફોટક સામગ્રીના સંભવિત સ્થળના અક્ષાંશ-રેખાંશ તો મેળવી લીધા. હવે જી.પી.એસ.ની જોગવાઈ થઈ જાય એટલે ત્યાં પહોંચવાનું આસાન થઈ જાય, પણ જી.પી.એસ. લાવવી ક્યાંથી?

પુરુષાર્થ કરનારો ક્યારેય પાછો પડતો નથી. યોગાનુયોગ એ જ સમયે અમેરિકાથી પરત આવેલો અગ્રાવતનો એક દોસ્ત નાનું અને વજનમાં હલકું જી.પી.એસ. લાવ્યો હતો. આનાથી જોશમાં આવી ગયેલા અગ્રાવતે કંડલાની શિપિંગ કંપનીમાંથી પણ બે જી.પી.એસ. મેળવી લીધા.

હવે આગલું પગલું ભર્યું. રણમાં વિશિષ્ટ કામગીરી માટે વપરાતા બે ઊંટ ભાડે લીધાં. આવા ઊંટનો ઉપયોગ મોટેભાગે દાણચારો કરતા એવી અગ્રાવતને ખબર. આ ઊંટને રણ, તરસ અને ભૂખના પડકાર જરાય ન નડે. એની ગતિમાં જરાય ફરક ન પડે.

દિલીપ અગ્રાવતને લાગ્યું કે બી.એસ.એફ.ના હેલિકૉપ્ટર મળી જાય તો મિશન

પાર પાડવામાં ઝડપ આવી શકે. ફરી મદદ માગી, પણ ફરી એનો એ જવાબ કે નોન-આર્મી વર્ક માટે હેલિકૉપ્ટર ન મળી શકે. જોખમી માલસામાન છુપાવાયો હતો એ સંભવિત સ્થળ જેટલું દુર્ગમ હતું એટલું જ ત્યાં પહોંચવાનું એકદમ દુષ્કર અને ખૂબ જોખમી હતું. રણની ભૂગોળથી મહદ્અંશે વાકેફ અગ્રાવત એક ઘડીય વેડફવા માંગતા નહોતા. પાણી કે રણની સપાટી પર ચાલી શકે, ઓછી ઊંચાઈ પર ઊડી શકે અને જરૂર પડે તો તરી પણ શકે એવા હોવરક્રાફ્ટના ઉપયોગનો વિચાર કર્યો. આ આઇડિયા એકદમ ચોટડુંક લાગ્યો. હોવરક્રાફ્ટનું ભાડું પુછાવ્યું તો જમીન નીચેના રણની રેતી ખસકવા માંડી. ભાડું હતું રૂ. ૪૫ લાખ. આટલી તોતિંગ રકમ તો પરવડે જ નહીં.

આ બધી કવાયતમાં દિવસો વીતતા જતા હતા. ફરી અમુક તત્ત્વો અગ્રાવતની મશ્કરી કરવા માંડ્યા. સોઢા એજન્ટે ટાઢા પહોરનું ગપ્પું ચલાવ્યું હશે, કે પોતે પડીને ટાંગ ઊંચી રાખવા ગપગોળા હાંકે છે? ખરેખર રણમાં ક્યાંય આવી સ્ફોટક સામગ્રી આવી હશે? અને આવી હોય તો હજી ત્યાં ને ત્યાં પડી હશે ખરી? કે પછી ભાઈ પોતાનું મહત્ત્વ વધારવા નકામું ફૂટેજ ખાઈ રહ્યા છે?

આ બધાની સંપૂર્ણ અવગણના કરીને અગ્રાવતે મનોમન પાકી ગાંઠ વાળી લીધી કે આદર્યું છે તે પૂરું કરીને જ રહીશ. હવે અલગ રીતે વિચારવા માંડ્યા. એક-એક એન્ગલથી પ્લાનિંગ શરૂ કર્યું. આખો મહિનો નાની-નાની ચીજો વિશે વિચાર્યું અને પ્લાનિંગ પૂરું થયું.

સૌ પ્રથમ તો ન જાણે કેટલાય દિવસો સુધી ચાલનારા શોધખોળ અભિયાન માટે પાણી લેવાનું નક્કી કર્યું. જગ કે કાચની બૉટલથી વજન વધી ન જાય એટલે દેશી દારૂની હેરાફેરી માટે વપરાતી પોટલી (કોથળી)માં પાણી ભર્યું. આમાં એક વિચારણા એવીય ખરી કે પોટલી ખાલી થતી જાય એમ નિશાની તરીકે રસ્તામાં મૂકતી જવાની એટલે પાછા ફરતી વખતે ભૂલા ન પડી જવાય. રણમાં કેડી વગર ઘણાએ ઘાણીના બળદની જેમ ગોળગોળ ફરીને જીવ ગુમાવ્યાના અનેક દાખલા મળી આવે. ખાવા માટે સ્વામિનારાયણ મંદિરમાંથી સુખડી લીધી. સ્વાદિષ્ટ, પૌષ્ટિક અને વજન ઓછું. એમાં ત્યાંના એક સાધુએ શ્રદ્ધા-આશાનું ભાથું બંધાવ્યું: તમે હેમખેમ પાછા નહીં આવો ત્યાં સુધી હું અખંડ દીવો રાખીશ.

અગ્રાવતની પાંચ સભ્યોની ટીમે કમર કસી. આમાં અતુલ જોષી, નરેન્દ્રસિંહ જાડેજા, દેવરાજ ગઢવી અને હરજીભાઈ મહેશ્વરી પોલીસવાળા અને સાથે એક નોન પોલીસ એટલે કે સિવિલિયનનેય રાખ્યા. એ સજ્જન હતા પગી તેજમાલજી. રણમાં પગી અને ઊંટથી વધુ ઉપયોગી કોઈ નહીં.

અગ્રાવતે ટીમ-બી પણ સાથે રાખી હતી. આમાં પોપટ દેવીપૂજક અને બીજા લોકોને તંબૂ ઉપાડવા-ખોડવા જેવાં આનુસષંગિક કામો માટે સાથે લીધા હતા. આ બધાની રણમાં ઠેરઠેર જરૂર પડવાની હતી.

અગ્રાવતે આ ટીમની પસંદગી કરી એની પાછળેય કારણો હતાં. સાથેના હેડ-કૉન્સ્ટેબલ અને કૉન્સ્ટેબલ માત્ર બહાદુર અને ખડતલ જ નહોતા. કંઈક કરી છૂટવાની ધગશનું ધારદાર શસ્ત્ર પણ ધરાવતા હતા. અગાઉ ઘણાં કપરાં ઑપરેશનમાં આ બધા અગ્રાવતની પડખે પડછાયાની જેમ રહ્યા હતા. આખી ટીમે પહેર્યાં એવાં જીન્સ અને ટી-શર્ટ કે જે દિવસો સુધી રણની રેતીથી ખરડાય કે કાદવમાં રગદોળાય તો પણ વાંધો ન આવે. પાણી અને સુખડીના ભાગ પાડીને જાંબાઝ નીકળી પડ્યા જીપ્સી જીપમાં.

મુઝમ્મીલ 'માલ' લઈને આવ્યો હોવાની કરેલી કબૂલાત અને 'માલ' કબજે કરવાના પ્રયાસ વચ્ચે એક મહિનાનો જે સમય મળ્યો એમાં અગ્રાવતે સફળતા માટે ફક્કડ પ્લાનિંગ કર્યું હતું. મોટીમાં મોટીથી નાની-નાની બાબતો વિચારી રાખી અને એ પ્રમાણે વિવિધ મુદ્દાઓનું લગભગ પરફેક્ટ કહી શકાય એવું પ્લાનિંગ કર્યું. આમાં સૌથી મહત્ત્વપૂર્ણ અને કપરું-કામ હતું રણમાં સંદેશવ્યવહાર જાળવી રાખવાની વ્યવસ્થા ઊભી કરવાનું.

અત્યંત પડકારજનક મિશનમાં ઐતિહાસિક સફળતા હાંસલ કરવી હોય તો સચોટ પ્લાનિંગ અનિવાર્ય ગણાય. અસાધારણ ઑપરેશન માટે નીકળેલી ટીમ સાથે અગ્રાવતે કૉમ્યુનિકેશનનાં સાધનો તો લીધાં જ, સાથે લાંબા લાંબા વાંસડા પણ લીધા. આની પાછળનો તર્ક સામાન્ય માણસોને જલદી ન સમજાય.

અને આ ટુકડીએ ધાર્યું હતું એવું જ આગળ થવા માંડ્યું. જીપ્સી જીપમાં રણમાં થોડા આગળ વધ્યા બાદ અટકી જવું પડ્યું. જીપ આગળ વધી શકે એમ નહોતી. જીપનાં પૈડાં ટસના મસ જ ન થાય. એ સ્થળે એક મોટો વાંસ ખોડી દીધો. તેની સાથે એન્ટેના, એક બૅટરી અને વાયરલેસ જોડી દીધા. આ સ્થળને નામ આપ્યું જીપ્સી કૅમ્પ.

હવે ટીમ આગળ વધવા માંડી, પરંતુ થોડું અંતર કાપ્યા બાદ ઊંટ પણ અટકી પડ્યાં. એમના પગ કાદવમાં ફસાઈ ગયા હતા. એ સ્થળે ઊંટને વાંસના ખોડેલા બાંબુ સાથે બાંધી, ત્યાં જ છોડી દઈને વાયરલેસ માટેનો બીજો ટાવર બનાવ્યો. આને નામ આપ્યું, કેમલ પોઇન્ટ.

દરેક પોઇન્ટ પર પોલીસ અને બી.એસ.એફ.ના જવાનોને કોમ્યુનિકેશન માટે તૈયાર રહેવા જણાવી દેવાયું. તેમને પાણી ખોરાકનાં પૅકેટ આપી દેવાયાં.

હવે સાથે રહ્યા પાંચ જણા. દિલીપ અગ્રાવત સાથે સાથીદારો દેવરાજ ગઢવી,

અતુલ જોશી, હરજીભાઈ મહેશ્વરી, નરેન્દ્રસિંહ જાડેજા અને પગી તેજમાલજી. આ પાંચેય પગપાળા રણ ખૂંદતા આગળ વધતા ગયા.

એ સમયે એમની પાસે વાયરલેસની પાંચ કલાક ચાલે એટલી બૅટરી હતી. એ સાવ ખલાસ ન થઈ જાય એટલે એકદમ મર્યાદિત પ્રમાણમાં ઉપયોગ શરૂ કરાયો. દર કલાકે એકવાર માત્ર એક મિનિટ માટે બધાય કેમ્પ વચ્ચે 'સબ સલામત'ના સંદેશાની આપ-લે થવા માંડી. આ 'ખેરિયત'નું આદાનપ્રદાન છેક ખાનજી ઢુઈ સુધી થતું રહ્યું.

આ બધા મૅસેજ પાસઑન કેમ થતા હતા એ જાણવુંય રસપ્રદ છે. અગ્રાવત જે કંઈ કહેવું હોય એ જીપ્સી પોઇન્ટને જણાવે, પછી જીપ્સી પોઇન્ટ એ વાત કેમલ પોઇન્ટ સુધી પહોંચાડે અને કેમલ પોઇન્ટનો સંદેશો નરા પોલીસ સ્ટેશન સુધી જાય. ત્યાં પોલીસ વાયરલેસનો ફુલ સેટઅપ કનેક્ટ હોય એટલે નરા પોલીસ સ્ટેશન અગાઉ નક્કી કર્યા મુજબ માતાના મઢની ટેકરી પર રાખેલા વાયરલેસ રિપિટર સ્ટેશનને એ સંદેશો પાઠવી દે. પછી માતાનો મઢ ભુજ પાસેથી ટપકેશ્વરીની ટેકરી પર આવેલા આવા અન્ય રિપિટર સેન્ટરને મૅસેજ પહોંચાડે. ત્યાંથી મૅસેજ પોલીસ કન્ટ્રોલ રૂમમાં જાય અને આખરે પોલીસ અધિક્ષકને માહિતી મળી જાય. સંદેશાવ્યવહારનું આ કામચલાઉ માળખું આબાદ કામ કરી ગયું. નહીંતર ન જાણે મિશનના શા હાલ થયા હોત?

આગામી તબક્કામાં રણમાં પગપાળા ચાલવાનું હતું. ખૂબ વધુ ચાલવાનું હતું. રણમાં વીંછી બહુ હોય એટલે એના ડંખથી ચેતતા રહેવું પડે અને તૈયાર પણ રહેવું પડે. આ ધ્યાનમાં હતું જ એટલે સાથે વીંછીના ડંખની ઇલાજની દવા લીધી હતી. પાણી અને સુખડી બાદ આ દવાના ભાગ પાડ્યા. નક્કી કર્યું કે ચા પીને સવારે ચાલવા માંડીશું.

વહેલી સવારે ચોમેર વિસ્તરેલા રણમાં કપરી પદયાત્રા શરૂ કરી. ક્યાંક ખોટા રસ્તે આગળ વધીને ભૂલા પડીને રણમાં ભટકતા ન રહીએ એમ વિચારીને અગ્રાવત ઊભા રહી ગયા. જી.પી.એસ. ચાલુ કર્યું, પરંતુ એમાં બતાવાતી દિશા જોઈને તેઓ એકદમ ચોંકી ગયા. રણનું અને દિશાનું પાયાનું જ્ઞાન અને મૂળભૂત જાણકારી તો હતી જ એમની પાસે. માત્ર ચોક્કસ દિશાનિર્દેશ માટે જી.પી.એસ.ની મદદ લેવી પડે, પરંતુ જી.પી.એસ. તો એકદમ ઊંધી અને ભળતી જ દિશા દર્શાવતું હતું. અગ્રાવતને પોતાની આંખ પર વિશ્વાસ ન બેઠો. આવું કેવી રીતે થઈ શકે? સાથીદારો અકળાવા માંડ્યા કે સાહેબ, ઉતાવળ કરો. જો તડકો વધી જશે તો આગળ વધવાનું મુશ્કેલ થઈ જશે. અગ્રાવત વિચારોમાં ને વિચારોમાં આગળ ચાલવા માંડ્યા. અચાનક તેમનું ધ્યાન ગયું કે હવે જી.પી.એસ. અગાઉથી

સાવ અલગ, પણ સાચી દિશા દર્શાવવા માંડ્યું! હકીકતમાં જી.પી.એસ.નો પાયાનો નિયમ એ છે કે તમે ચાલો તો એ સાચી દિશા બતાવે. એક જ સ્થળે સ્થિર ઊભા રહીને જોવાથી ભળતું જ પરિણામ મળે.

અનેક નિતનવી અડચણો સામે અડગ રહીને અગ્રાવત અને ટીમ ચાલતી રહી. ક્યારેક તો સામે મોત દેખાયું, પણ નરબંકા ન પાછા વળ્યા કે ન રોકાઈ ગયા. એકાએક અગ્રાવતની આંખમાં ચમક આવી ગઈ. દૂર કંઈક લાલ લાલ દેખાતું હતું. જે દેખાય છે એ હકીકત છે કે રણનાં ઝાંઝવાં? આ ટીમ માટે તો રાખોડી રણમાં લાલ રંગ એટલે લાલ બેરલ. લક્ષ્ય એકદમ સામે લાગતું હતું, પરંતુ ખરેખર એટલું નજીક નહોતું. ને ત્યાં પહોંચવાનું આસાન જરાકેય નહોતું.

જ્યારે ખાનજી ઢુઈની નજીક પહોંચ્યા તો લાલ બેરલ સાથે લાકડી પણ નજરે પડી, જેની વાત મુઝમ્મીલે કરી હતી. ઢુઈની આસપાસ કોઈકનાં, લગભગ મુઝમ્મીલનાં, પગલાંનાં નિશાન પણ દેખાવા માંડ્યા. થાક, ભૂખ અને તરસ છતાં સૌનાં દિમાગ-સ્વસ્થતા એકદમ સાબૂત હતાં. અગ્રાવત તરત જ પગી તેજમાલજીને લઈને અંતિમ લક્ષ્ય ભણી સંભાળી સંભાળીને આગળ વધવા માંડ્યા.

હવેનો રસ્તો અત્યંત વિકટ હતો. મીઠાના થર વચ્ચે બારીક રેતીના થર, કાદવ કે કળણ કે કંઈ પણ હોઈ શકે. ફ્રીજમાં મૂકેલી છાશ પણ ફૂંકી ફૂંકીને પીવાની હતી, જાણે જીવનો સવાલ હોય એમ એક-એક ડગલું આગળ વધતા હતા. લાંબા સમયની જહેમત બાદ મંઝિલ સામે હોય ત્યારે ધીરજ રાખવી એય બહુ મોટું ભગીરથ કામ કહેવાય.

મંઝિલ નજીક પહોંચ્યા ત્યાં સૂરજદાદાએ અલવિદા કરી દીધી. અંધારું ઘેરાવા માંડ્યું. સૂર્ય ભલે રણની ક્ષિતિજોમાં સમાઈ ગયો, પરંતુ આમાંથી અગ્રાવતને આશાવાદનો ઉજાસ દેખાયો. હજારો નિર્દોષોની જાનહાનિ અને જાનમાલની ખુવારી માટેના મહાભયાનક ષડયંત્રનો પણ અસ્તાચળ થવામાં છે એવો વિશ્વાસ અડગ થઈ ગયો. અંતે છ-છ મહિનાની મહેનત અને લગન ફળી ખરી.

ઉપર આકાશ, ચારેકોર કાળુંડિબાંગ અંધારું, ન કોઈ હિલચાલ, ન જરાસરખો અવાજ. આ મોતના સામાન પર પાંચેય ઊભા હતા કે આસપાસ હતા. જો અંદર ગ્રેનેડ કે ટાઇમ બૉમ્બ જેવું કંઈ હોય અને જો માણસના હલનચલનના કંપનથી ફાટે તો માણસના શરીરનો કયો ટુકડો કઈ દિશામાં અને કેટલે દૂર ફંગોળાય એ ખબર ન પડે. અને ઘર-પરિવાર કે સમાજને ન જાણે તેમની વીરગતિની ક્યારે ખબર પડે. કદાચ ક્યારેય જાણ ન પણ થાય.

આવા નકારાત્મક વિચારો કરવાને બદલે ટીમ અગ્રાવત રાતે જ કામે લાગી ગઈ, પરંતુ હજી અંતિમ ઉપાધિ આવવાની બાકી હતી. આવતી વખતે

બી.એસ.એફ. પાસેથી લીધેલી બૅટરી એકદમ ડાઉન થઈ ગઈ. ખાવાનું તો ખૂટી જ પડ્યું હતું, પરંતુ અનોખી સિદ્ધિના સંતોષથી સૌનું પેટ પૂરેપૂરું ભરાયેલું હતું.

કામગીરી આગળ વધારતાં અગાઉ એકદમ અગત્યની ફરજ બજાવવાની હતી. પોતાનામાં અખૂટ વિશ્વાસ મૂકનારા એસ.પી. વિવેક શ્રીવાસ્તવને ફતેહ મળ્યાની મહત્ત્વપૂર્ણ જાણકારી આપવાની હતી. અગાઉથી નક્કી થયા મુજબ વિસ્ફોટકોનો જથ્થો મળી જાય પછી સાંકેતિક ભાષામાં સંદેશો આપવાનો હતોઃ ઢંઢમાં પક્ષી આવી ગયાં છે.

કચ્છી ભાષામાં ઢંઢ એટલે તળાવ કે સરોવર. એમાં આ યાયાવર પંખીઓની પધરામણી થઈ ગઈ છે એવા કોડવર્ડ મૅસેજથી એસ.પી.ને હકીકતની જાણ થઈ જાય. પત્રકારો, અન્ય એજન્સીઓ કે કોઈ જાસૂસને ગંધ આવે એ અગાઉ બધું જડબેસલાખ કરવું જરૂરી હતું. એટલે જ ખુદ એસ.પી. પણ આતુરતાથી મૅસેજની રાહ જોતા હતા.

આકરી જહેમત બાદ ફતેહ તો મળી અને સમયસર એનો સાંકેતિક સંદેશો પણ મોકલાવાઈ ગયો, પરંતુ અહીં એક અણધાર્યો લોચો થઈ ગયો. સંદેશો પહોંચ્યો ત્યારે એસ.પી. શ્રીવાસ્તવ ભુજમાં કોઈક બર્થ ડે પાર્ટીમાં ગયા હતા. તેમની સાથેના ગાર્ડને આ મૅસેજ સાંભળીને થયું કે તળાવમાં પંખી આવી ગયાં એ કંઈ મહત્ત્વનો સંદેશ કે અર્જન્ટ કામ નથી. નાહક સાહેબને ડિસ્ટર્બ શા માટે કરવા?

પરંતુ છેક રાતે નવેક વાગે આ સંદેશની જાણકારી મળતાં એસ.પી. એકદમ આનંદથી ઊછળી પડ્યા, ને ગાર્ડ જોઈ જ રહ્યા. ત્યારે એનું મોઢું જોવા જેવું થઈ ગયું હતું, પરંતુ ગાર્ડનો ચહેરો જોવામાં કે એને ઠપકો આપવામાં સમય વેડફવાને બદલે શ્રીવાસ્તવ મારતી જીપે હાજીપીર-નરા જવા માટે નીકળી ગયા.

એકાએક રાતના અંધારામાં એસ.પી. હાજીપીર-નરા જવા નીકળી ગયા એવી ગંધ પોતાના સોર્સિસ પાસેથી આવતા ચબરાક રિપોર્ટર વિપુલ વૈદ્યને થયું કે અચૂક કંઈક મોટી બાબત બની હશે, નહીંતર ખુદ પોલીસ વડા કંઈ રાતે થોડા દોડી જાય? લાંબું વિચાર્યા વગર, ઠેરઠેર છાપાં પહોંચાડવા માટે કૉન્ટ્રાક્ટ પર વપરાતી ટૅક્સીને લઈને વિપુલ પણ ફોટોગ્રાફર સાથે હાજીપીર ભણી ધસી ગયો. વિપુલને સાંભર્યું કે અગાઉ પણ દિલીપ અગ્રાવતે હાજીપીરનો એક નિષ્ફળ ધક્કો ખાધો હતો અને કંઈ હાથ લાગ્યું નહોતું. એ વખતે વિપુલેય ફોગટનો ફેરો માર્યો હતો એટલે હાજીપીરમાં કંઈ નિશ્ચિતપણે હોવાનો અંદેશો ક્યારનો હતો, પણ શું હતું? ને ક્યારે-કેવી રીતે મળ્યું? એ જાણવાની તાલાવેલી ટૅક્સીનાં પૈડાં સાથે સ્પર્ધામાં ઊતરી હતી.

બધે આકાશ, રણ અને રાતનું અંધારું સમાન હતું, છતાં એમાં દિલીપ અગ્રાવત, વિવેક શ્રીવાસ્તવ અને વિપુલ વૈદ્યના વિચારો એકદમ અલગ હતા. નરા પોલીસ સ્ટેશનમાં વિવેક શ્રીવાસ્તવ અને અન્ય સ્થાનિક પોલીસ અધિકારી-કર્મચારીઓ દિલીપ અગ્રાવતના આગમનની રાહ જોઈ રહ્યા હતા. એવા ટાંકણે રાતના સમયે એક પત્રકારને આવેલો જોઈને શ્રીવાસ્તવ એકદમ ધૂંઆપૂંઆ થઈ ગયા. તેમણે સીધું વર્તાવા ન દીધું, પણ એમનું મગજ ચક્કર ખાઈ ગયું. આટઆટલી ગુપ્તતા છતાં એક પત્રકારને આટલી મહત્ત્વની માહિતીની ખબર પડી ક્યાંથી?

અલબત્ત, અનુભવી શ્રીવાસ્તવે મનના ભાવ કળાવા દીધા વગર શક્ય એટલા સહજભાવે વિપુલ વૈદ્યને સીધો સવાલ કર્યોઃ 'આપ યહાં?'

વિપુલે સામો સવાલ કર્યો, 'સર, આપ ખુદ યહાં આયે હૈં, તો કુછ ખાસ પકડા હૈ ક્યા?'

'અરે નહીં, નહીં ભાઈ, યે તો રૂટિન વિઝિટ હૈ મેરી.' બંને બાજુથી બોલનારા જાણતા હતા કે તેમના શબ્દોમાં જોર નહોતું. કંઈક છુપાવવાનો બંને પ્રયાસ કરી રહ્યા હતા. શ્રીવાસ્તવ બરાબર સમજી ગયા કે આ બલા અહીંથી ખાલી હાથે ટળે એમ નથી.

થોડીવારમાં ધૂળ-ગારાથી ખરડાયેલી જીપ્સીનો શેરડો અંધકારને ચીરીને નરા પોલીસ સ્ટેશન પર પડ્યો. આ લાઇટથી આંખ ટેવાય ત્યાં જીપ્સીની આગલી સીટમાંથી અગ્રાવત બહાર નીકળતા દેખાયા. પાછળના ભાગમાં રાખેલા પાંચ કોથળા સાથે તેમના વીર સાથીદારોય ઊતર્યા. મોટાભાગનાની પેન્ટ ગોઠણ સુધી વાળેલી હતી. કપડાંય એટલાં મેલાંઘેલાં અને અસ્તવ્યસ્ત હતાં કે બે ઘડી તો ઓળખાય જ નહીં.

આ બધા વચ્ચે વિપુલને બીજી ચિંતા કોરી ખાતી હતી. અખબારની ડેડલાઇનની. વિપુલ વૈદ્ય વિનંતી સાથે આંગણામાં જ ફટાફટ સવાલોની તડાફડી ફોડવા માંડ્યો, 'સર, શું માલ ભર્યો છે આ કોથળામાં?'

12

શું મળ્યું? કેવી રીતે મળ્યું? આની પાછળ કોણ? વિપુલ વૈદ્યની ઑન ધ સ્પૉટ હાજરી અને 'કચ્છમિત્ર'ની વિશ્વસનીયતા અને દબદબાની સૌને જાણ. હવે અગ્રાવત સાથે શ્રીવાસ્તવ પણ વિપુલ વૈદ્યના એક પછી એક સવાલોના જવાબરૂપે માહિતી આપવા માંડ્યા. જીપ્સીમાંથી પોલીસવાળા કોથળા ઉતારતા હોય એવો ફોટો ક્લિક કરીને વિપુલે ઉતાવળે રજા માંગી. જો સમયસર ભુજ ન પહોંચાય તો આજના અંકમાં આટલું મોટું સ્કૂપ ગુમાવવું પડે. આવતી કાલે કદાચ બધા પત્રકારોને ખબર પડે તો પરમ દિવસે એક-એક છાપામાં આવા ધમાકેદાર ન્યૂઝ આવે જ અને આવી એક્સક્લુઝિવ સ્ટોરી વિપુલ જવા દે ખરો?

ગુજરાત જ નહીં, ભારત માટે આ મોટા સનસનીખેજ સમાચાર હતા. દેશને છિન્નભિન્ન અને લોહિયાળ બનાવવાનું નાપાક કાવતરું કચ્છ પોલીસે નિષ્ફળ બનાવ્યું હતું. માત્ર કચ્છ જ નહીં, સમગ્ર ગુજરાત પોલીસની યશગાથા સમાન આ એક્સક્લુઝિવ ન્યૂઝની ફ્રન્ટપેજ પર હેડલાઇન શું કરવી? સાથે પેટા-હેડિંગ કેવાં મૂકવાં? અલગથી બૉક્સમાં હાઈલાઇટ શું કરવું? સમય ઓછો હોવાથી ફટાફટ વધુમાં વધુ વિગતો કેવી રીતે લખવી? કયા-કયા ફોટોગ્રાફ લેવા એવી બધી મથામણ વચ્ચે વિપુલની ટૅક્સી ભુજ ભણી દોડવા માંડી.

પોતાનો રસ કે સ્વાર્થ ભલે માત્ર સમાચાર-અખબાર પૂરતો મર્યાદિત હતો એટલે હાજીપીર જેવા દૂરના વિસ્તારમાં રાતવરાત દોડી ગયો, પણ આ મહાગાથાના સાચુકલા હકદાર તો દિલીપ અગ્રાવત જેવા વર્દીધારી ગણાય. પત્રકાર તરીકે કોઈની ખોટી કે વધુ પડતી પ્રશસ્તિ ન કરવી કે શેહમાં ન તણાવાની પાયાની સમજ તો વિપુલની અંદરના પત્રકારમાં ભારોભાર હતી, પરંતુ એને લીધે અગ્રાવત જેવા જાંબાજ અને નીડર અધિકારીને અન્યાય પણ કેમ થવા દેવાય? વિપુલ મનોમન એમની જહેમતને સલામ કરી રહ્યો હતો.

દિલીપ અગ્રાવત અને સમાચારથી હટકે વિચારવમળ પણ મનમાં ઘુમરાવા માંડ્યું. ૧૯૬૫ અને ૧૯૭૧માં પ્રત્યક્ષ લડાઈમાં જીતી ન શકેલા પાકિસ્તાને પરોક્ષ યુદ્ધ જોરશોરથી આદર્યું છે. સદ્ભાગ્યે દેશની પહેલી હરોળ એટલે સંરક્ષણ

દળો એકદમ મજબૂત છે, તો બીજી હરોળ સમાન પોલીસ અને મુલ્કી તંત્ર પણ ખૂબ સતેજ-સક્રિય છે એટલે એમની મેલી મુરાદ દર વખતે બર આવતી નથી. સતત પછડાટ છતાં 'હાર્યો જુગારી બમણું રમે' એમ પાડોશી પોતાનું પોત પ્રકાશતો રહે છે.

પ્રેસની ટીમ નરા છોડીને ભુજ તરફ ધસી રહી હતી. ત્યારે અગ્રાવત અને એમના વીરોના ચહેરા પર અંધારામાંય સંતોષ અને આનંદ વર્તાઈ આવતા હતા. આમ છતાં શ્રીવાસ્તવ નરાના સ્થાનિક પોલીસ સ્ટાફ પર ભડક્યા તો ખરા કે આપણા ગુપ્ત ઑપરેશનનો અણસાર આ પત્રકારને આવ્યો કેવી રીતે? આ સવાલનો જવાબ માત્ર વિપુલ વૈદ્ય પાસે હતો, જે એ ક્યારેય જાહેર કરવાનો નહોતો.

આ ખોફનાક ઑપરેશનમાં યશકલગી મેળવનારા અગ્રાવતનો આનંદ સમય જતાં બમણો થઈ ગયો, જ્યારે ભુજની કોર્ટે મુઝમ્મીલ ઉર્ફે શાહનવાઝ અબ્દુલ ગફુર ભટ્ટીને સજા-એ-મોત ફટકારી. પછી ઉપલી કોર્ટમાં અપીલ બાદ મુઝમ્મીલની ફાંસીની સજા આજીવન કારાવાસમાં ફેરવાઈ ગઈ. અત્યારે એ અમદાવાદની જેલમાં રોજ ન જાણે કેટલીવાર અગ્રાવતને યાદ કરતો હશે!

મુઝમ્મીલ ઉર્ફે શાહનવાઝ અબ્દુલ ગફુર ભટ્ટી અને આઝમ ચીમા જેવા આતંકવાદીઓના કારસાને અનન્ય બાહુબળ અને બુદ્ધિબળથી નિષ્ફળ બનાવીને દિલીપ અગ્રાવતની બાહોશ ટીમે વધુ એક પરોક્ષ યુદ્ધને ટાળી દીધું, પરંતુ એના વિશે લખતી અને વિચારતી વખતે વિપુલનું મન ૧૯૭૧ના યુદ્ધના દિવસોની સ્મૃતિમાં સરી પડ્યું.

એ સમયે નવ વર્ષના વિપુલે બાહરી સાથે આંતરિક યુદ્ધ જેવા આકરા સંઘર્ષનો સામનો કર્યો હતો. એક પછી એક ઘટના મનસરોવરની સપાટી પર ડોકાવા માંડી. અત્યારે ચોરીછૂપીથી આર.ડી.એક્સ. મોકલનારા પાકિસ્તાને ૧૯૭૧માં તો ખુલ્લેઆમ યુદ્ધ આદરીને કચ્છમાં ૯૨-૯૨ બૉમ્બ ઝીંકી દીધા હતા. આમાં એમનું મુખ્ય ટાર્ગેટ ભુજ સ્થિત ઍરફોર્સનો રનવે હતો. આ રનવેને એટલું ભારે નુકસાન પહોંચાડાયું કે ત્યાંથી ન કોઈ વિમાન ઉડ્ડયન કરી શકે કે બહારથી આવેલું પ્લેન ઉતરાણ ન કરી શકે. એટલે કચ્છને કોઈ રીતની મદદ ન મળે અને પોતે આ આસાનીથી સરહદી રાજ્ય પર કબજો જમાવી લે એવી ઇસ્લામાબાદની મલિન મંશા હતી. એ યુદ્ધ સમયે ભુજમાં ભયનું સામ્રાજ્ય છવાઈ ગયું હતું. ચોમેરથી હિજરતીઓના ટોળેટોળા ભુજથી પલાયન થવા માંડ્યા હતા.

જોકે વિપુલને માતા વસુબહેન પાસેથી હિંમત અને નીડરતાના ગુણ ગળથૂથીમાં જ મળ્યા હતા એટલે બીજા બધાની જેમ ભુજ છોડી જવાને બદલે વૈદ્ય પરિવારે

ઘર ન છોડ્યું. નાનકડો વિપુલ યુદ્ધવિમાનોની ઘરઘરાટી વચ્ચે રાતે ઘર-દુકાનોની લાઇટ બંધ કરાવીને બ્લેક આઉટનો અમલ કરાવનારા સ્વયંસેવકો સાથે નીકળી પડતો હતો.

આમાં માધાપર ગામે અકલ્પનીય કૌવત બતાવ્યું. આ ગામની બહેનોએ યુદ્ધના માહોલ વચ્ચે ગણતરીના કલાકોમાં ભુજની ઍરફોર્સની હવાઈપટ્ટીનું સમારકામ કરી આપ્યું. વિશ્વના યુદ્ધના ઇતિહાસની આ અનન્ય ઉજ્જ્વળ ગાથા છે, જેને સમાંતર કંઈ મળી ન શકે. માધાપરે ૧૯૭૧માં જ નહીં, કારગિલ યુદ્ધ વખતેય સૈન્ય માટે પાણીની અદ્ભુત વ્યવસ્થા કરી બતાવી હતી. દેશસેવા માટે વર્દી ધારણ કરવી એ અનિવાર્ય નથી. દરેક સાચો નાગરિક ગણવેશ વગરનો સાચુકલો સૈનિક જ હોય છે. જરૂર હોય છે એને બરાબરનો હચમચાવીને આળસ અને પ્રમાદમાંથી કુંભકર્ણ ટાઇપની ઊંઘમાંથી જગાડવાની.

કચ્છની જેમ કચ્છના પત્રકારત્વની પણ ઘણી વિશિષ્ટતા છે. જળ, જમીન અને આકાશી સરહદ ધરાવતા આ પ્રદેશના પત્રકારે સામાન્ય અપરાધ ઉપરાંત ઘૂસણખોરી, દાણચોરી, શસ્ત્રોની હેરાફેરી, જાસૂસોની હિલચાલ અને વિવિધ સલામતી એજન્સીઓની કાર્યપદ્ધતિ સાથે તેમની આંતરિક યાદવાસ્થળી પર પણ ચાંપતી નજર રાખવાની હોય છે. ઘણીવાર તો ક્રાઇમ સીન દૂરદૂર રણમાં હોય ત્યારે જાતતપાસ માટે જવાનું ખૂબ કપરું હોય, પણ એ સિવાય છૂટકો હોતો નથી. અલબત્ત, તમે સાચા, સારા પત્રકાર અને નિષ્ઠાના બંધાણી હોવા જોઈએ.

આપણા વિપુલના ત્રણ જ પ્રેમ; પત્રકારત્વ, પરિવાર અને કચ્છ. આ ત્રણેય વચ્ચે સમતુલા જાળવવી એટલે કાશ્મીરની ઊંડી ખીણ પરના પાતળા દોરડા પર ચાલવું. વિપુલ સહિતના પત્રકારો ઉપરાંતના વ્યાવસાયિકો અને આમ આદમીય કબૂલ કરશે કે જીવનની બધી દોડધામમાં ભોગ આપવાનું, ત્યાગ કરવાનું અને જતું કરવાનું પરિવારજનોને ભાગે જ આવે છે. વિપુલ અને વૈદ્ય પરિવારને એક વાતનો અનહદ આનંદ કે પોતે કચ્છમાં રહે છે, કચ્છવાસી છે. કચ્છીમાડુ હોવાનો ગર્વ પણ એટલો જ. કચ્છીઓ પાંજો કચ્છ, પાંજો કચ્છ કરતાં ધરાય નહીં એટલા બધા માતૃભૂમિપ્રેમી.

કચ્છ છે જ અનોખું. એનું આકર્ષણ ન હોય એવા જવલ્લે જ મળે. કચ્છ આવનારા ઘણાં ઇચ્છે કે સ્થાનિક કચ્છી સાથે હોય અને એમાંય પત્રકારનો સથવારો હોય તો લાપસી માથે ચોખ્ખું શુદ્ધ ઘી પડ્યા જેવો આનંદ અને જલસો. પોતાના કામકાજ માટે વિપુલને કચ્છમાં હડિયાપાટી કરવી જ પડે. ક્યારેક સ્નેહી, મિત્રો અને પત્રકારોનેય કંપની આપવી પડે. પત્રકારો સાથેની ઘણી ઘટના એ ક્યારેય ન ભૂલી શકે એવી છે.

પત્રકારત્વ સાચી રીતે કરો તો એ ૨૪×૭ની નોકરી. ગુજરાતમાં પત્રકારોને સાત જાહેર રજા મળે. હકની સાપ્તાહિક રજા વારાફરતી લેવી પડે તો જ રોજ અખબાર પ્રગટ થઈ શકે. એટલે બધા પત્રકારોએ સપરિવાર સાથે પિકનિક કરવાના દિવસો બહુ ઓછા મળે એટલે વિપુલ અને કચ્છના સાથી પત્રકારોએ ચાર-પાંચ ધુળેટીની મજા કચ્છના રણમાં માણી હતી. એ પણ માણસના ચહેરા જોવા ઝંખતા બી.એસ.એફ.ના જવાનો સાથે. આવા જવાનો સાથે રંગોત્સવ ખરેખર લાગણીનો મહાઉત્સવ બની જાય. એક વધુ ધુળેટી નજીક આવતી હતી, ત્યારે એને યાદગાર બનાવવાની ચર્ચા શરૂ થઈ.

એ સમયે વિપુલ વૈદ્ય 'દિવ્ય ભાસ્કર'ની કચ્છ આવૃત્તિનો તંત્રી. ૨૦૧૨ની આઠમી માર્ચે ધૂળેટી આવતી હતી. એટલે હટકે હોળી-ધૂળેટી ઊજવવા માટે કચ્છના કોટેશ્વરના સીમા મથકે જવાનો સાથે રંગોત્સવ માણ્યા બાદ ક્રીક એરિયામાં જવાનું નક્કી કર્યું. શક્ય બને તો સિરક્રીક સુધી પહોંચી જવું એવીય ઇચ્છા ખરી. બધું નક્કી થઈ ગયા બાદ વિપુલે સક્રિય થવાનું હતું. એને પ્રોસેસની જાણ હતી, પણ અણધારી ઘટનાની નહીં.

સૌ પ્રથમ બી.એસ.એફ.ના હેડક્વાર્ટરમાંથી વિશેષ મંજૂરી મેળવવી પડી. વિપુલ જાણે કે રણ સરહદ હોય તો પોતાના ખાનગી વાહન કે કાર-મોટર-બસથી માત્ર ને માત્ર બી.એસ.એફ.ની પરવાનગી સાથે જ જઈ શક્યા, પરંતુ ક્રીકમાં તો બી.એસ.એફ.ની સ્પીડ બોટમાં જવું પડે. આવો મોકો ઓછો મળે અને બધાને તો ક્યારેય ન મળે. એટલે લીડર તરીકે વિપુલે પ્રેમાળ ફતવો બહાર પાડ્યો કે બધાએ ફૂલ ફેમિલી સાથે જ આવવાનું છે. એ સમયે ખબર નહોતી કે એ કેટલા મોટા જોખમમાં બધાને લઈને ધસી જઈ રહ્યો હતો.

અલબત્ત, ઑફિસના બધા પત્રકારોએ હોંશેહોંશે આ પ્રસ્તાવને વધાવી લીધો. લગભગ ૧૮ થી ૨૦ જણા જોડાયા. આ હટકે પિકનિક કમ ધૂળેટીમાં હકીકતમાં કદાચ આ પહેલો બનાવ હતો કે જ્યારે પત્રકારોને પત્ની અને બાલબચ્ચા સાથે સિરક્રીક જેવા સંવેદનશીલ વિસ્તારમાં જવાની સત્તાવાર મંજૂરી મળી હોય. અલબત્ત, નાનપણથી અને વિવાહિત જીવનમાં પણ ખૂબ બાંધછોડ કરી ચૂકેલા વિપુલને આ વખતે પણ પરિવાર સાથે સમય વિતાવવા મળે એમ નહોતો. પુત્ર હેત વડોદરામાં અભ્યાસ કરતો હતો ને માલિની પણ એ ગાળામાં ચાર વર્ષ સુધી દીકરાની દેખભાળ કરવા માટે વડોદરા હતી. આમ, વિપુલે માંડ મળેલી રજામાં વડોદરા જવાની લાલચને દબાવી દેવી પડી અને બીજા પરિવાર સમાન સ્ટાફ સાથે રજા ગાળવાનો કપરો નિર્ણય લેવો પડ્યો. આને સારો લીડર જ કહેવાયને? એ સમયે કોઈ જાણતું નહોતું કે આ પિકનિક 'ન ભૂતો ન ભવિષ્યતિ'

જેવી બની રહેવાની હતી. કદાચ વી.આઈ.પી.ને આવી પરમિશન મળે, પણ આમ આદમીને તો ન જ મળે.

આખરે ઉત્તેજના અને ઇંતેઝારી વચ્ચે એ દિવસ આવી ગયો. રાતે એકાદ વાગ્યે છાપું પૂરું કરીને તંત્રી વિભાગનો પેજમેકિંગનો સ્ટાફ ઉતાવળે પગલે ઘર ભણી રવાના થયો. ચારેક કલાકમાં તો તૈયાર થઈને બધા પાછા આવી ગયા.

૨૦૧૨ની આઠમી માર્ચની ધૂળેટી સૌને યાદ રહી જવાની હતી, કાયમ માટે. શેની ઇચ્છા લઈને જઈ રહ્યા હતા અને સામે શું અણધાર્યું ભટકાવાનું હતું એનો કોઈને અણસાર કે કલ્પનાય નહોતી. મૂળ આયોજન મુજબ મંઝિલ સીધી અને સરળ હતી. ભુજથી ૧૬૦ કિલોમીટર દૂર કોટેશ્વર જવાનું. ત્યાં રંગના સંગે કલરફુલ ધમાલ-મસ્તી કરવાની. ત્યાંથી વાયા સાવલા પીર થઈને છેક ૨૦ નોટિકલ માઈલ દૂર સિરક્રીક જવાનું હતું. પહેલી નજરે પ્લાન પરફેક્ટ હતો, પણ જે નજરે નહોતું ચડ્યું એનું શું?

વહેલી સવારે મિનિ-બસ ઑફિસ નીચે આવી પહોંચી હતી. રજા ને એમાંય ધુળેટી, સપરિવાર પિકનિક અને એ પાછી સાથી કર્મચારીઓ સાથે. એમાં પણ વિશિષ્ટ સ્થાને જવાની ખાસ સગવડ. એટલે ઉત્સાહે સૌની સવારની સુસ્તીને ક્યારની તગેડી મૂકી હતી. હર્ષોલ્લાસ વચ્ચે મિનિ-બસની સવારી ઊપડી. માર્ચ હોવાથી નહોતી ઠંડી કે નહોતી ગરમી. સવારના કિરણોની પધરામણી વચ્ચે ગપસપ, જોક્સ અને અંતાક્ષરીનાં ગીતોથી બસનો માહોલ એકદમ ખુશનુમા અને રમતિયાળ બની રહ્યો હતો.

આ મસ્તી-મજામાં કોટેશ્વર ક્યારે આવી ગયું એની ખબરેય ન પડી. અહીં બી.એસ.એફ.ના જવાનો સાથે કોરા-રંગોની છોળ ઊડી, પણ વિપુલ જેવા સંવેદનશીલ માનવીઓ એ સૂકા રંગોની છોળ વચ્ચેય જવાનોની આંખમાં ધસી આવેલી ભીનાશને અનુભવી શક્યા. ઘર-પરિવારથી સેંકડો કે હજાર કિલોમીટર દૂર રહેતા આપણા રક્ષકોય જાણે પોતાના કુટુંબીજનો મળી ગયા હોય એટલા ઉત્સાહ સાથે લાગણીસભર બનીને રંગાયા, તનથી અને મનથી.

એ સાથે જ ડિફેન્સ બીટનું રિપોર્ટિંગ કરતા તેજસ્વી ચીફ રિપોર્ટર જયેશ શાહે તાકીદ કરી કે, હવે બધા ક્રીકમાં જવા માટે તૈયાર થઈ જાઓ. આનું કારણ સમજાવતાં બી.એસ.એફ.ના અધિકારીઓએ ટૂંકમાં પતાવ્યું કે વધુ મોડું થાય તો લોચો પડી જશે. કચ્છનો આ ક્રીક એરિયા નથી રણ કે નથી દરિયો. અરબી સમુદ્રમાં ભરતી હોય ત્યારે આ અટપટી ક્રીકમાં પાણી ભરાઈ જાય અને આ ક્રીક-ખાડી-નાળા કોઈ મોટા તળાવ કે દરિયામાં ફેરવાઈ જાય અને ઓટ આવે એટલે ક્રીકનું પાણી તળિયાને ભેટી પડે. કેટલીક ક્રીક તો એકદમ

જમીનમાં ફેરવાઈ જાય, ને બધે કાદવ જ કાદવ દેખાય. આ નાનાં-મોટાં નાળાનું જાળું એકદમ અદ્ભુત છે. વચ્ચે પાણી, એની આજુબાજુ જમીન અને એની ઉપર ચેરિયા (મેનગ્રોવ્ઝ)નાં ઝાડ. આ જગ્યાથી અત્યંત પ્રભાવિત થઈને એક પોલીસ અધિકારી કહેતા કે, 'મૈંને વેસ્ટ બેંગાલ કા સુંદર વન દેખા હૈ, કચ્છ કા યે ક્રીક એરિયા ઐસા હી લગતા હૈ.'

વિપુલ અગાઉ ત્રણ-ચાર વાર સિરક્રીક અને હરામી નાળા વિસ્તારમાં જઈ આવ્યો હતો એટલે એને સ્થળની નવાઈ નહોતી. એકાદ-બે અપવાદ સિવાયના બાકી બધા માટે ક્રીક જોવી કે એની વચ્ચે જવું એ પહેલીવહેલી વારનું હતું એટલે સૌની ઉત્તેજના અને ઉત્સાહ ચરમસીમાને આંબતા હતા. ચેરિયાથી શોભતી વાંકીચૂંકી કેટલીક ક્રીકને વટાવીને બી.એસ.એફ.ની નાની લોંચ જેવી મોટી બોટ સાવલાપીરનો સુંદર નજારો કરાવીને ભરબપોરે સિરક્રીક પહોંચી ગઈ.

એ સમયે સિરક્રીક અવારનવાર આંતરરાષ્ટ્રીય સ્તરેય સમાચારમાં ઝળકતી રહેતી હતી. પાકિસ્તાને સીમાના પ્રશ્ને અકારણ વિવાદમાં નાખેલા આ સંવેદનશીલ વિસ્તારમાં પહોંચીને એક-એક જણાં રોમાંચિત થઈ ગયા. સિરક્રીકના મુખ પાસે લટાર મારીને બોટ પાછી ફરવા લાગી. માંડ બે નોટિકલ માઈલનું અંતર કાપીને સિરક્રીકથી થોડી નાની એવી પીરસનાઈ ક્રીક પાસે બોટ પહોંચી. એ સમયે દરિયામાં ઓટ આવવાની શરૂ થઈ ગઈ. એ સાથે જ લોંચ જેવી એ બોટ ત્યાં જ ફસાઈ ગઈ. હવે?

બાળકો સહિત બધા સમયની કટોકટીને લીધે કોટેશ્વરથી જમ્યા વગર જ નીકળી ગયાં હતાં. કોટેશ્વરથી લીધેલાં બિસ્કિટ અને વેફર્સનાં પડીકાં ઘણાં કામ આવ્યા, પણ એ તો નાસ્તો થયો. હકીકતમાં કોઈને પેટપૂજાની પરવા નહોતી. ભૂખ યાદ સુધ્ધાં નહોતી આવી. સૌ કોઈ સિરક્રીકના અલભ્ય દર્શનમાં રમમાણ થઈ ચૂક્યાં હતાં.

પરંતુ વિપુલ અને જયેશ જેવા અનુભવીઓને સાથે આવેલા બી.એસ.એફ.ના કંપની કમાન્ડર અને અન્ય જવાનોના કપાળ પર ચિંતાની લકીર દેખાઈ. અલબત્ત, તાલીમ અને અનુભવને લીધે તેમણે કોઈને કંઈ વર્તાવા ન દીધું કે સૌ ખૂબ મોટી સમસ્યામાં ફસાયા છે. વિપુલ અને જયેશે પાસે જઈને હળવા અવાજમાં પૂછપરછ કરી તો આંચકાજનક જવાબ સાંભળવા મળ્યો, 'અબ કમસેકમ પાંચ-છ ઘંટે લગ જાયેગા... લેકિન હમ ક્રીક મેં પેટ્રોલિંગ કર રહી દૂસરી બોટકો રેસ્ક્યૂ (બચાવ) કે લિએ બુલાતે હૈં.'

આ સાથે બી.એસ.એફ.ના વૉકીટૉકી ધણધણવા માંડ્યા. 'કમ સુન નિયર પીરસનાઈ' અને થોડી મિનિટોમાં જ દૂર-દૂર ટપકાં જેવી ઉદ્ધારક એટલે કે

બચાવ બોટ દેખાવા માંડી. તરત રેસ્ક્યૂ બોટ દેખાતાં સમસ્યાના જાણકારોના જીવમાં જીવ આવ્યા. નજર એ ટપકાં પર જકડાયેલી રહી, પણ આ શું? એ બોટ કેમ હલતી નથી કે આગળ વધતી નથી? વાયરલેસ મૅસેજથી રહસ્ય ખૂલ્યું કે એ બોટ પણ ઓટમાં ફસાઈ ગઈ છે. તરત જ વૉકીટૉકી બોલતી થઈ. ફરી એ જ મૅસેજ કે તરત પીરસનાઈ પાસે આવી જાઓ. એક પછી એક મૅસેજને પગલે દૂર એક વધુ ટપકું દેખાય અને પછી અટકી જાય. પહેલી, પછી બીજી અને ત્રીજી બોટ બોલાવાઈ. પીરસનાઈ ક્રીકમાં ફસાયેલાઓને ઉગારવા માટે આવેલી ત્રણેય સ્પીડ બોટના એ જ હાલ થયા. થાંભલાની જેમ ઊભી રહી ગઈ.

પીરસનાઈ ક્રીકમાં પિકનિકર્સની બોટની ત્રણ દિશામાં સ્પીડ બોટ આવી હતી સૌને ઉગારવા માટે, પણ એ જ ઓટને લીધે ફસાઈ ગઈ હતી. ટેન્શન વધવા માંડ્યું, ને જોતજોતામાં સૂરજ જાણે પશ્ચિમમાં પાકિસ્તાન તરફ ઢળવા માંડ્યો. સાથોસાથ પૂર્વમાં ઝાંખોઝાંખો ચંદ્રમા દેખાવા માંડ્યો. એક જ સમયે નભમાં સૂરજદાદા અને ચંદામામાને જોઈને બધાને ખૂબ મજા આવી ગઈ. હકીકતમાં બી.એસ.એફ.ના અધિકારીઓ અને જવાનો ઉપરાંત વિપુલ વૈદ્ય અને જયેશ શાહ સિવાય કોઈને અણધારી આફતની લેશમાત્ર જાણકારી નહોતી.

ઉપરછલ્લી વાતચીતમાં સહજ ભાવે પુછાયું કે, આપણી બોટ કેમ ઊભી રહી ગઈ છે? બી.એસ.એફ.ના જવાનોએ હસવાના પ્રયાસ સાથે આશ્વાસન આપ્યું કે થોડીવારમાં ભરતીનું પાણી આવશે એટલે આપણી બોટ ચાલુ થઈ જશે અને મદદ માટે બીજી બોટ પણ આવી જ રહી છે.

આ બધા ટેન્શન વચ્ચે બી.એસ.એફ.ના જવાનોને એક વધુ ચિંતા કોરી ખાતી હતી, જેના પર વિપુલ વૈદ્ય કે જયેશ શાહે જરાય વિચારેય નહોતો કર્યો.

13

બધા પિકનિકર્સ પીરસનાઈ ક્રીકની આસપાસનો નજારો જોવા-માણવામાં મશગૂલ હતા. એક અનોખી જગ્યા જોવાના સંતોષ-મસ્તી-આનંદમાં તલ્લીન હતા. વિપુલ અને જયેશ જેવા સમજદારો ઝડપભેર ભરતી આવે કે રેસ્ક્યૂ બોટ આવે એવી મનોમન પ્રાર્થના કરી રહ્યા હતા. એ સમયે બી.એસ.એફ.વાળાને મહેમાનોને સલામત પાછા પહોંચાડવાની ખાતરી તો ગળા સુધી હતી જ, પરંતુ એ શક્ય બને ત્યાં સુધી આ બધાના ભોજનની વ્યવસ્થા કેવી રીતે કરવી? યુવાનો સાથે સ્ત્રીઓ અને બાળકોય હતાં. બપોરના લંચનો ક્યારનોય સમય વીતી ગયો હતો અને બધાને કકડીને ભૂખ લાગે એ ઘડી દૂર નહોતી.

બી.એસ.એફ.ની મોટી બોટના ભંડકિયામાં પાંચ ફૂટ બાય સાત ફૂટનું રસોડું તો હતું, પણ એમાં ખાદ્ય સામગ્રીને નામે માત્ર ઘઉંનો લોટ અને સિંગતેલ હતાં. જવાનો ફટાફટ મોટી-મોટી પૂરી ઉતારવા માંડ્યા. સૌથી પહેલાં બાળકો પછી મહિલાઓ અને અંતે પત્રકારોએ પૂરી ખાધી. ચા, દાળ, શાક કે અથાણા વગર માત્ર પૂરી. વિકલ્પ જ નહોતા. એમાંય પૂરી ગરમાગરમ અને ખાલી પેટમાં કૂદાકૂદ કરતા ભૂખના ઉંદરડા. એક-એક ગરમાગરમ પૂરી ખાધી, ખૂબ પ્રેમથી. સવારે છ વાગ્યે ભુજથી નીકળેલા પિકનિકર્સ સાંજે પાંચ વાગ્યે પૂરી કેમ ન ખાય?

પેટમાં પૂરી ઊતરી રહી હતી ત્યારે ક્રીકનું વાતાવરણ એકદમ આહ્લાદક હતું. સૌમાં ઉત્સાહ અને જોશ એટલા ઉછાળા મારતા હતા કે પહેલાં ભૂખ યાદ ન આવી ને પછી એકલી-લુખ્ખી પૂરી ખાતાં હોવાનું ધ્યાનમાં ન આવ્યું. ક્રીકનું પાણી સાવ ઓસરી ગયું હતું. કલાકો અગાઉ જ્યાં દરિયો ઘૂઘવતો હતો ત્યાં સપાટ મેદાન બની ગયું હતું.

કચ્છના ક્રીકની ટોપોગ્રાફી આવી અદ્ભુત અને અકલ્પ્ય છે. સૌને એ માણવાની ખૂબ મજા પડી ગઈ. જવાનોની પરમિશન સાથે બોટની સીડી મારફતે સ્ત્રીઓ અને બાળકો અને કેટલાંક પુરુષો નીચે ઊતર્યા. કોઈકે નિસાસો નાખ્યો કે બોલ-બેટ સાથે લીધા હોત તો ક્રિકેટ રમવાનો જલસો પડી જાત. બધા દૂરદૂર જમીન પર ટહેલવા માંડ્યા. મોબાઇલ ફોનમાં સેલ્ફી લેવાની હોડ શરૂ થઈ ગઈ. જોકે

સામાન્ય રીતે સરહદી વિસ્તારમાં ફોટોગ્રાફીની મનાઈ હોય છે, પરંતુ અહીં તો લોકેશન છતું થઈ જાય એવા આસપાસ કોઈ નિશાન કે માઈલસ્ટોન નહોતા.

દોઢેક કલાક સુધી દરિયામાંથી મેદાનમાં ફેરવાઈ ગયેલી ક્રીકમાં મોજમસ્તી ચાલતી રહી. સૂરજદાદા એકદમ ક્ષિતિજ પર પહોંચીને આજ પૂરતું અલવિદા કહેવાની અણી પર હતા, ત્યાં બોટ પરથી સૂચના આવીઃ 'સબ ઉપર આ જાઓ.' બધાને એટલી મજા આવતી હતી કે કોઈ સ્ત્રી કે બાળકે પાયાનો સવાલ સુધ્ધાં ન કર્યો, 'આટલો બધો સમય વીતવા છતાં હજી ભરતીનું પાણી કેમ નથી દેખાતું?'

વિપુલ વૈદ્ય અને જયેશ શાહ જેવા જાણતલોના મનમાં સવાલો ઊછળકૂદ કરતા હતા ખરા, 'ભરતીને હજી કેટલીવાર લાગશે? રેસ્ક્યૂ બોટ ક્યારે શરૂ થશે? અને... અને આપણે બધા કોટેશ્વર ક્યારે પહોંચીશું?'

સદ્ભાગ્યે આખો કાફલો એટલા બધા મોજ, આનંદ અને મસ્તીમાં ગળાડૂબ કે કોઈને જિજ્ઞાસા કે કુતૂહલ ન થયાં. જાણે પાછા ફરવાની જરાય ઉતાવળ ન હોય.

ધીમે-ધીમે અંધારું ઊતરવા માંડ્યું. ભેટરૂપે એ ભરતીના પાણી સાથે લાવ્યું. પાણી ભરાવા માંડ્યું. હાશકારો થયો કે ચાલો હવે આપણી બોટ ઊપડશે, પરંતુ કમનસીબે પિકનિકર્સથી ભરેલી બોટ ચાલુ જ ન થઈ શકી. સદ્ભાગ્યે રેસ્ક્યૂ માટે નીકળેલી સ્પીડબોટ ચાલુ થઈ એટલે મહેમાનોને પાછા લઈ જવા માટે તરત આવી પહોંચી. બે બોટમાં બધા ગોઠવાઈ ગયા. પછી તો ક્રીકના વળાંકો કાપતી, ઊછળતાં મોજાની ઊંચાઈ માપતી બંને બોટ કોટેશ્વર ભણી દોડવા માંડી.

અંધારા વચ્ચે ભારે પવન ફૂંકાતો હતો. બોટની સ્પીડ પવનને વધુ તેજ બનાવતી હતી. પાણીની વાંછટ ઊડતી હતી. માર્ચનો મહિનો હોવા છતાં ઠંડક લાગવા માંડી. આસપાસ સ્પષ્ટપણે કંઈ જ ન દેખાવા છતાં સૌ નજારો જોવામાં વ્યસ્ત હતા. કદાચ હવે, થાક વર્તાવા માંડ્યો હતો. અંતે રાતે ૧૨.૦૦ વાગ્યે આખી ટીમ અનોખી સાહસયાત્રા હેમખેમ સંપન્ન કરીને કોટેશ્વર પહોંચી ગઈ.

કોટેશ્વરમાં બી.એસ.એફ.ના કેમ્પમાં લંચ તો કરી શક્યા નહોતા, પણ સીમાડાના સંત્રીઓ પરોણાગતમાં જરાય કચાશ છોડવા માંગતા નહોતા. રાતે ૧૨ વાગ્યે સૌને પ્રેમપૂર્વક લંચ-કમ-ડિનર કરાવ્યું. એક-એકને સંતોષના ઓડકાર આવ્યા. આનંદમય દિવસ પૂરો થયો, પણ એનો અનુભવ જીવનભર યાદ રહી જાય એવો હતો. વિપુલ અને જયેશ જ જાણતા હતા કે બધા કેટલી ભયંકર કટોકટીમાંથી પસાર થયા હતા. ખુદ બી.એસ.એફ. ઑફિસરે ધીમા અવાજે વિપુલના કાનમાં ફૂંક મારી, 'હમારે લિયે ભી યહ કિસ્સા એબનૉર્મલ હૈ... પહેલે ઐસા કભી ના હુઆ હૈ ઔર ન આગે કભી હોગા...'

જોકે વિપુલ વૈદ્ય માટે આ યાદગાર આફતની ઘડી પહેલી કે છેલ્લી નહોતી.

એક ૨૬મી જાન્યુઆરીની જાહેર રજાનો સદ્ઉપયોગ પ્લસ મસ્તી કરવા માટે રાજકોટના સીનિયર પત્રકારોએ કચ્છનું રણ અને સરહદ જોવાનો પ્રોગ્રામ બનાવ્યો હતો. આ બધા કચ્છ વિઝિટ માટે ખૂબ ઉત્તેજિત હતા. કેમ ન હોય? રાજસ્થાન, સહરા કે સાઇબીરિયા હોય, એ બધા ડેઝર્ટ કહેવાય. ખરા અર્થમાં રણ એકમાત્ર કચ્છમાં છે, જે ડેઝર્ટ નથી. આ રણ અને ડેઝર્ટ વચ્ચેનો ફરક ઘણો નાજુક છે, પણ સમજવા જેવો ખરો.

૭૫૦૦ ચોરસ કિલોમીટરમાં ફેલાયેલા કચ્છના રણમાં અન્ય રણની જેમ રેતીના ઢુવા નથી. આ રેતીના ઢુવાને અંગ્રેજીમાં સેન્ડ ડ્યુન્સ કહે છે. આપણા કચ્છમાં તો છે ક્ષારથી ભરપૂર ખારો પાટ. હા, અહીં રેતી ખરી જ, પણ એ વાસ્તવમાં પાવડર જેવી છે, એકદમ બારીક ધૂળ અને નકરી ધૂળ. ક્યારેક અનુભવ કરજો કે વાહનના કાચ બંધ હોય તો પણ આ ઝીણી ધૂળ તમારા શરીરના અંગેઅંગને ભેટી પડેલી હોય જ.

આવી બારીક રેતી વચ્ચે વચ્ચે આવે સૂકી વનસ્પતિના ઘાસ જેવા ભોછા. થોડા થોડા અંતરે રણદ્વીપ-બેટ પણ ખરા. આવા બેટ ઉપર બી.એસ.એફ.ની ચોકીઓ, બંકર્સ અને વૉચ ટાવર જોવા મળે. જંગલ, પહાડ અને દરિયાનું એક આગવું વિશિષ્ટ દુર્લભ સૌંદર્ય હોય એવું જ રણની સુંદરતાનું છે.

આ સુંદર રણ શિયાળામાં અતિશય ઠરી જાય, ઉનાળામાં ધખી ઊઠે તો ચોમાસામાં અનેક સ્થળે રણ દરિયામાં ફેરવાઈ જાય. અહીં સેંકડો કિલોમીટર ફરો, ત્યારે માણસ તો ઠીક એકેય પશુ-પંખી નજરે ન પડે છતાં કચ્છના આ જ રણમાં હંજબેટ અર્થાત્ સુરખાબ નગરી છે! આ શરમાળ, સુંદર યાયાવર પક્ષી ચોમાસા અને શિયાળાના સંક્રાંતિકાળમાં લાખોની સંખ્યામાં હંજબેટ પર પધારે. લાખોની સંખ્યામાં દૂરદૂરથી આવી પહોંચે. છીછરા પાણી અને ધૂળ-માટીની મદદથી સુરખાબ હજારો માળા બનાવે. કારણ? પ્રજનન માટે.

આશ્ચર્યની વાત એ છે કે સુરખાબ વિશ્વના બહુ ઓછા સ્થળે પ્રજનન કરે, ને આપણું કચ્છ એમાં મુખ્ય ગણાય છે. આ એકદમ શાંત અને શરમાળ પંખીને અહીં જેવી શાંતિ અને નીરવતા બીજે ક્યાંય મળતાં નથી. એટલે અહીં બે પ્રકારના સુરખાબ અર્થાત્ ફ્લેમિંગો આવે. ગ્રેટર એટલે મોટા અને લેસર એટલે નાના ફ્લેમિંગો, એ પણ હજારો કિલોમીટરનું અંતર કાપીને પધારે, ચોમાસા પછી પોતાની કામચલાઉ વસાહત ઊભી કરે અને ઈંડાં મૂકે.

કચ્છના મોટા રણમાં એક તરફ ક્રીકનું સમુદ્રી જળ પ્રવેશે છે, તો બીજી બાજુ વરસાદ પડતાં મીઠું પાણી ભરાય છે. આ ખારા-મીઠા પાણીના સપ્રમાણ મિશ્રણથી જન્મતા બેક્ટેરિયા થકી અલ્ગા નામની શેવાળ પેદા થાય છે. બસ,

આ અલ્ગા જ રૂપકડાં સુરખાબનો મુખ્ય ખોરાક છે. હા, પાણીની કેટલીક જીવાત પણ સુરખાબ આરોગી જાય છે.

આ ઉપરાંત નિર્જન, અફાટ, માનવીય ખલેલથી ખૂબ દૂર એવો નીરવ રણ વિસ્તાર શાંતિ-પ્રિય, સંવેદનશીલ હંજ યાને સુરખાબને અનુકૂળ ખોરાક અને સલામતી પૂરાં પાડે છે. એટલે આ યાયાવરી પંખી ખૂબ મોટી સંખ્યામાં અહીં આવી જાય છે. તેઓ એશિયા ખંડમાં માત્ર આ સ્થળે જ સંવનન કરે છે. આ ગોલ્ડન ટાઇમ માણ્યા બાદ વિહંગો કચ્છના જ પ્રવેશદ્વારે સૂરજબારીની ખાડીમાં જાય છે, પછી ત્યાંથી મુંબઈની ખાડીમાં પહોંચે, કારણ કે આ બંને સ્થળેય દરિયાનું નમકીન અને વરસાદી મીઠું જળ મિશ્રિત થતું હોવાથી યોગ્ય આહાર મળી રહે છે.

ખાવડાથી ઉત્તર-પૂર્વમાં અને ખડીર બેટથી પશ્ચિમે આવેલા અંડાબેટમાં પ્રથમ વખત ૧૯૮૩માં સુરખાબની ઉપસ્થિતિ સત્તાવારપણે નોંધાઈ હતી. વર્ષો પૂર્વે વિશ્વવિખ્યાત પક્ષીવિદ્ ડૉ. સલીમ અલીએ પણ કચ્છની આ સુરખાબ નગરીની મુલાકાત લીધી હતી.

૧૯૮૬માં રણના આ વિસ્તારને સંરક્ષિત અભયારણ્ય ઘોષિત કરાયો હતો. સુંદર સુરખાબ કચ્છના લોકસાહિત્ય સાથેય વણાયેલું છે. સુરખાબના ટોળેટોળાથી બનતી સફેદ-ગુલાબી ડિઝાઇનવાળી ચાદર જોવા જેવી છે. કચ્છના મહારાવ, એટલે રાજા લાખાજીનું આ પ્રિય પક્ષી હોવાથી તેને કચ્છી બોલીમાં રા' લાખે જા જાની કહેવાનું શરૂ થયું હતું. આનો અર્થ જુઓઃ 'રા' એટલે રાવ અર્થાત્ રાજા અને 'લાખે જા જાની' લાખાજીના પ્રિય' આ સુરખાબ એટલે ફ્લેમિંગોને ગુજરાતના રાજ્યપક્ષીનું સન્માન પણ મળ્યું છે.

હા, ઑક્ટોબરથી એક લાખ, બે લાખ કે ક્યારેક અઢી-ત્રણ લાખ સુરખાબ અહીં આવે. માળા બાંધે, ચારેક મહિનો વસવાટ કરે. એ દરમિયાન ઈંડાંમાંથી પેદા થયેલા બચ્ચાં ત્રણેક મહિનાના થતાં ઊડવાલાયક બને એટલે આ સુંદર વિહંગો જન્મભૂમિ છોડીને કર્મભૂમિ ભણી પ્રયાણ કરે. એ અગાઉ અહીંથી માંડવી, સૂરજબારીની ખાડી, નળ સરોવર, ગુજરાતના અન્ય અનુકૂળ સ્થળો અને મુંબઈની ખાડી સુધી જાય.

કચ્છના રણની આવી અનેક વિશિષ્ટતાની ચર્ચા ક્યારેય પૂરી ન થાય. આવાં અનેક આકર્ષણોથી ખેંચાઈને રાજકોટના પત્રકારો કચ્છ આવ્યા ત્યારે કચ્છી માડુ વિપુલ વૈદ્ય અને નિખિલ પંડ્યાનો સંપર્ક સાધે જ. આ બંને તો ડઝનો વખત કચ્છને જોઈ માણી ચૂક્યા હતા, છતાં આ વખતે સાથે જોડાવાનો વિશેષ આનંદ હતો, કારણ કે પોતાની પત્રકાર આલમના મિત્રોનો સંગાથ. સાથોસાથ બંને એક

વાતથી વાકેફ કે જેટલીવાર મોટા રણ જાઓ ત્યારે કંઈક નવું, જુદું લાગે અને અલગ જ મજા અનુભવાય.

રાજકોટની પત્રકાર ટીમ રજાની હળવાશ માણવાના મૂડમાં હોવા સાથે કચ્છને જોવાની બાળસહજ જિજ્ઞાસાવૃત્તિય ધરાવતી હતી. કુતૂહલ સાથે રોમાંચ પણ ખરો બોર્ડર જોવાનો. પૂર્વ વ્યવસ્થા મુજબ રાજ્યના માહિતી ખાતાના સહકારથી મેળવેલી સરકારી મેટાડોર સવારના પહોરમાં તૈયાર ઊભી હતી. ફ્રેશ થઈને બધા ભુજથી નીકળ્યા. રણ સરહદની લાંબી પણ કપરી મુસાફરી માટે. તેમના એજન્ડા મુજબનાં સ્થળો ઉપરાંત આગળ કંઈક સાવ જ અલગ મળવાનું હતું, બનવાનું હતું.

અલકમલકના ગામગપાટા વચ્ચે પોણોસો કિલોમીટરનું અંતર કાપીને ખાવડા ક્યારે પહોંચી ગયા એની જાણ સુધ્ધાં ન થઈ. વચ્ચે વેકરિયાનું રણ અને બન્ની વિસ્તારના ભીરંડિયારા જેવાં ગામોની ખાસિયતો જોવા-માણવાનો અનુભવ પણ લીધો. હકીકતમાં તો આવા મજેદાર અનુભવ સજ્જ-સંવેદનશીલ પત્રકાર કે આ ક્ષેત્રનો અનુભવી જ લઈ શકે. ભીરંડિયારા ગામનો દૂધનો માવો ખૂબ વખણાય. હવે તો રણોત્સવને લીધે તે દુનિયાભરના પર્યટકોમાં ખૂબ લોકપ્રિય થઈ ગયો છે. આ ભાતીગળ પ્રદેશનું ભરતકામ અને અન્ય હસ્તકળાઓ પણ એકદમ અફલાતૂન. મોટા રણથી પહેલા વિશાળ પ્રદેશમાં પથરાયેલો ભુજ તાલુકાનો બન્ની પ્રદેશ આવે, જે એક સમયે એશિયાના સૌથી મોટા ઘાસિયા (ઘાસ ધરાવતા) મેદાન તરીકે પ્રખ્યાત હતો. આજેય ઘણું ઘાસ ઊગે છે, પણ પહેલાં જેટલું નહીં. કદાચ આ તથાકથિત વિકાસ કે અવિચારી ભૂલની કિંમત છે. અહીં ગાંડા બાવળના અતિક્રમણે રણ વચ્ચે વિખરાયેલા બન્નીને અભડાવી દીધું છે. આજેય પશુપાલન અહીંનો નંબર વન વ્યવસાય છે. ધોરડોના સફેદ રણ અને રણોત્સવને પ્રતાપે અહીં પ્રવાસનો વ્યવસાય ધમધોકાર વિકસ્યો છે.

આ તો બોર્ડરના માર્ગ વચ્ચે આવતા એક વિશિષ્ટ પ્રદેશની વાત થઈ. હજી તો બન્નીના જોડિયા ભાઈ જેવા પચ્છમના મુખ્ય મથક ખાવડા પહોંચ્યા હતા. અસલી મજા તો હજી બાકી હતી. ખાવડામાં ચા-પાણી પતાવીને બધા પહોંચ્યા ઇન્ડિયા બ્રિજ. એ સમયે દેશના સંભવતઃ સૌથી મોટા પ્રતિબંધિત વિસ્તારમાં પ્રવેશવાનો રોમાંચ અનુભવ્યો સૌએ. ઇન્ડિયા બ્રિજ પર સિક્યોરિટી ચેક જેવી બી.એસ.એફ.ની આવશ્યક ઔપચારિકતા આટોપીને મેટાડોર ધર્મશાળા ચોકી તરફ આગળ વધવા માંડી. વચ્ચે આવતા રણના બેટ, બી.એસ.એફ.ના બંકર્સ નિહાળતાં-નિહાળતાં પત્રકાર ટીમ ધર્મશાળા પહોંચી. અખંડ ભારતના સમયમાં સિંધ અને કચ્છના રજવાડાના વેપારીઓ આ ધર્મશાળામાં આરામ માટે રોકાણ કરતા હતા એટલે આ નામ પડી ગયું.

એક મહત્ત્વનો મુદ્દો - સામાન્ય રીતે સીમા સુરક્ષાદળ અધિકાંશ મુલાકાતીઓને ધર્મશાળા સુધી લઈ આવે. ત્યાં જ 'બસ, થોડે હી આગે બોર્ડર હૈ' કહીને પાછા વાળી દે અને પૂરતી પરવાનગી સાથે આવેલા મુલાકાતીઓએય અહીં સુધી પહોંચીને પૂરો રોમાંચ અનુભવી લીધો હોય એટલે 'ભયો ભયો' માનીને પાછા ફરી જાય, પરંતુ આ તો વિશિષ્ટ મુલાકાતીઓ હતા.

હવે તો અહીં યુદ્ધમાં શહીદ થયેલા જવાનોનું સુંદર સ્મારક પણ બન્યું છે. આ મહત્ત્વની સીમા ચોકીથી રણ સરહદમાં જવાના અલગ અલગ રસ્તા ફંટાય છે. પત્રકાર ટીમ અહીંથી નીકળીને ચીડિયામોર ચોકીએ પહોંચી. અહીં ફરી જવાનોએ ગાડી અને વિઝિટર્સનું ચેકિંગ કર્યું. એક-એક સ્થળે ફરી-ફરી થતું ચેકિંગ કંટાળાને બદલે અલગ રોમાંચનો અનુભવ કરાવતું હતું કે આપણે વિશિષ્ટ જગ્યાએ પગ મૂકનારા બહુ નસીબદાર માણસ છીએ.

એક સમયે અહીં પહોંચવાનું સિવિલિયનોનું કામ નહોતું. છેલ્લાં કેટલાંક દાયકામાં બોર્ડર એરિયા ડેવલપમેન્ટ પ્રોગ્રામ હેઠળ અફાટ રણમાં તબક્કાવાર ડામર રોડ બનતા ગયા. રાજકોટના પત્રકારોની ટૂર વખતે હજી ધર્મશાળા ચોકી સુધી જ પાકો રસ્તો બન્યો હતો. એ પછી રણમાં પડેલા વાહનોના ચીલા ઉપર જ આગળ વધવાનું. ચીલો ચાતર્યો તો ખોવાઈ જવાનો ચાન્સ ઘણો. અગાઉ જણાવ્યા મુજબ અનેક ચમરબંધીને ભૂ પાઈ દેતા પત્રકારો બારીક ધૂળ ખાઈને આગળ વધતા હતા. એ સમયે ગરમી બોલી કે મારું કામ. છોગામાં અંગે અંગે દઝાડતો તડકો.

રણની વચ્ચે મૃગજળ જોવાનો લહાવો રાજકોટી પત્રકારો પહેલીવાર માણી રહ્યા હતા. જીવનમાં આપણે બધા ઘણાં મૃગજળ પાછળ ગાંડા થઈને દોટ મૂકીએ છીએ, પણ રણનું મૃગજળ કંઈક અલગ વસ્તુ છે.

પત્રકારોની મેટાડોર આગળ એસ્કોર્ટ તરીકે બી.એસ.એફ.ની જીપ ચાલે. બંને વાહનો વચ્ચે ૨૦૦-૪૦૦ મીટરનું અને ક્યારેક ૫૦૦-૭૦૦ મીટરનું અંતર રાખવું પડે, નહીંતર આગળના વાહને ઉડાડેલા ધૂળના ગોટા વચ્ચે કશું દેખાય જ નહીં. જ્યારે બી.એસ.એફ.ની જીપ બહુ દૂર નીકળી જાય ત્યારે રણમાં થતા મૃગજળની જેવો અલગ આભાસ જોવા મળે. હવાના સ્તર અને દૃશ્ય પરિવર્તનને કારણે આપણી ગાડીની આગળ ઊંટ જતું હોય એવું દેખાય, પાંચ ફૂટની જીપ જેમ દૂર જાય એમ ઊંચી ને ઊંચી દેખાવા લાગે, જાણે ડબલ ડેકર બસ જોઈ લો. બહુ દૂર રણની સપાટ ભૂમિ વચ્ચે ઊગેલા સૂકા ઘાસ અને વનસ્પતિના છૂટાછવાયા ભોછા પણ વૃક્ષ જેવડા લાગે.

એટલે શરૂઆતમાં રાજકોટી મિત્રોને લાગ્યું કે રણના બેટમાં વૃક્ષોનું ઝુંડ છે.

આવા નાના-મોટા ભ્રમ અને કુતૂહલનું તાર્કિક સમાધાન વિપુલ અને નિખિલ કરાવી દેતા હતા.

અનેક કારણોસર સરહદની મુલાકાત એક-એક મહેમાન માટે યાદગાર બની રહી હતી. રણ વટાવીને ટીમ પહોંચી આંતરરાષ્ટ્રીય સીમાએ. નો-મેન્સ લૅન્ડ પર પહોંચતાં જ પત્રકારોનો રોમાંચ માઝા મૂકી રહ્યો હતો. ખાવડાથી ઉત્તર-પશ્ચિમે આવેલી આ સીમા ચોકી 'પોઇન્ટ ૮૪' તરીકે ઓળખાય. સંભવતઃ ૧૯૮૪માં અહીં બી.એસ.એફ.એ ચોકી બનાવી એટલે નામમાં ૮૪નો અંક આવતો હશે.

અચરજભરી આંખ સાથે ધૂળથી નહાયેલી જૂની ખખડધજ મેટાડોરમાંથી સૌ નીચે ઊતર્યા. એ વખતે હજી બોર્ડર ફેન્સિંગ થઈ નહોતી એટલે વચ્ચે દર એકથી દોઢ કિલોમીટરે આવતા બોર્ડર પિલ્લર સાહેદી પુરાવે કે અહીં એક્ચ્યુઅલ બોર્ડર છે. આ બે પિલ્લર વચ્ચેથી કોઈ અંદર ઘૂસી જાય તો ખબર ન પડે કે એનો પગ પાડોશી દુશ્મન દેશની ધરતી પર છે.

ભલે સુરુચિનો ભંગ થાય છતાં માનવસ્વભાવ અને દેશદાઝની ભેળસેળની એક ઘટનાનો ઉલ્લેખ કરવો પડે. વિપુલ જેવા સ્થાનિક પત્રકારો જ્યારે પણ બોર્ડર આવે ત્યારે પિલ્લરની પેલે પાર જઈને પાકિસ્તાન તરફ જોઈને 'સુ સુ' અર્થાત્ મૂત્ર-વિસર્જન અવશ્ય કરે. આમાં એક્સ્ટ્રા થ્રીલ અનુભવાય. એ દિવસે રાજકોટના પત્રકારોને પણ આમ કરવાનું કહ્યું તો કોઈએ લેશમાત્ર છોછ કે ખચકાટ ન દર્શાવ્યા. ઊલટાના બધા જોશભેર રિલેક્સ થવાનો આનંદ માણવા લાગ્યા. આમેય ત્રણેક કલાકની મુસાફરી બાદ હળવા થવાની જરૂર હતી અને એ મોકો પાકિસ્તાનની ભૂમિમાં ઘૂસીને મળ્યો, એનો અતિશય આનંદ થયો.

બી.એસ.એફ.ની પરવાનગીથી કૅમેરા લાવવાની ખાસ છૂટ મળી હતી. સામાન્ય સંજોગોમાં આવી પરમિશન અપાતી નથી. મહેમાન મિત્રોએ તો સાથે આવેલા બી.એસ.એફ.ના સરદારજી અને તેમના સાથી જવાનોની સૂચના મુજબ કૅમેરા પર ક્લિક-ક્લિકનો ખેલ શરૂ કરી દીધો. સૌથી વધુ મજા તો ચારેક ફૂટની ઊંચાઈ ધરાવતા બોર્ડર પિલ્લર પર ચડીને બે આંગળીની મદદથી 'વી' ફૉર વિક્ટરીની સાઇન બતાવવામાં આવી. કોઈકે ત્યાં સિગારેટ પેટાવી. જાતભાતના પોઝ અપાવા-ખેંચાવા લાગ્યા.

અચાનક શીખ અધિકારી અને સાથેના જવાનોના ભવાં એકદમ તંગ થવા માંડ્યા. ન એ તરફ કોઈ પત્રકારનું ધ્યાન ગયું કે ન કોઈને એના કારણની જાણ હતી. જો કારણ સમજાયું હોત તો ત્યાં ને ત્યાં થીજી ગયા હોત કાં પેન્ટ ભીનાં થઈ ગયાં હોત.

14

પાકિસ્તાની દિશામાં વટભેર પ્રવાહી હળવાશ પ્રાપ્તિની ખુમારી, ધૂમ્રસેરના ગોટેગોટા, વી ફૉર વિક્ટરીના ઉન્માદ અને ફોટોબાજીમાં મસ્ત રાજકોટી પત્રકારોની વ્યવસ્તતા વચ્ચે બી.એસ.એફ.ના અધિકારી અને જવાનોની ભ્રૂકુટિ તંગ થઈ ગઈ.

આનું કારણ જાણવા માટે એ સ્થળની ભૌગોલિક સ્થિતિ સમજવી જરૂરી છે. આપણી ચોકી 'પોઇન્ટ ૮૪'ની સામે થોડેક સુધી તો રણ જ છે, પરંતુ રણ પછી નાની ટેકરીઓ, એની પાછળ થોડીક હરિયાળી અને એના થોડા અંતરે કેટલાંક નાનાં પાકિસ્તાની ગામડાં. આપણી ભારતની બાજુની સળંગ સરહદે સમાંતર રણ જ રણ છે, પરંતુ સામે બાજુની સરહદની સામે પાર રણ ખૂબ મર્યાદિત છે. 'પોઇન્ટ ૮૪' ચોકીની સામે અંદાજે ૭૦૦-૮૦૦ મીટરના અંતરે પાકિસ્તાનની વિંગુર ચોકી છે. કોઈ તમને કહે અને ધ્યાનપૂર્વક નજર માંડો તો જ ખબર પડે કે સામે પાકિસ્તાની રેન્જર્સની ચોકી છે. આપણી બાજુ રણમાં અમુક અંતરે બી.એસ.એફ.ની ચોકીઓ, વૉચટાવર ને બંકર છે. આની સામે પાકિસ્તાનમાં સીમાચોકીઓની સંખ્યા નહીંવત્ છે. કારણ એ જ કે પાડોશી દેશ કંગાળ હોવાથી ચીન કે અમેરિકા પર નભે છે. વળી, આપણને એ તરફથી ઘૂસણખોરીનો ભય છે એવો પાડોશીને જરાય નથી. ભારતમાંથી પાકિસ્તાન જઈને દુઃખી થાય કોણ? એટલે એ લોકોની ચોકી બહુ ઓછી છે. કદાચ વધુ ચોકી પરવડતી પણ નહીં હોય.

આટલા બૅકગ્રાઉન્ડ બાદ હવે આવીએ મૂળ વાત પર. બી.એસ.એફ.ના કંપની કમાન્ડર સરદારજીએ મહેમાન પત્રકારોને અંદાજ ન આવે એ રીતના ઍક્શન શરૂ કરી દીધાં. બધાને સ્પષ્ટ કહી દીધું કે, 'ચલો, અબ બહુત હો ગયા, સબ ગાડી મેં બૈઠ જાઈએ', પરંતુ સામાન્ય રીતે કોઈને ન મળે એવો સરહદી લ્હાવો માણતા કાઠિયાવાડી પત્રકારો તો પોતાની મસ્તીમાં હતા. કોઈકે દલીલ કરી કે 'સર, અભી થોડી દેર ઓર રૂકતે હૈં, ઔર થોડે ફોટો ખીંચને બાકી હૈ... પ્લીઝ, થોડી હી દેર...' પણ સરદારજીએ તરત જવાબમાં સ્પષ્ટ નનૈયો ભણી દીધો.

પછી વિપુલ વૈદ્ય અને નિખિલ પંડ્યાને થોડે દૂર લઈ જઈને હળવા અવાજમાં

એ સરદારજી બોલ્યા, 'એક તો વૈસે હી ટેન્શન ચલ રહા હૈ... ઉનકી વિંગુર ચોકી મેં દેખિયે, પહલે એક બંદા થા, મગર અબ તીન હો ગયે હૈ... વો હમે દેખ રહે હૈં... ઉન કી મૂવમેન્ટ ભી તેજ હો ગઈ હૈ... હમ ઉનકી ફાયરિંગ રેન્જ કે અંદર હૈ...' એમને ફિકર હતી કે રણમાં આટલી દૂરની ચોકી સુધી બી.એસ.એફ. સાથે આવેલા સિવિલિયનોને જોઈને પાકિસ્તાની રેન્જર માત્ર અટકચાળું કરવા માટેય ફાયરિંગ કરે તો ભારતની આ શાંત સરહદે મોટી બબાલ મચી જાય.

વિપુલ અને નિખિલ સાનમાં સમજી ગયા. દોડીને મહેમાન પત્રકારો પાસે જઈને કહેવા માંડ્યા કે અહીં આટલો સમય રહેવાની કોઈને છૂટ નથી, તો ફટાફટ મેટાડોરમાં બેસી જઈએ. મસ્તીમાં ચકચૂર મંડળીને આ બહુ ગમ્યું નહીં પણ માંડમાંડ પરાણે મેટાડોરમાં જઈને બેઠા.

બી.એસ.એફ.ના ઑફિસર, જવાનો, વિપુલ અને નિખિલ નિરાંતનો શ્વાસ લે ત્યાં નવી મુશ્કેલી સામે આવી. જૂના ઠાઠિયા જેવી ગાડી જીદે ચડી કે હું તો અહીંથી જરાય આગળ નહીં ચાલું. ફરી ટેન્શન સર્જાયું, પરંતુ હોંશીલા અને અતિ ઉત્સાહી પત્રકારો નીચે ઊતર્યા, ને મારવા માંડ્યા મેટાડોરને ધક્કો.

આ જોઈને આંચકો પામી ગયેલા સરદારજી એકદમ ઊકળી ઊઠ્યા, 'અરે, ધક્કા મત મારો ગાડી કો, સામનેવાલે દેખ રહે હૈ, હમારા કિતના બૂરા દિખેગા.' દેશની સલામતી, અખંડિતતા અને સાર્વભૌમત્વ માટે ઊકળતા-દઝાડતા રણમાં ઘર-પરિવારથી જોજનો દૂર ફરજ બજાવવા સાથે માભોમની આબરૂની કેટલી ચિંતા છે આ વર્દીધારીઓને. સો સો સલામ એમની પ્રબળ દેશદાઝને, રાષ્ટ્ર-પ્રેમને. સામેવાળાને લાગવું ન જોઈએ કે ભારતીય સરહદ પર મુલાકાતીઓ ભંગાર ગાડીમાં આવ્યા. આવો ઉમદા એમનો ભાવ હતો, આગ્રહ હતો. આના પર તો સમરકંદ બુખારા ઓવારી ન જઈએ તો જાતને ફટ કહેવી પડે.

તરત ઉત્સાહી મહેમાનો પાછા ગાડીમાં ગોઠવાઈ ગયા. સરદારજીએ પોતાની જીપનું સ્ટિયરિંગ હાથમાં લીધું. એમના જોશનું પરિણામ હોય કે દેશદાઝનું, એમનો કીમિયો સડસડાટ દોડવા માંડ્યો. હા, તેમણે જીપ ઘુમાવીને મેટાડોરની પાછળ લીધી. બી.એસ.એફ.ની આ જીપ ફોર વ્હીલ હતી. ફોર વ્હીલનો સીધોસાદો મતલબ એ કે ચારેય પૈડાંને એન્જિનનો ધક્કો લાગે. સામાન્ય જીપ કે કારમાં માત્ર પાછળના બે પૈડાંને એન્જિનનું જોર લાગતું હોય છે એટલે આ ફોર વ્હીલને ફુલ એક્સિલેટર માર્યું અને મેટાડોરને પાછળથી જોરદાર ધક્કો માર્યો. ફોજવાળાની જીપથી સિવિલિયન ખટારો ચાલુ કેમ ન થાય? બંને વાહનો ધૂળ ઉડાડતાં ઝડપભેર બોર્ડર પિલરથી દૂર જવા માંડ્યાં.

સરદારજી, વિપુલ અને નિખિલે માંડ નિરાંત અનુભવી, ત્યાં એક નવું કૌતુક સામે આવ્યું. રણમાં ટહેલતું એક ઊંટ દેખાયું. બી.એસ.એફ.ના જવાનો કળી ગયા કે આ રણનું વહાણ આપણું નથી, સામેવાળાનું છે. એટલે થોડા રિલેક્સ થયેલા સરદારજીએ જીપ ઊંટ તરફ વાળી. ઊંટને દોડાવ્યું. ધૂળની ડમરીઓ વચ્ચે જીપ અને ઊંટે ચક્કરો માર્યા. અંતે એ ઘૂસણખોર ઊંટ બોર્ડર પિલરની પેલે પાર પોતાના નાપાક વતનમાં ભાગી ગયું. આ જોવાની બધાને મજા પડી. જાણે કોઈ સાચુકલા જોખમી ઘૂસણખોરને તગેડી મુકાયો હોય એવી આનંદની ચિચિયારી ઘણાના મોઢામાંથી નીકળી ગઈ.

'અંત ભલા તો સબ ભલા.' પરંતુ દુનિયાભરની ખબર રાખનારાઓ બેખબર જ રહ્યા કે થોડા સમય અગાઉ કેવું ભયંકર ટેન્શન ઊભું થયું હતું ને થોડીક બેદરકારીનું પરિણામ કેવું ભયંકર આવ્યું હોત?

આવા અપવાદરૂપ બનાવો સિવાય કચ્છ એટલે નર્યું, અદ્ભુત સૌંદર્ય. ઘણાં નસીબના બળિયાએ કચ્છ અનેકવાર જોયું હોય. ને સાધારણ નસીબદારે એકાદ વખત જોયું હોય છતાં ધરવ ન થયો હોય. કચ્છ સગી આંખે ન જોવાય ત્યાં સુધી એની શાબ્દિક સફર પણ માણવા જેવી ખરી હો.

કચ્છના અનેક આશ્ચર્યમાં એક છે શિયાળામાં મોટા રણમાં લાખો સુરખાબનું આગમન. આગળ જાણ્યું એમ પ્રજનન માટે આગમન. સામાન્ય પર્યટકો ઉપરાંત પક્ષીવિદો, પક્ષી જોવાના શોખીનો, પત્રકારો અને ફોટોગ્રાફર તો સુરખાબની ચાતક નયને રાહ જુએ. આટલું જ નહીં કચ્છના વન્ય વિભાગના અધિકારીઓ અને કચ્છમાં પોસ્ટિંગ લઈને આવતા ઉચ્ચ અધિકારીઓ પણ આ પક્ષીદર્શન માટે અવશ્ય અને બનતી ત્વરાએ પહોંચી જાય.

આ હંજ પંખીને જોવા માટે મોટામોટા અમલદારોએ પણ ફોરેસ્ટ ડિપાર્ટમેન્ટ અને બી.એસ.એફ. બંનેની પરમિશન મેળવવી પડે. આવા વી.વી.આઈ.પી.ને ખાવડાથી ઉત્તર-પશ્ચિમ દિશામાં આવેલા કાળા ડુંગર પછીના કાઢવાંઢથી ઊંટ ઉપર રણમાં લઈ જવાય. આ પ્રવાસ ઘણો કષ્ટદાયક, પણ કુછ પાને કે લિએ કુછ ખોના પડતા હૈ... આમેય એનો કોઈ વિકલ્પ નથી જ. આ સંવેદનશીલ ઊડતા આશ્ચર્યનું સારું એવું અંતર રાખીને દૂર-દર્શન કરવું પડે. નહીંતર સહેજ અવાજમાત્રથી એક-એક કરતાં હજારો પંખી ફરરર કરતાં ઊડી જાય અને દર્શક મોઢું ફાડીને જોયા વગર રહી જાય.

એક વખત આવા જ સુરખાબ-દર્શન માટે વિપુલ પોતાના પ્રિય અખબાર 'કચ્છમિત્ર'ની ટીમની સાથે નીકળ્યો હતો. સુરખાબ નગરી એટલે કે હંજ બેટ બીજી દિશામાંથી જવાનો ખાસ મોકો મળ્યો હતો. એ બી.એસ.એફ.નો સ્પેશિયલ

અને સિક્રેટ રૂટ. સૌ ઉત્તેજિત અને રોમાંચિત હતા, કારણ કે એ વખતે બે લાખ સુરખાબની પધરામણી થવાના વાવડ આવ્યા હતા.

હકીકતમાં દેશની એક જાણીતી ટેલિવિઝન ચૅનલના કચ્છી સંવાદદાતા પોતાની ટીમ સાથે આવ્યા હતા, ત્યારે તેમને સુરખાબ બતાવવાની વિશેષ વ્યવસ્થા કરાઈ હતી. 'કચ્છમિત્ર'ના વિદ્વાન તંત્રી કીર્તિભાઈ ખત્રી, ચીફ રિપોર્ટર વિપુલ વૈદ્ય અને ડિફેન્સ રિપોર્ટર નિખિલ પંડ્યા ઉપરાંત અન્ય પક્ષી નિરીક્ષકોની ટુકડી પણ વહેલી સવારે વાયા ખાવડા થઈને રણ તરફ રવાના થઈ. કાઢવાંઢને બદલે સીધી ઉત્તર દિશામાં તેમની કમાન્ડર જીપ હંકારાઈ રહી હતી. પાકિસ્તાનની બોર્ડર નજીકની બી.એસ.એફ.ની ખરદોઈ ચોકી તરફથી આ ટીમ, બી.એસ.એફ.ની ભાષામાં કહીએ તો, અંડાબેટ તરફ વળી ગઈ.

અચાનક આંતરરાષ્ટ્રીય સરહદને સમાંતર ખુલ્લા રણ માર્ગે કમાન્ડર જીપને રોકી દેવી પડી. સાથે આવેલા બી.એસ.એફ.ના જવાને સમજાવ્યું કે હવે આગળ નમકના થર છે, જેમાં ઉપર પાણી અને વચ્ચે વચ્ચે માટી-કાદવના દલદલ જેવી ભૂમિ આવશે. આથી આપણી ટુ-વ્હીલ જીપ નહીં ચાલે, પણ આપ સૌ માટે અમારી બી.એસ.એફ.ની ફોર વ્હીલ આગળ જવા માટે હાજર રખાઈ છે એમાં બધા ફટાફટ ગોઠવાઈ જાઓ.

સૌ સીમા સુરક્ષાદળની ચટણી રંગની જીપ્સીમાં ઠાંસોઠાંસ ગોઠવાઈ ગયા. રણમાં વધુ થોડા કિલોમીટર કાપ્યા બાદ જીપ્સી જીપનીય મર્યાદા આવી ગઈ. મુલાકાતીઓને આશ્ચર્યમાં કે આઘાત લાગે એ અગાઉ વધુ એકવાર જાહેરાત થઈ કે ડૉન્ટ વરી, બી.એસ.એફ. તરફથી આગળ વધવાની વ્યવસ્થા અગાઉથી થયેલી છે.

હવે વળી કેવી વ્યવસ્થા હોય? એ સવાલના જવાબરૂપે સામે ટ્રૅક્ટર દેખાયાં! હા, ટ્રૅક્ટર. આગોતરી વ્યવસ્થા ગમી પણ ટ્રૅક્ટર પર મુસાફરી? વિકલ્પ જ નહોતો, કારણ કે જ્યાં કાર, સામાન્ય જીપ, જીપ્સી કે ઊંટ પણ કામ ન આવે ત્યાં ટ્રૅક્ટરથી જ ખુદ બી.એસ.એફ.વાળા પેટ્રોલિંગ કરતા હોય છે.

બે ટ્રૅક્ટર પર બી.એસ.એફ.ના સંત્રી, ચૅનલ ટીમના અને કચ્છમિત્રવાળા માંડમાંડ ગોઠવાઈ ગયા. શરૂઆતમાં ખટક્યું, પણ કરવું કે કહેવું શું? થોડી મુસાફરી બાદ દૂર રણમાં જાણે સફેદ અને ગુલાબી ડિઝાઇનવાળી ચાદર ગોઠવાઈ હોય એવું નયનરમ્ય દશ્ય નજરે પડ્યું. આ ચાદર એ બીજું કંઈ નહીં, પણ રૂપકડા સુરખાબનાં ધાડેધાડાં હતાં! એકસાથે એક સમયે એક સ્થળે દોઢ-બે લાખ સુરખાબ જોઈને આંખ ધન્ય-ધન્ય થઈ ગઈ.

એકાદ કિલોમીટરના અંતરે ટ્રૅક્ટર ઊભાં રાખી દેવાયાં. એક-એક બાયનોક્યુલર

સુરખાબ નગર ભણી મંડાયાં. સુંદર હંજ પક્ષી અને તેના માળા રૂપી કૉલોનીને નિહાળવાની મજા કંઈક અલગ જ હોય છે. વચ્ચે અચાનક વિહંગોનું એક ઝુંડ કલશોર કરતું ટેક-ઑફ કરે. થોડો સમય આકાશમાં ઊંચે લટાર મારીને પાછું લેન્ડિંગ કરે. આ જીવંત ટચૂકડા રંગીન વિમાનના ટેક-ઑફ અને લેન્ડિંગ જોતી વખતે જાણે એક-એક આંખ પલકારા મારવાનું ભૂલી જાય. મોઢામાંથી જરાય અવાજ ન નીકળે. મન ભરાય નહીં, થાય કે આ કુદરતના કરિશ્માને જોતા જ રહીએ.

પરંતુ નિયત સમય પૂરો થતાં બી.એસ.એફ.ના જવાનોએ સૂચના આપી એટલે સૌ ટ્રેક્ટરમાં ગોઠવાવા માંડ્યા, પરંતુ ડોક અને નજર એ પક્ષીઓની દિશામાંથી હટતા નહોતા. વળતી સફરમાં ટ્રેક્ટરે થોડું અંતર કાપ્યું ત્યાં સામેથી બે ટ્રેક્ટર આવતાં દેખાયાં. એ નજીક આવ્યાં ત્યારે ખબર પડી કે એક ટ્રેક્ટરમાં પાછળનાં મોટા પૈડાંની ઉપર પતરાની બનેલી બેસવાની વ્યવસ્થા જે કચ્છીમાં 'ઢાંઢા' તરીકે ઓળખાય છે એની ઉપર કચ્છમાં થોડા સમય અગાઉ પોસ્ટિંગ થઈને આવેલ નવા કલેક્ટર હતા. ડિસ્ટ્રિક્ટ મેજિસ્ટ્રેટની રૂએ તેમણે સરહદી વિસ્તારની મુલાકાત લેવી પડે, એટલે તેઓ પોતાના ગાર્ડ્સ સાથે આવી રહ્યા હતા.

મજાની વાત જુઓ કે તંત્રી હોય, સંત્રી હોય કે મંત્રી અહીં સૌએ ટ્રેક્ટર પર જ આવવું પડે. હોદ્દો અને સત્તા નૉર્મલ જમીન પર હોય, શહેરમાં હોય, પણ અહીં રણમાં સૌ સરખા ને સમાન. આને કુદરતનો ન્યાય નહીં તો બીજું શું કહીએ?

આ મુસાફરી તો પતી, પણ એક વખત પ્રવાસમાં કચ્છનું વધુ એક કૌતુક જાણવા મળ્યું. મોટું રણ અને એની કાંધી (આ કચ્છી શબ્દનો અર્થ થાય કાંઠાળ) વિસ્તારોમાં સાંજ પડે એટલે ક્યારેક કોઈક સ્થળોએ જમીનથી થોડે અધ્ધર એક જ્યોત ફરતી દેખાય. અલબત્ત, હવે એ જ્યોત નથી દેખાતી. વીતેલા દાયકાઓમાં રણ અને આસપાસના વિશાળ ભૂભાગમાં આ તેજસ્વી પ્રકાશપુંજ દિશાવિહીન દશામાં ફરતો દેખાતો. હવે ભલે કોઈને 'માનો યા ન માનો' જેવી વાત લાગે, પણ સેંકડો નહીં, હજારો-લાખો માણસો આ ફરતી જ્યોતને નજરોનજર નિહાળી ચૂક્યા છે. શું છે આ ફરતી જ્યોત કે તેજસ્વી પ્રકાશપુંજ? કોઈ યુએફઓ - અન આઇડેન્ટિફાઇડ ઑબ્જેક્ટ એટલે ઊડતી રકાબી? એ પરગ્રહથી આવતી હશે?

કચ્છી બોલીમાં આ જ્યોતને છરબત્તી કહેવાય છે. 'છળ' એટલે કે છેતરામણું કે ભ્રમનું અપભ્રંશ થઈને કદાચ 'છર' શબ્દ થઈને બત્તી (જ્યોત) સાથે જોડાઈ ગયું હોઈ શકે. ઇન્ટરનેટ પર સર્ચ કરવાથી વિશ્વના અન્ય અનેક રણપ્રદેશમાં આવો રહસ્યમય પ્રકાશ દેખાવાના ઉલ્લેખ મળી આવે છે. અંગ્રેજીમાં એને કહેવાય

ઘોસ્ટ લાઇટ અર્થાત્ ભૂતિયો પ્રકાશ. આ મતલબની એક નોંધ કચ્છમાંય છેઃ છરી એટલે કચ્છી ભાષામાં ભૂત.

આ બધી કિંવદંતી છતાં વિપુલ વૈદ્યને વધુ ખણખોદ અને સંશોધન વગર સંતોષ ન થયો. એક કચ્છી માડુ તરીકે રસપ્રદ વાતોય જાણવા મળી. અગાઉ જણાવ્યા મુજબ આ ભેદી જ્યોત કચ્છના રણ અને તેની નજીકના વિસ્તારોમાં દેખાતી હતી. એકવાર 'કચ્છમિત્ર'ના તંત્રી કીર્તિભાઈ ખત્રીની આગેવાની હેઠળની ટીમ પશ્ચિમ કચ્છની ટૂર પર નીકળી હતી. તેઓ સમી સાંજે પહોંચ્યા રણકાંધીના છારીઢંઢ વિસ્તારમાં. ઢંઢ એટલે કચ્છીમાં સરોવર, વિશાળ તળાવ. રણ નજીકનું છારીઢંઢ પક્ષીતીર્થ તરીકેય જાણીતું છે. કુંજ, પેણ, થોડા પ્રમાણમાં સુરખાબ, વિવિધ પ્રકારનાં બતક, બગલા, જળકૂકડી જેવાં સંખ્યાબંધ જળચર પક્ષીઓને આ માનવસંચાર રહિતના વિસ્તારમાં કલરવ માણવા મળે છે, જે જોવાનો અદ્ભુત-આહ્લાદક અનુભવ છે. એમાંય ચોમાસા પછી તો અહીં જવું એ અલગ પ્રકારનો સ્વર્ગાનુભવ બની રહે.

મહત્ત્વની બાબત એ છે કે વળી આ ઊડતો પ્રકાશ સ્થિર રહેતો નથી. આ ચર્ચાને પગલે વિપુલને તાલુકા પંચાયતના એક ભૂતપૂર્વ જીપ ડ્રાઇવર મોહન પરમારે કહેલી વાત તરત યાદ આવી ગઈ. ૧૯૭૧નો સમય. યુદ્ધ વખતે લશ્કરની સહાય માટે મુલ્કી તંત્ર સરકારી અને ક્યારેક ખાનગી વાહનો હસ્તગત કરતું હોય છે. એ સમયે તાલુકા પંચાયતના એક્વાયર્ડ વાહનના આ ડ્રાઇવરને રણથી સરહદ તરફ જવાનું થયું, તે સમયે તેમણે છરબત્તી જોઈ હોવાની વાત કરી હતી. ત્યારે વિપુલને લાગ્યું કે એક ડ્રાઇવરની વાતને કેટલી ગંભીરતાથી લઈ શકાય? પણ એ ડ્રાઇવર સાચા હતા અને વિપુલના મૂલ્યાંકનનાં ત્રાજવાં ખોટાં હતાં. એ પછી તો વિપુલ જ્યારે જ્યારે રણની સરહદે જાય ત્યારે સાથેના બી.એસ.એફ.ના જવાનો સાથે છરબત્તીની વાત અચૂક કરે. મોટા ભાગનાના જવાબમાં શબ્દો ભલે અલગ હોય, પણ સૂર એક જ મળે. હા, હમને ભી ઐસી લાઇટ ડેઝર્ટ મેં દેખી હૈ.

ભૂતકાળમાં વિપુલના કાને એક વધુ વાયકા પહોંચી હતી. એ સમયે રણમાં વિવિધ બોર્ડર ચોકીએ જવા માટે પાકા રસ્તા હજી બન્યા નહોતા. આજેય બધી ચોકી સુધી જવા માટે પાકા રસ્તા નથી. પાકા રસ્તાના અભાવમાં અગાઉ ગયેલાં વાહનોએ પાડેલા ચીલા (ટાયરના નિશાન) પરથી આગળ વધવાની પરંપરા. કિલોમીટરો સુધી રણ જ રણનો પથારો હોય ત્યારે રાતના અંધારામાં દૂર કોઈ પ્રકાશ દેખાય એટલે સીમના સંત્રીથી લઈને પરમિશન લઈને ગયેલા મુલાકાતી ય માની લે કે સામે કોઈક ગામ છે, મુલકી વસાહતની નજીક છીએ. ક્યારેક એ સાચુંય હોય, પરંતુ છરબત્તીએ ગેરમાર્ગે દોર્યાના અનેક કિસ્સાય બન્યાનું

કહેવાય છે. વાહનચાલક છરબત્તીની દિશામાં આગળ વધે, પણ એ જ્યોત તો સ્થળ-દિશા બદલતી રહે, એટલે ગાડીવાળા રસ્તેથી ભટકી જ જાય. કલાકો સુધી બત્તી પાછળ મજનુની જેમ ભાગ્યા બાદ કોઈ ગામ કે માનવ વસાહત ન દેખાય ત્યારે છોભીલા પડી જવાય કે આ તો છળ થયું આપણી સાથે. સાવ નાહકમાં એને છર(છળ) બત્તી થોડી કહેવાઈ હશે?

આ રહસ્યમય પ્રકાશનો એક વધુ અનુભવ વિપુલને આજેય સાંભરે છે. વિપુલ તેના એક મિત્ર અને ડિવિઝનલ ફોરેસ્ટ ઑફિસર એસ. એ. બાબી સાથે સહપરિવાર ફરવા માટે શ્રવણ કાવડિયા ગયો હતો. ભુજથી ઉત્તર પશ્ચિમ ઉત્તર દિશામાં આ વિશિષ્ટ સ્થળ આવેલું છે. આ શ્રવણ કાવડિયા આહિર પટ્ટીનું એક ધર્મસ્થાન પણ ખરું.

એનાથી થોડા ફલાંગ દૂર મોટું રણ શરૂ થાય. આ સ્થળ પણ રણકાંધી (રણના કિનારા)નું છે. એની વિશિષ્ટતા એ કે અહીં ચેરિયા (મેન ગ્રોવ્સ)ના વીસ-વીસ ફૂટ ઊંચાં વૃક્ષો હતાં. સામાન્યતઃ ચેરિયા પાંચ-સાત ફૂટનાં જ હોય, પણ અહીં તો છેક ૨૦ ફૂટ. વળી, ચેરિયા મોટેભાગે દરિયાકિનારે હોય, પણ આ તો રણનો કિનારો. આ માટે એવું કારણ અપાય છે કે સદીઓ પૂર્વે કચ્છમાં હાલ રણ છે ત્યાં દરિયો હતો. સિસ્મીક ઝોન પાંચમાં આવતા કચ્છમાં કોઈ બહુ મોટી ભૂહલચલ થઈ હશે કે સુનામી ત્રાટકી હશે અને ભારે ફેરફાર થયા હશે. આ સાથે જળ ત્યાં સ્થળ ને સ્થળ ત્યાં જળ થઈ ગયા હોઈ શકે. અહીં દરિયો ઓસરી ગયો ને રચાઈ ગઈ મરુભૂમિ. એટલે જ એના પર મોટા-મોટા ચેરિયા લહેરાતા હતા. રણમાં અનેક સ્થળે શંખ અને છીપલાં પણ મળી આવે. એ પણ ક્યારેક અહીં દરિયો હોવાનાં વધુ પ્રમાણ છે.

અલબત્ત, આ ચેરિયા ૨૦ ફૂટ ઊંચા કેમ એનો ગળે ઊતરે એવો ખુલાસો મળતો નથી. ૧૯૯૮માં કંડલામાં વિનાશક વાવાઝોડું આવ્યું, એની અસર ભુજ સહિત અડધા કચ્છમાં વર્તાઈ હતી. એ સમયે શ્રવણ કાવડિયાનોમાં ઉન્નત મસ્તકે ઊભેલા ચેરિયાનાં તોતિંગ વૃક્ષો ધરાશાયી થઈ ગયાં હતાં. અત્યારે અહીં માત્ર કાવડધારી શ્રવણની વાર્તા સાથે જોડાયેલું મંદિર અને ભોજનશાળા છે. અગાઉ અહીં ગરમ પાણીનો ઝરો હતો, જે હવે રહ્યો નથી. ચર્મરોગ મટાડવા માટે સપરિવાર ગરમ ઝરામાં હાથ-પગ બોળવાય ઘણા આવતા હતા. પછી એ બધું ઇતિહાસમાં ગરકાવ થઈ ગયું.

આ રસપ્રદ અતીત બાદ આવીએ મૂળ વાત પર. દર્શન કર્યા બાદ વિપુલ અને બધા રોટલાનો પ્રસાદ આરોગતા હતા ત્યારે પૂજારીએ કહ્યું કે, અહીં પણ ક્યારેક ધાર્મિક જ્યોત દર્શન આપે છે. આ માનવામાં આવે એવું ન હોવાથી

પૂજારીજીએ એક કિસ્સો સંભળાવ્યો, ‘થોડાં વર્ષ અગાઉ આપના જેવા મોટા ફૉરેસ્ટ ઑફિસર અહીં ચેરિયા જોવા આવ્યા હતા. તેમને કીધું કે સાંજનો સમય હોવાથી તમને કદાચ એ ફરતી જ્યોતનાં દર્શન થઈ શકે. એ તો આઈ.એફ.એસ. (ઇન્ડિયન ફૉરેસ્ટ સર્વિસ)ના અતિશિક્ષિત અધિકારી એટલે એમને માન્યામાં ન આવ્યું. મારી રજા લઈને ગાડીમાં થોડા મીટર આગળ વધ્યા ને સામેથી પેલી જ્યોત આવતી દેખાઈ! મેં દોડીને કીધું કે “દેખો સર, વો જ્યોત આ રહી હૈ.” કોઈ જવાબ આપવાને બદલે તેઓ વિસ્ફારિત નયને જોઈ રહ્યા, કારણ કે એ જ્યોત એટલે કે આપણી છરબત્તી જમીનથી ચારેક ફૂટ ઊંચી હતી. એ સામેથી આવીને ફૉરેસ્ટ ઑફિસરની ગાડી પાસેથી એમની નજર સામેથી જ પસાર થઈ ગઈ.’

આ માટેનો વૈજ્ઞાનિક અભિપ્રાય ઘણી શંકા દૂર કરે છે. ત્રણ દાયકાથી વધુ સમય કચ્છને કર્મભૂમિ બનાવી પ્રવાસક્ષેત્રે મોટું ખેડાણ કરનારા અને બૉમ્બે નેચર સાયન્સ હિસ્ટરી સોસાયટીના ભૂતપૂર્વ સભ્ય જુગલકિશોર તિવારી જેવા નિષ્ણાતનો મત જાણવા, સમજવા જેવો છે. ‘કદાચ ત્રીસેક વર્ષ પહેલાં મેં છરબત્તીને ધરતી પરનો ઊડતો અજાણ્યો પદાર્થ કીધો હશે, પણ આ ઊડતો પ્રકાશ માત્ર ને માત્ર સાયન્ટિફિક ફિનોમીના જ. ફક્ત આપણા કચ્છમાં જ નહીં, વિશ્વમાં જ્યાં જ્યાં દરિયામાંથી ભૂસ્તર રચાયા હોય એવા હિમાલય અને આફ્રિકાના રણમાં પણ આવો ફરતો પ્રકાશ દેખાય છે. આને તમે એક રીતે રાતનું મૃગજળ કહી શકો. કચ્છમાં રણકાંઠાના બન્નીના ઘાસિયા મેદાનમાં એ મુખ્યત્વે દેખાય.’

તિવારીજીને સાંભરે છે કે ભૂતકાળમાં કોઈકે બન્નીના ડુમાડોના કબ્રસ્તાનમાંથી સાંજ પછી આ બત્તી નીકળતી હોવાનું અને બન્નીના રણપ્રદેશમાં ફરતી હોવાનું કીધું હતું, પરંતુ વાસ્તવમાં આ વૈજ્ઞાનિક ઘટનાથી વિશેષ કશું નથી. સમુદ્રમાંથી રચાયેલી ધરતીમાંથી સાંજ પછી ફોસ્ફીન-મીથીન જેવા ગૅસ નીકળે છે અને હવાના ગરમ વાયુના સંપર્કથી જ્વલનશીલ બનીને જ્યોત જેવા પ્રકાશમાં ફેરવાઈ જાય છે. આ પ્રજ્વલિત વાયુ સતત ફરતો પણ રહે છે. વિદેશથી અભ્યાસ માટે આવેલી તજજ્ઞો અને વિજ્ઞાનીઓની ટીમે અદ્યતન ટેક્નોલૉજી ધરાવતા સાધનોની મદદથી સંશોધન કર્યું હતું. આ કામગીરીમાં જોડાયેલા તિવારીજી કહે છે કે, ગૅસ-વાયુનું મિલન જ છરબત્તીના ઉદ્ભવનું કારણ હોવાનું તારતમ્ય આ સંશોધનનું પરિણામ હતું.

જુગલકિશોર તિવારીજીને ભૂતકાળની રસપ્રદ ઘટનાય યાદ છે. ૨૦૦૫માં તેઓ સપરિવાર પક્ષી અભયારણ્ય છારીઢંઢની સામે રણ પાસે વિલુપ્ત જ્વાળામુખી કીરો ડુંગર પાસે હતા ત્યારે એક નહીં, પાંચ-પાંચ છરબત્તીઓ જોઈ હતી અને એ

પણ ઊછળકૂદ કરતી! બ્લુ, લાલ અને સોડિયમ રંગની આ છરબત્તીથી ક્યારેય કોઈને નુકસાન થયું નથી એટલે સ્થાનિક પ્રજાજનો તેનાથી લેશમાત્ર ભયભીત થતા નથી. આ બધા વૈજ્ઞાનિક તારતમ્ય વચ્ચેય ચમકતી-બળતી છરબત્તી કચ્છી માનસમાં એક ન કળાય એવા ચમત્કાર તરીકે જીવંત છે અને રહેશે.

જોકે હવે આ છરબત્તી અર્થાત્ યુફો અર્થાત્ ઘોસ્ટ લાઇટ નથી દેખાતી. એ કેમ દેખાતી એ સમજી લીધું, પણ કેમ દેખાતી બંધ થઈ ગઈ એનું વૈજ્ઞાનિક રહસ્ય ક્યાંક રણમાં ધરબાયેલું પડ્યું હશે. એ આપણે ક્યારેય જાણી શકીશું ખરા?

15

વિપુલ વૈદ્ય માટે એકદમ નિરાંતનો દિવસ હતો એ. અખબાર પ્રગટ થવાનું નહોતું કારણ કે જન્માષ્ટમીની રજા હતી. ખાસ્સી મોડી પડી, પણ સવાર ખુશનુમા હતી વિપુલની. એ છાપા પર નજર નાખતો હતો ત્યાં 'તુમ મિલે દિલ ખિલે' ગણગણતી માલિની ચાના બે કપ લઈને આવી. આનાથી તો વિપુલની સવાર એકદમ અદ્ભુત બની ગઈ. રજા, માલિની, એના હાથની ચા અને એના દ્વારા ગણગણાતું બંનેનું ફેવરિટ ગીત. ચાનો કપ ઉપાડવાને બદલે એ સામે બેઠેલી માલિનીને જોઈ જ રહ્યો. મનમાં કાયમ વસવસો રહે કે પોતાની નોકરી, વ્યવસાય અને અતિ વ્યસ્તતાને લીધે ઘરને, પરિવારને અને માલિનીને આપવો જોઈએ એટલો સમય આપી શકતો નથી. માલિની ન ક્યારેય ફરિયાદ કરે કે ન જીદ કરે. એટલે વિપુલનો અપરાધભાવ વધુ ઉગ્ર બને.

ભૂતકાળની ભૂલોને સંભારીને વર્તમાન થોડો વેડફી નખાય? આથી વિપુલે ડાબા હાથમાં ચાનો કપ લીધો ને જમણો હાથ માલિનીના હાથ પર મૂક્યો, 'આજે મેળામાં જઈએ. મજા આવશે.' આ 'મજા આવશે' એ વિપુલનો તકિયા કલામ. માલિનીએ ખુશીથી માથું હલાવ્યું. બંનેનું હૃદય તાત્કાલિક પહોંચી ગયું ભુજના હૃદય ગણાતા હમીરસર તળાવ પર.

ભુજ નહીં, સમગ્ર કચ્છ માટે હમીરસરનું અનેરું, આગવું મહત્ત્વ. આ તળાવની વચ્ચોવચ રાજેન્દ્ર પાર્ક, જે અદ્દલોઅદ્દલ જામનગરના વિખ્યાત લાખોટા બાગ જેવો છે. દેવમંદિર, આરા (રાજાશાહીમાં મહિલાઓ માટે સ્નાન કરવાની અને કપડાં ધોવાની જગ્યા) અને લાઇબ્રેરી ઉપરાંત ઘણું બીજું છે આ રમણીય તળાવની સોબતમાં.

હમીરસરની રચનાનો ઇતિહાસ અત્યંત રસપ્રદ છે. રણપ્રદેશ એટલે પાણીના કાયમ ફાંફાં. એટલે ઈ.સ. ૧૫૪૯માં કચ્છના રાજા ખેંગારજી પ્રથમે હમીરસર તળાવના કિનારે ભુજની સ્થાપના કરી. સ્વાભાવિક છે કે રૈયતને પાણી મળી રહે એવી એમની ઇચ્છા હોય. નાનકડી તળાવડી જેવા હમીરસરને ખોદાવીને રાજાજીએ મોટું તળાવ બનાવડાવ્યું. ભુજનું હમીરસર તળાવ ઊંચાઈ પર છે અને

શહેર ઢાળમાં છે એટલે બધાને આસાનીથી પાણી મળી રહે એવી વ્યવસ્થા. એ સમયે હમીરસરની બાજુમાં વધુ એક, રિઝર્વ તળાવ બનાવાયું હતું. જે રાજા તળાવ અથવા છતરડી તળાવ તરીકે ઓળખાતું હતું. વરસાદ સારો વરસે અને રાજા તળાવ ભરાય એટલે વધારાનું પાણી જાય હમીરસરમાં. હમીરસર છલકાય એટલે ભુજને બે વર્ષ પૂરતું પાણી મળી રહેતું. આ ગણતરી સદીઓ જૂની છે, પરંતુ આધુનિકતા અને ભૂકંપે ઘણું બદલી નાખ્યું. આ ૫૩ હેક્ટરમાં પ્રસરેલા ૩.૬ મીટર ઊંડા હમીરસરને અવશ્ય ભુજની લાઇફલાઇન કહી શકાય. એવીય લોકવાયકા છે કે આ તળાવને કિનારે હમીર રબારી નામનો માણસ બધાને પાણી પીવડાવતો હતો જેના પરથી આ તળાવનું નામ પડ્યું.

મુંબઈની ચોપાટી અને અમદાવાદના કાંકરિયા તળાવની જેમ દર રવિવારે ઘણા પરિવાર બાલબચ્ચાં સાથે હમીરસર તળાવે ફરવા આવે. દિવાળીના તહેવારોમાં વહેલી સવારે અહીં યોજાતી મંગળા આરતીમાં હૈયેહૈયું દળાય. એ અગાઉ સવારના પહોરમાં આતશબાજી ને ફટાકડાની રમઝટ જામે. આજના ભારતમાં કદાચ સવારે આતશબાજી અહીં જ થાય છે. શ્રાવણ મહિનામાં શીતળા સાતમ અને ગોકુળાષ્ટમીએ બે દિવસ પ્રખ્યાત સાતમ-આઠમનો મેળો ભરાય.

રાષ્ટ્રીય સ્તરેય નોંધ લેવાય એવી એક અદ્ભુત, અનન્ય બાબત હમીરસર સાથે જોડાયેલી છે. એ કચ્છ, કચ્છીયતનું દર્પણ છે. ચોમાસામાં શહેરની શાખ અને ગૌરવ સમાન આ તળાવ ઓગને (એટલે કે છલકાય, પણ એના માટે કચ્છમાં એક શબ્દ વપરાય 'ઓગને'), ત્યારે શહેરભરમાં ઉત્સાહની હેલી ફરી વળે. આખેઆખું શહેર ઘરની બહાર નીકળી પડે. રણવાસી કચ્છ અને કચ્છીઓ માટે વરસાદ અને પાણીનું મહત્ત્વ સમજી શકાય છે, પણ એક તળાવ છલકાય અને એ પણ ચોમાસામાં. ત્યારે આવો એક અકલ્પ્ય જલસો ભાગ્યે જ ક્યાંય જોવા મળતો હશે. અરે, કલેક્ટર પોતાની સત્તાનો ઉપયોગ કરીને સત્તાવાર રજા જાહેર કરી દે. દુકાનો, બજારો, ખાનગી ઑફિસો અને તમામેતમામ સરકારી કચેરીઓમાં રજા. બધું જ બંધ. માત્ર આનંદ, ઉલ્લાસ, હરખ અને ઉત્સવ ચાલુ રહે. ભારતમાં એક માત્ર ભુજમાં દાયકાઓથી આ પ્રથા ચાલતી આવી છે.

ખુશખુશાલ પ્રજાજનો ભીંજાતા ભીંજાતા પણ હમીરસર તળાવને કિનારે પહોંચી જાય. અહીં 'પાવડી' તરીકે ઓળખાતું રાજાશાહી વખતનું એક નાનકડું માળખું છે. ત્યાંથી શહેરના પ્રથમ નાગરિક એટલે કે નગરપતિ આ તળાવના છલકાવાને બ્રાહ્મણોના મંત્રોચ્ચાર વચ્ચે વધાવે. અગાઉ રાજા આ રીતે વધાવતા હતા.

ભુજ પાલિકાના પ્રમુખ એટલે કે મેયર દ્વારા તળાવના છલકાવાને વધાવવા માટે એક પોટલી તૈયાર થાય. આ પોટલીમાં ચુંદડી, માતાજીનું સોનાનું તિલક,

ચાંદીનો સિક્કો, ચોખા અને છ ગ્રહના પ્રતીક હોય. પૂજા બાદ આ પોટલી તળાવમાં પધરાવાય, ત્યારે તરવૈયાઓ એ શોધી લાવવા અંદર કૂદી પડે. શોધી લાવનારને ઇનામ મળે. પછી અબીલ-ગુલાલ અને ચોખાથી તળાવને વધાવાય, આરતી કરાય. અંતે પ્રમુખ પોતાની આંગળીના લોહીના બે ટીપાંનો તળાવમાં છંટકાવ કરે.

કલ્પના કરો કે વરસાદથી તળાવ છલકાય એની દિલથી ભવ્ય ઉજવણી બીજે ક્યાંય થતી હશે? કચ્છીઓ માટે જળનું ને વરસાદનું કેટલું બધું મહત્ત્વ છે એ આ હમીરસરનો ઉત્સાહ બોલતો, અનોખો અને ઐતિહાસિક પુરાવો છે. આ દિવસે ઘરેઘરે લાપસીનાં આંધણ મુકાય. પાલિકા તરફથી મેઘ લાડુ સાથે જમણવાર યોજાય.

આવા હમીરસરના ગોકુળ આઠમના મેળાને વિપુલ અને માલિની માણી રહ્યાં હતા. માલિનીએ યાદ કરાવ્યું કે, લગભગ સાડા ત્રણ મહિના પછી જાહેર રજા મળી આપણને. કેવી લાગણીસભર અભિવ્યક્તિ. 'તમને' નહીં 'આપણને' રજા મળી. આ હતો સાચો સ્નેહ, સથવારો અને વિપુલને શબ્દો ન સૂઝ્યા. માલિનીની નજર મેળામાં ફરતી હતી, ત્યારે વિપુલની નજર પોતાના જીવનને ઉત્સાહના મેળામાં ફેરવનારી માલિની પર અટકેલી હતી. બંને ખુલ્લા મને પગ મોકળા કરી રહ્યાં હતાં ત્યાં વિપુલની આંખ એક પોલીસવાળાની દોડધામ પર પડી.

પત્રકારનો જીવ કંઈ ઝાલ્યો રહે. આજે પોતાને રજા હતી અને કાલે અખબાર પ્રગટ થવાનું નહોતું છતાં આસપાસ બનતી ઘટનાની અવગણના ન કરી શક્યો એ. દોડીને બંદોબસ્ત જાળવવા બનાવાયેલા પોલીસના તંબૂમાં પહોંચી ગયો. વાયરલેસ પર મૅસેજ આવ્યો હતો કે બસ-સ્ટેશન પરથી બાંગ્લાદેશી પકડાયા હતા. બે-પાંચ નહીં, પૂરા ૧૧૭ બાંગ્લાદેશી. આટલા બધા બાંગ્લાદેશી એકસાથે ક્યારેય પકડાયા નહોતા. મોટા ન્યૂઝ હતા. આ રજાને લીધે ભલે કાલનું અખબાર નહોતું આવવાનું પણ વિપુલથી રહેવાયું નહીં. તેણે તરત પોતાના તંત્રી કીર્તિભાઈ ખત્રીને જાણ કરી. માહિતી આપ્યા બાદ વસવસોય વ્યક્ત કર્યો કે પરમ દિવસે તો આ સમાચાર વાસી થઈ જશે. એ સમયે કચ્છમાં અખબારોની હરીફાઈ નહોતી છતાં સમાચાર તો તાજા જ પીરસવાની તાલાવેલી.

આવું સાંભળતાં કીર્તિભાઈ ખત્રીએ તાત્કાલિક એક ઉમદા-કાબેલ તંત્રીને શોભે એવો તોડ કાઢ્યો, 'બે કમ્પોઝિટર-પેજમેકરને બોલાવી લઈએ. લોકલના એકાદ બે રિપોર્ટર અને બે સબ-એડિટરને પણ ફોન કરી દે. આપણે અત્યારે બપોરે જ વધારો બહાર પાડીએ.'

નિયમિત અખબાર ઉપરાંત અત્યંત મહત્ત્વના સમાચાર લોકો સુધી પહોંચાડવા

માટે બે-ચાર પાનાના 'વધારા' એ સમયમાં બહાર પડતા હતા, પરંતુ હવે ટીવી ચૅનલની ભરમાર, ઇન્ટરનેટ અને વૉટ્સઅપમાં ન્યૂઝ એટલા ઝડપથી બધે ફરી વળે છે કે 'વધારા'ની પ્રથા લગભગ બંધ થઈ ચૂકી છે.

કીર્તિભાઈ અને વિપુલનું વિચારવું સાચું હતું. એ વખતે કચ્છના હાજીપીરમાં, ખાવડામાં, ટ્રેનમાં, બસમાં, રણમાં કે શહેરમાં એટલે કે કોઈ પણ સ્થળેથી બાંગ્લાદેશી ઘૂસપેઠિયા ઝડપાતા હતા ખરા, પણ એકલદોકલ કે વધુમાં વધુ પાંચ-સાત. આ તો ૧૧૭નો અધધ આંકડો. એટલે વિપુલ દોડતો પોલીસ સ્ટેશને પહોંચ્યો તો ખબર પડી કે પકડાયેલા બાંગ્લાદેશીઓમાં સ્ત્રીઓ અને બાળકો પણ સામેલ હતાં.

આ બાંગ્લાદેશીને પકડવાના ન્યૂઝની સનસનાટી વચ્ચે ઘૂસણખોરીની વાસ્તવિકતા માનવીય દૃષ્ટિકોણથી થોડી સમજવાની જરૂર છે. કચ્છમાં ઝડપાતા બાંગ્લાદેશી ઘૂસણખોરોમાંથી ૮૫થી ૯૦ ટકા ગરીબ, બેકાર અને લાચાર હોય. બાકીના ૧૦-૧૫ ટકાના ઇરાદા એકસો એક ટકા ભારત-વિરોધી અને ભાંગફોડના જ. ૧૦-૧૫ ટકા ભલે હોય બાંગ્લાદેશી પણ એ પાકિસ્તાનના પીઠ્ઠુ બનીને ભારતમાં વિધ્વંસક કામગીરી માટે જ આવે. આવા મુઠ્ઠીભરને લીધે બધા બાંગ્લાદેશીઓને એકદમ ગંભીરતાથી લેવા પડે.

હકીકતમાં નેવુંના દાયકામાં તો ભારતમાં એક મોટું, ખોટું અને જોખમી રૅકેટ ચાલતું હતું. બાંગ્લાદેશમાં ગરીબી, બેકારી અને ભૂખમરો વધુ. એટલે ઘણાં બાંગલાદેશીને પોતાના જૂના વતન પાકિસ્તાનમાં સારું જીવન મળવાનો ભ્રમ રહેતો હતો. ત્યાં પાછું જવું હોય તો વાયા ભારત જ શક્ય બને. તેમના માટે પશ્ચિમ બંગાળની સરહદથી ભારતમાં ઘૂસવાનું આસાન હતું. અર્ધ-લશ્કરી દળ બાંગ્લાદેશી રાઇફલ્સ તેમને રોકતું પણ નહીં. આ તરફ આપણા બી.એસ.એફ.નો જાપ્તો ખરો, પણ બાંગ્લાદેશ - પશ્ચિમ બંગાળ સરહદની ભૌગોલિક રચના ખૂબ અટપટી અને જટિલ. ઘૂસણખોરો જંગલના રસ્તે, નદીમાં બોટ દ્વારા કે અન્ય કોઈ પણ ભૂભાગમાંથી ભારતમાં મોટા પ્રમાણમાં આવી પહોંચતા હતા. હવે આ દૂષણ ઓછું, અગાઉના પ્રમાણમાં ઓછું, થયું છે.

એ સમયે રોજગાર અને બે ટંકના રોટલાની આશાએ ઘણા બાંગ્લાદેશી સપરિવાર સ્વદેશ છોડી દેતા હતા. ભૂખ્યાજનોના ટોળામાં દાણચોરો, આતંકવાદીઓ, ભાંગફોડિયાંઓ અને જાસૂસો ભળી જતા હતા. નિર્દોષ બાંગ્લાદેશી પોતાની ઘરવખરી કે રહીસહી માલમતા વેચીને થોડાઘણા રૂપિયા ગાંઠે બાંધીને સાથે રાખતા હતા. થાળે ન પડાય ત્યાં સુધી ગાંઠના ગોપીચંદનથી નિર્વાહ ચલાવતા રહે.

આમાંથી મોટાભાગના ઘૂસણખોરો ટ્રેનમાં ખુદાબક્ષ મુસાફર તરીકે દિલ્હી કે

અજમેર આવે. અહીંની પ્રસિદ્ધ મસ્જિદ કે દરગાહ પર માથું ટેકવીને સસ્તી ધર્મશાળા જેવા જમાતખાનામાં રોકાય. ત્યાંના દરગાહ વિસ્તારમાં અનેક લેભાગુ આવા નિર્દોષોના શિકાર માટે ભૂખ્યા વરુની જેમ આંટા મારતા જ હોય. ગરીબ બાંગ્લાદેશીઓને ઓળખી કાઢીને એમને પોતાની મીઠી વાતોમાં લપેટી લે. વિશ્વાસ જીતે ન જીતે ત્યાં જાત પર આવી જાય. 'આપ હમેં રૂપિયે દો તો હમ આપકો પાકિસ્તાન જાને કા સહી ઔર સલામત રાસ્તા દિખાયેંગે.' ભૂખ્યો, લાચાર અને અનિશ્ચિત ભવિષ્યથી ચિંતિત માણસ તરત ભોળવાઈ જાય. ઠગો એની મરણમૂડીમાંથી અડધીપડધી રકમ 'ફી' પેટે પડાવી લે. આ મુસ્લિમ એજન્ટો પોતાના મજબૂર-ગરીબ બંગબંધુઓને માર્ગદર્શન આપવા સાથે લોલીપોપ ચટાડેઃ 'પાકિસ્તાન મેં તો અચ્છી નોકરી યા બઢિયા કામ મિલ હી જાયેગા. વહાં મજદૂર લોગોં કી ભી બહુત જરૂરત હોતી હૈ. આપ કો આસાની સે પાકિસ્તાન જાના હૈ તો યહાં દિલ્હી સે ગુજરાત કે કચ્છ પહુંચ જાઈએ. ઈસકે લિએ દિલ્હી સે ગુજરાત કી ટ્રેનમેં બૈઠ જાઈએ. એક ટ્રેનમેં તો વહાં કા હી કોચ લગા હોતા હૈ. બીના ટિકિટ, બીના રિઝર્વેશન આપ કચ્છ આરામ સે પહુંચ જાયેંગે.'

લેભાગુ મુસ્લિમ એજન્ટો કંગાળ પાકિસ્તાન વિશેના સોનેરી ભ્રામક સપનાની જાળમાં પોતાના બાંગ્લાદેશી ધર્મભાઈઓને ફસાવી દે. છોગામાં ધરપત આપે, 'કચ્છ કે ખાવડા યા હાજીપીર પહુંચ જાઓ. વહાં સે આપ પૈદલ પાકિસ્તાન જા સકતે હો. યા વહાં સે કરાચી જાનેવાલી બસ મેં બૈઠ જાના ઔર કુછ રૂપિયે મેં તો ગાડી ભી કરાંચી લે જાયેગી.'

અભણ બાંગ્લાદેશી કે એનો સમૂહ આ ધુતારાઓની વાતોમાં આવીને અજમેરથી કચ્છ પહોંચી જાય. ભુજથી બસમાં જાય ખાવડા કે હાજીપીર. આમાં એક દિલચસ્પ ઘટના એવીય બની કે કંડલા હાજીપીર વાયા ભુજ એસ.ટી. બસના કન્ડક્ટરે ચારેક બાંગ્લાદેશીને ઓળખી લીધા બાદ બસ સીધી પોલીસ સ્ટેશન લઈ જવાઈ હતી. ક્યારેક આપણા સતર્ક ભારતીયો પણ વિચિત્ર પહેરવેશ કે વાતચીત પરથી વિદેશીઓને ઓળખીને પોલીસના આંખ-કાન બની જતા હતા. આ રીતે હાજીપીર, રણના પ્રતિબંધિત વિસ્તારો, ભુજ કે ગમે તે સ્થળેથી પોલીસ ઘૂસણખોરોને પકડી પાડતી હતી. એકવાર તો ખુદ હાજીપીરના મુજાવરે પણ પોલીસ - બી.એસ.એફ.ને સાવધ કરીને ઘૂસણખોરોને પકડાવ્યા હતા.

ટૂંકમાં, નેવુંના દાયકામાં કચ્છમાં કોઈ પણ સામાન્ય નાગરિક, ગુપ્તચર અને સુરક્ષા એજન્સીને ગમે ત્યાં બાંગલાદેશી ઘૂસણખોર દેખાઈ જતા હતા. ક્યારેક તો પોલીસનું લૉકઅપ ઊભરાઈ જતું અને ભુજનું જોઇન્ટ ઇન્ટરોગેશન સેન્ટર હાઉસફુલ થઈ જતું હતું.

આ બેક ગ્રાઉન્ડ વચ્ચે બાંગ્લાદેશીનું પકડાવું સામાન્ય બાબત હતી, પણ એકસાથે ૧૧૭ ગેરકાયદે પરદેશી પંખી જાળમાં આવવા એ મોટી, બહુ જ મોટી ઘટના હતી. આ સેન્સેસનલ ન્યૂઝ જન્માષ્ટમીની બપોરે 'કચ્છમિત્ર'ના બે પાનાંના 'વધારા' થકી જનતા સુધી પહોંચાડાયા. એમાં બાંગ્લાદેશીઓના ઝુંડનો ફોટો હતો. આટલા બધા ઘૂસણખોરોને એકલે હાથે માત્ર દંડૂકાના જોરે ઝબ્બે કરનારા ગુરખા કૉન્સ્ટેબલ જગતસિંહ અર્જુનસિંહ રાવતને પણ બહુ સરસ રીતે હાઈલાઇટ કરાયો હતો.

રસપ્રદ હકીકત એ છે કે આ ગોરખા કૉન્સ્ટેબલ બસ-સ્ટેશનની પોલીસચોકીમાં ફરજ બજાવતો હતો. એ દિવસે આઠમની જાહેર રજા હોવાથી બસ-સ્ટેશન પર પ્રવાસીની ઝાઝી ભીડ નહોતી, પરંતુ રોજિંદી ફરજના ભાગરૂપે કૉન્સ્ટેબલ હાથમાં દંડૂકો લઈને રાઉન્ડ મારી રહ્યો હતો. ત્યારે એકસામટા આટલા બધાને જોઈને પોલીસના માહ્યલાને શંકા જાગી. અધૂરામાં પૂરું એ લોકો પાકિસ્તાન જતી બસ વિશે પૂછપરછ કરી રહ્યા હતા, પણ એમની ભાષા પૂરેપૂરી સમજાય એવી નહોતી.

આ જાગૃત પોલીસમેને શક્ય એટલા રોબભેર ભાંગીતૂટી હિન્દીમાં આ ટોળાના લીડર જેવા આદમીને પૂછતાછ શરૂ કરી. કડક અવાજ અને પોલીસના પહેરવેશ સામે એ લીડરે તરત કબૂલી લીધું, 'હાં, હમ બાંગ્લાદેશી હૈ ઔર ખાવડા યા હાજીપીર સે પાકિસ્તાન જાના ચાહતે હૈં.'

પછી કંઈ કૉન્સ્ટેબલ ઝાલ્યો રહે. એની સક્રિયતા વિપુલની રજાની મજા અને મેળાની મસ્તી ખાઈ ગયા, પણ એ દિવસે વિપુલની કલમે ભુજ પોલીસના એક અદના લાઠીધારી કૉન્સ્ટેબલ દ્વારા સામટા ૧૧૭ જણની ધરપકડનું અનોખું પ્રકરણ 'વધારા' રૂપે પ્રગટ થઈ ગયું. ૧૧૭ બાંગ્લાદેશીને ભુજના બસ-સ્ટેશનેથી કૉન્સ્ટેબલ જગતસિંહ અર્જુનસિંહ રાવતે એકલે હાથે, માત્ર એક લાઠીના જોરે પકડ્યા... બધા ઘૂસણખોરો ૧૨થી ૪૨ વર્ષની વયજૂથના, તેમાં ત્રણ મહિલા અને ચાર બાળકો અને એક બચ્ચું તો પોલિયોગ્રસ્ત... પોલીસે બાળકો માટે દૂધ-બિસ્કિટ અને અન્ય મહેમાનો માટે ભોજનની વ્યવસ્થા કરીને માનવતા દર્શાવી... પાંચેક હજાર બાંગ્લાદેશી કચ્છથી દેશમાં ઘૂસ્યાનો ઘટસ્ફોટ... અજમેર અને દિલ્હીની જામા મસ્જિદ આસપાસ ફરતા લુખ્ખાઓ ગરીબ-બેકાર બાંગ્લાદેશીઓને કચ્છ ભણી ધકેલતા હતા... આવો એક લુખ્ખો તો તેમને મૂકવા છેક કચ્છ આવ્યો હતો અને ગાંધીધામથી પાછો વળી ગયો... આવો માહિતીસભર અહેવાલ વિપુલ વૈદ્યના નામ સાથે પ્રગટ થયો. વિપુલને એનો ગર્વ થયો, ને માલિનીને એનાથી બમણો આનંદ.

જે જન્માષ્ટમીનો મેળો છોડીને વિપુલે હમીરસર તળાવથી ભાગવું પડ્યું, એ

પવિત્ર સ્થળે એકવાર ગોઝારી ઘટના બની ત્યારે આ પત્રકાર જીવે ત્યાં દોડી જવું પડ્યું હતું. અચાનક ખબરી કમ સ્વજન રમજુ બોતલનો ફોન આવ્યોઃ હમીરસર પર ધડાકાભડાકા જેવું થયું છે. ઘણા મરી પણ ગયા હોય.

કાન પર વિશ્વાસ ન બેઠો કે શહેરના હૃદય સમા સ્થળે ધડાકા અને રક્તપાત! આશ્ચર્યમાં વિચારવાને પગલે વિપુલે પગ દોડાવ્યા. મારતી બાઇકે હમીરસર પહોંચ્યો. કોઈ આતંકવાદી ત્રાટક્યો હશે કે બીજું કંઈ હશે? હમીરસરની પવિત્રતા અભડાઈ કેવી રીતે?

વિપુલ પહોંચ્યો ત્યારે હમીરસરના કિનારે રીતસરની અફડાતફડી મચી ગઈ હતી. હાંજા ગગડાવતી ચિચિયારીઓ અને મરણતોલ ચીસો સાંભળીને આસપાસથી લોકો દોડી આવ્યા હતા. થોડીવારમાં જ પોલીસેય આવી ગઈ હતી. તરત આખો વિસ્તાર કોર્ડન કરી લેવાયો. અરે, ખુદ મેયર અને શાસક પક્ષના આગેવાનો સુધ્ધાં ધસી આવ્યા હતા. થોડીવારમાં તો પોલીસ અધિક્ષકની ગાડી જ ઝબૂક ઝબૂક કરતી લાલ લાઇટ સાથે પહોંચી ગઈ. પોલીસ વડા સુભાષ ત્રિવેદીએ થોડીવારમાં પરિસ્થિતિનું નિરીક્ષણ કર્યું. પછી મેયર અને અન્ય આગેવાનોને સ્પષ્ટપણે ટૂંકા વાક્યમાં સંભળાવી દીધું, 'પ્લીઝ, આપ જાઈએ યહાં સે. અબ હમેં ઇન્વેસ્ટિગેશન શુરુ કરના હૈ.'

એ વખતે ત્યાં હાજર વિપુલ વૈદ્યને પોલીસ અધિક્ષકે જોયો, પણ એકેય શબ્દ ન ઉચ્ચાર્યો કે ન એને ત્યાંથી જવા માટે કીધું. આ છે પત્રકારનો પ્રભાવ, એની માટેનો આદર.

ફૂટપાથ પર ચાર-ચાર લાશ પડી હતી. ફુરચેફુરચા રૂપે ઊડેલાં કેટલાંક અંગોને એકઠા કરીને પોલીસે પંચનામું કર્યું. થોડીવારમાં લશ્કરના અધિકારીઓ પણ આવી પહોંચ્યા. ભુજના શણગાર અને ગૌરવ ગણાતા હમીરસરના નામને કલંકિત કરતો એક બનાવ નોંધાઈ ગયો.

સદ્નસીબે આ કોઈ આતંકવાદી કૃત્ય નહોતું છતાં એ કેમ, કેવી રીતે અને શા માટે બન્યું? ભુજની નજીકમાં આર્મીની ફાયરિંગ રેન્જ છે. અહીં સામાન્યજનોના પ્રવેશ પર પ્રતિબંધ છે એ કહેવાની જરૂર ન હોય, પરંતુ મોકો મળે અહીં ઘૂસીને ભંગાર વીણતા શ્રમિકો ફોડેલા કારતૂસ, ફૂટેલા બૉમ્બ અને અન્ય સ્ફોટક સામગ્રીનો કચરો-કાટમાળ ઉપાડીને ચોરીને લઈ જતા હતા. અગાઉ આર્મીની ટપકેશ્વરી ફાયરિંગ રેન્જની અંદર ઘૂસેલા સાત શ્રમજીવીઓના ભંગાર તોડતી વખતે મોત થયાં હતાં.

હમીરસરના કિનારે ફૂટપાથ પર પણ આવી ચોરેલી સ્ફોટક સામગ્રીને તોડીને એમાંથી તાંબુ-પિત્તળ મેળવવાની લાલચમાં ધડાકો થયો હતો. આમાં ચાર જણના

જીવ ગયા. હમીરસર તળાવના પાણીમાં ભલે લોહીનાં છાંટા ઊડ્યા કે ન ઊડ્યા પણ એની નામના પર તો લાલ છાંટા હજીય વિપુલ જેવા ઘણાને દેખાય છે. કારણ કે હમીરસર તળાવ કચ્છીઓની આસ્થાનું કેન્દ્ર છે. જીવનરક્ષક જળનું સંગ્રહસ્થાન, ભવ્ય પરંપરાનું પ્રતીક છે અને રણવાસીઓની જિજીવિષા-આશાનો ઘૂઘવતો સાગર છે.

વિપુલ વૈદ્ય ઘણીવાર હમીરસર સહિતની કચ્છની ભવ્યતા, પરંપરા, ભૌગોલિક વિશિષ્ટતા અને ઇતિહાસની ચર્ચા વડોદરાની માલિની સાથે કરે. આટઆટલાં વરસો કચ્છમાં વિતાવ્યા છતાં વિપુલની આંખોમાં હજીય કચ્છ માટે વિસ્મયતા, અવાજમાં અનોખો રણકાર જોઈને માલિનીને આશ્ચર્ય ઓછું ને આનંદ વધુ થાય. તેને જીવનસંગીના પોતાના મૂળ અને કુળ-પરિવાર સાથેનું અતૂટ સ્નેહ-સંધાન બહુ ગમતું, ગર્વ પણ ઘણો અનુભવે.

આ પરફેક્ટ કપલની મીઠી-મીઠી છોટી-છોટી વાતોમાં ખલેલ પડી. વિપુલને પહેલા તો વિઘ્ન ન ગમ્યું, પણ પછી મોબાઇલ ફોનમાં કૉલરનું નામ જોઈને હોઠ પર મલકાટ અને આંખમાં જિજ્ઞાસા ઊછળી આવી. આ કોઈ દિવસ અમસ્તો કે નાહક કોલ ન કરે. ફોન રિસિવ કરીને વિપુલ પ્રેમથી બોલ્યો, "હલ્લો, કેમ છો રમજુભાઈ?" સામેથી રમજુ કંઈક બોલ્યો, વિપુલને કાન પર વિશ્વાસ જ ન બેઠો. તેણે તરત રમજુને રોક્યો. "ફોન પર રહેવા દે, મળીને વાત કરીએ. ભલે, આ વખતે નવા સ્થળે આપણી યાદીમાં નવ નંબરનાં સ્થળે મળીએ. ચાની ચુસ્કી પર કરીએ વાત."

ફોન મૂકીને વિપુલ બેસી પડ્યો સોફામાં. માલિનીએ સહજ ચિંતા સાથે પૂછ્યું, 'બધું બરાબર છે ને!'

'હા, હા. બધું બરાબર છે, પણ રમજુએ કીધું એ માનવામાં આવતું નથી.'

અને પત્રકાર વિપુલ વૈદ્યને મોટી, સનસની - પેજ-1 એક્સક્લુઝિવ સ્ટોરી નજર સામે દેખાવા માંડી.

16

કચ્છમાં બનેલી ઘણી પહેલવહેલી ઘટના નિહાળવાનો અને કવર કરવાનો વિપુલ વૈદ્યને મોકો મળ્યો. એ ભલે એકલદોકલ ઘટના હોય, પણ એ કચ્છની બદલાતી સામાજિકતાના અણસાર હતા.

૨૦૦૧માં કચ્છને ભયાવહ ભૂકંપે ધરમૂળથી ઘમરોળી નાખ્યું હતું. કચ્છના ઇતિહાસમાં માઈલસ્ટોન બનીને રહી ગયેલી આ દુર્ઘટનાએ ઘણું-ઘણું બદલી નાખ્યું હતું. ભૂકંપે કચ્છની તસવીર સાથે તાસીર બદલી નાખી હતી. ફળિયાં ગયાં ને બિલ્ડિંગ આવ્યાં, ઉદ્યોગો આવ્યા, નોકરી આવી અને ખેતી આવી. આ સાથે શાંતિ ગઈ ને અરાજકતાએ પાપાપગલી માંડી. આ ધરતીકંપના થોડા સમય પૂર્વે અને આ તબાહીના થોડા ટાઇમ પછી બનેલા એકદમ અસામાન્ય અને અભૂતપૂર્વ બનાવોએ કચ્છની ગુનાખોરીની તવારીખને અગાઉ ક્યારેય નહોતી એટલી બધી લોહિયાળ અને લાલચોળ બનાવી નાખી હતી. અગાઉ ક્યારેય જોયું નહોતું એવું કચ્છે જોયું.

ધરતીકંપ અગાઉ બહાદુર ફોજદાર આર. બી. ઓડેદરા પર છરી હુલાવીને હત્યાનો પ્રયાસ કરનારા અભલા ઇબ્રાહિમ પટેલ ઉર્ફે અભાયા અને આર.ડી.એક્સ. ફેમ જાંબાજ ઇન્સ્પેક્ટર દિલીપ અગ્રાવત સામસામે આવ્યા ત્યારે રોમાંચક તોફાન ઊભું થયું હતું. એના પડઘા કચ્છના સીમાડા ઓળંગીને દૂર દૂર પહોંચ્યા હતા.

અભાયો આમ દેખાય સાવ સિંગલ બૉડી પણ શરીર એકદમ કસાયેલું. બેસેલા ગાલ, આછેરી દાઢી ને માથા પર થોડા લાંબા વાળ. મોટેભાગે પેન્ટ-શર્ટમાં જ દેખાય. કાયમ ચામડીના કવરમાં મૂકેલી જર્મન નાઇફ (છરી) સાથે હોય. શિકારનો ભારે શોખીન. લગભગ રોજેરોજ સસલાં, નીલગાય, હરણ કે તેતરનો શિકાર કરતો રહે. એ જ રીતે રોજ માંસ સાથે બિયર જોઈએ જ.

આ અભાયો એટલે વિપુલ વૈદ્યે જેના ઘરમાં ઘૂસીને કોલસા કૌભાંડને પર્દાફાશ કર્યું હતું એ ઇભલા પટેલ ઉર્ફે અભલા ઇબ્રાહિમ મમણનો દીકરો. આ અભાયા પર માત્ર ઓડેદરા હુમલા કેસનો આરોપ નહોતો, તેના નામે બીજા અનેક ગંભીર અપરાધ બોલતા હતા. ભૂકંપ પૂર્વે એ જામીન પર હતો ત્યારે જ

ભુજ નજીકના માધાપર વિસ્તારમાં તેણે ભારે ઉધામો મચાવ્યો હતો. ૧૯૭૧ના યુદ્ધમાં રાતોરાત એરફોર્સની બૉમ્બગ્રસ્ત હવાઈપટ્ટી તૈયાર કરનારી વીરાંગનાઓના પરાક્રમ માટે જાણીતું માધાપર એટલે સમૃદ્ધ ગામ. મુખ્ય વસતિ પટેલોની. આ સમાજ વેપારધંધામાં અત્યંત સાહસિક પણ અપરાધથી અને ગુનેગારોથી દૂર રહેવાની મનોવૃત્તિ ધરાવે.

હત્યા કેસના એક પટેલ આરોપી અને અન્ય માથાભારે અસામાજિક તત્ત્વોએ અમનપસંદ માધાપરમાં રાડ બોલાવી દીધી હતી. આ 'અન્ય'માં અભાયો પણ ખરો. એમના ત્રાસમાંથી છુટકારો અપાવવા માટે ગ્રામજનોએ જિલ્લા પોલીસ અધિક્ષક કેશવકુમારને આજીજીસભર અરજ કરી હતી. કેશવકુમારે પોતે માધાપરની મુલાકાત લઈને ગ્રામજનોને ધરપત આપી હતી કે ગામને બહુ જલદી ગુંડાગીરીથી મુક્તિ અપાવશે.

કેશવકુમારે આપેલું વચન શબ્દશઃ સાચું પડે એ દરમિયાન અભાયા નાના-મોટા ગુના આચરે અને ભાગતો ફરે. ધરતીકંપ પછીના બીજા વર્ષે એટલે કે ૨૦૦૨માં તેણે કચ્છના ટ્રક-વિલેજ તરીકે ઓળખાતા રતનાલ ગામના સીમાડામાં શિકાર કર્યો. રાજકીય રીતે શક્તિશાળી લેખાતા આહિરોની વસતિવાળા રતનાલના રહેવાસીઓ જીવદયામાં બહુ માને. અહીં આર.એસ.એસ.ના ચુસ્ત સમર્થકોની સંખ્યા પણ ઘણી મોટી એટલે અભાયાએ હરણનો શિકાર કર્યાના વાવડ વનથી દાવાનળ બનીને ગામમાં ફરી વળ્યા. ઉશ્કેરાયેલા ગામવાળાઓએ તાત્કાલિક જંગલખાતાને જાણ કરી. વન વિભાગ અને રતનાલવાસીઓની ટુકડી લેશમાત્ર વિલંબ કર્યા વગર સીમમાં પહોંચી. તો અભાયો મરેલા હરણને જીપમાં નાખીને ભાગવાની પેરવી કરતો નજરે ચડ્યો. સૌએ મળીને પડકાર્યો તો અભાયાએ હથિયાર બતાવીને ગામલોકોની સાથે વનકર્મીઓને પણ ભગાડી દીધા. હોબાળો ખૂબ મચી ગયો, પણ પછી અભાયો હાથ ન લાગ્યો તે ન લાગ્યો. કારણ? માહોલનો ગરમાવો પારખીને તે મુંબઈ પલાયન થઈ ગયો.

સમય વીતતો ગયો. કોઈને ક્યાંય અભાયાની ભાળ નહોતી મળતી. અચાનક એક બાતમીદારે ઇન્સ્પેક્ટર દિલીપ અગ્રાવતના કાનમાં ફૂંક મારી કે આજે અભાયો મમણ મુંબઈથી ભુજ આવતી ટ્રેનમાં બેસી ગયો છે. બસ, આનાથી વધુ શું જોઈએ?

અગ્રાવત ચાર વિશ્વાસુ અને કાબેલ સાથીદારો સાથે ધ્રાંગધ્રા પહોંચી ગયા. વી.વી.આઈ.પી. અભાયાના 'હૂંફાળા સ્વાગત' માટે કચ્છની પોલીસ ટુકડી, રાતના અંધકારમાં ડબ્બેડબ્બે ફરીને પોતાના 'વી.વી.આઈ.પી.'ને શોધતી રહી. સવાર પાડવા માટે બાંગ પોકારવાની કૂકડો તૈયારી શરૂ કરે એવા પ્હો ફાટવાના સમયે

અભાયાનાં દર્શન થયાં. કચ્છનું પ્રવેશદ્વાર ગણાતા સામખિયાળીમાં પહેલાં દર્શન થયાં.

અભાયાને સપનમાંય કલ્પના નહોતી કે સવારમાં જાગીને જોઈશ તો સામે હાથકડી સાથે અગ્રાવત ઊભા હશે. અગ્રાવતે એવી જડબેસલાકપણે તેને ઘેરી લીધો હતો કે સામનો કરવાનો મોકો જ ન મળે. અગ્રાવત એને જોઈ રહ્યા, પછી ધીમેથી બોલ્યા, 'અભાયા, તું ગમે તેટલો ચાલાક હોઈશ, પણ આખરે મારા હાથમાં આવી ગયો હો.'

અભાયાને ભુજમાં લવાયો. કોર્ટમાં રજૂ કરાયો, પરંતુ અંતે એ જામીન પર છૂટી ગયો. ફરી છૂટથી ફરતા અભાયાને જાણ નહોતી નિયતિએ એનો સંબંધ ઇન્સ્પેક્ટર દિલીપ અગ્રાવત સાથે કેવો સજ્જડબમ જોડી દીધો છે.

એકવાર અભાયો મોટરસાઇકલ પર ભુજના હમીરસર તળાવના ઓગન પાસેના પાટવાડી નાકેથી જઈ રહ્યો હતો. ત્યારે એસ.એસ.બી. અર્થાત્ સ્પેશ્યલ સર્વિસ બ્યૂરોના જવાનની બાઇક સાથે અભાયાની મોટરસાઇકલનો નાનકડો અકસ્માત થઈ ગયો. એ સમયે કચ્છમાં એસ.એસ.બી.નું મોટું થાણું હતું, પણ હાલ તેઓ નેપાળ સરહદે તૈનાત છે.

તે અકસ્માતમાં એક માથાભારે ગુંડો અને બીજા ફોર્સના જવાન. શાબ્દિક ઘર્ષણ થયું, પણ એસ.એસ.બી.નું હેડક્વાર્ટર અકસ્માતના સ્થળથી ખૂબ નજીક હતું. મામલાની ગંભીરતા સમજીને અભાયા ત્યાંથી પોબારા ગણી ગયો.

અકસ્માત અને પોતાને પલાયન થયાની ફરજ પડવાથી એ રઘવાયો થયો હતો. આવી મનઃસ્થિતિ સાથે એ ખાવડા રોડ પર બનેલા નવા રેલવે સ્ટેશન પાસે પહોંચ્યો. યોગાનુયોગ એ જ સમયે અગ્રાવતના બે ખાસ સાથીદાર કૉન્સ્ટેબલ નરેન્દ્રસિંહ જાડેજા અને દેવરાજ ગઢવી કોઈક કામસર એ વિસ્તારમાં બાઇક પર નીકળ્યા હતા. એમને જોઈને અભાયાને થયું કે એસ.એ.બી.માં જવાન સાથે અકસ્માત અને ઝઘડો થવાથી આ બંને મને પકડવા આવ્યા છે. આવી ગેરસમજણમાં તેણે નજીક આવતા બંને કૉન્સ્ટેબલ પર છરી કાઢીને હુમલો કર્યો. છરી નરેન્દ્રસિંહ જાડેજા અને દેવરાજ ગઢવીને વાગી, પણ અભાયો પાછું વળી જોવા ઊભા રહેવાને બદલે ભાગી છૂટ્યો.

બંને ઘાયલ કૉન્સ્ટેબલને તાત્કાલિક સારવાર આપવી જરૂરી હતી. એ સમયે ભૂકંપના પાપે એક-એક યંત્રણા હજી એકદમ અસ્તવ્યસ્ત અવસ્થામાં હતી. સરકારી જી.કે. હૉસ્પિટલ ૨૦૦ માનવીની જાનહાનિ સાથે જમીનદોસ્ત થઈ ચૂકી હોવાથી જ્યુબિલી ગ્રાઉન્ડમાં કામચલાઉ સરકારી હૉસ્પિટલ શરૂ કરાઈ હતી. અહીં સારવાર મળવાથી કૉન્સ્ટેબલના જીવ બચી ગયા.

અભાયા સામે હત્યાના પ્રયાસનો વધુ એક ગુનો દાખલ થયો. ફરીથી એને ઝબ્બે કરવા માટે પોલીસતંત્રે તલાશ ઝુંબેશ આદરી દીધી. કાયમી ખબરીઓનું જોરદાર નેટવર્ક ધરાવતા ઇન્સ્પેક્ટર દિલીપ અગ્રાવતને મહત્ત્વની માહિતી મળી કે અભાયા રાજકોટમાં છે અને અલ્સરની સારવાર કરાવે છે.

બીજો કોઈ પોલીસવાળો હોત તો રાજકોટ ધસી જઈને અભાયાને ઝડપી લીધો હોત કાં માંદાને ઢાળી દઈને વાહવાહી રળી લીધી હોત, પરંતુ અગ્રાવત કંઈક અલગ જ માટીના માનવી. તેમણે ખબરીઓ મારફતે અભાયાને સંદેશો મોકલાવ્યો, 'તને આવી હાલતમાં હરગિઝ નહીં પકડું, તને તો તારા એરિયામાંથી જ ઉપાડી લઈશ.'

અભાયાનો એરિયા એટલે એનું મૂળ ગામ : નામ નાના વરનોરા. આ ગામ પહેલેથી જ નોટોરિયસ. આ આખા વિસ્તારમાં અભાયાની ભારે હાક વાગે. એના અનેક મહિલા સાથે 'દાદાગીરી'ભર્યા પ્રેમસંબંધ. મહિલાને ગમે કે ન ગમે, એના પરિવારને મંજૂર હોય કે ન હોય, પણ અભાયાને મન થાય ત્યારે એ મહિલાને ઘરે પહોંચી જાય અને દેહભૂખ સંતોષી જ લે. ગામની આવી એક મજબૂર મહિલાનો લાચાર અને અભાયાથી ડરેલો ત્રાસેલો પતિ એકવાર સીધો પહોંચી ગયો ઇન્સ્પેક્ટર દિલીપ અગ્રાવત પાસે. તેણે મોઢા પર શરમ અને આંખમાં આંસુ સાથે પોતાની વિતકકથા વર્ણવી પછી તરત હાથ જોડીને કરગર્યોય ખરો, 'સાહેબ, એને (અભાયાને) ખબર ન પડે કે મેં તમને આ વાત કરી છે, નહીંતર મને વાઢી નાખશે. માઈબાપ, અમને બચાવી લો.'

અગ્રાવતને કાન પર વિશ્વાસ ન બેઠો. શરીર ક્રોધથી ધ્રૂજી ઊઠ્યું. તેમણે તરત સ્વસ્થતા મેળવી લીધી. કંઈક વિચારતાં ધ્યાનમાં આવ્યું કે એ વિસ્તારમાં નવા-નવા મોબાઇલ ટાવર લાગ્યા હતા. અગ્રાવતે તરત એક મોબાઇલ ફોન મંગાવીને પીડિત-પતિને સમજાવ્યો કે હવે જ્યારે અભાયો ગામમાં આવે કે તરત મને ફોન કરી દેજો. એ માણસે તરત ઉપયોગી માહિતી આપી, 'દર શુક્રવારે અભાયો ગામની મસ્જિદમાં નમાજ માટે આવે છે.' અગ્રાવતે એને તાકીદ કરી કે હવે અભાયો જેવો શુક્રવારે ગામમાં દેખાય કે મને ફોન કરી દેવાનો.

એક શુક્રવારે એણે અગ્રાવતને ફોન કરી દીધો. કોઈ સામાન્ય આરોપીને પકડવાનો નહોતો. અભાયો એટલે તો એક નંબરનો હિંસક, ચબરાક, ચપળ, રીઢો અને અઠંગ ગુનેગાર. એના સામૈયાની તૈયારીય બરાબર કરવી પડે.

અગ્રાવતની ટીમ પોલીસના યુનિફૉર્મને બદલે મુફતીમાં રવાના થઈ. પોલીસ જીપને બદલે શિકારીઓ વાપરે એવી જિપ્સીની સવારી પર પસંદગી ઉતારી. અનુભવી અગ્રાવતે નાના વરનોરા જવા માટે વાયા નાગોરના મુખ્ય પરંપરાગત

રસ્તે ન જવાનું નક્કી કર્યું. અહીંથી ગામમાં પ્રવેશો એટલે અભાયો હાથમાં આવવાના ચાન્સ ૯૦ ટકા લાગે, તો સામેથી હુમલાની શક્યતા ૧૦૦ ટકા હતી.

આ બધું વિચારીને જ અગ્રાવતે રૂદ્રમાતા ડેમ પાછળથી એક હંગામી ગાડાવાટ જેવો રસ્તો અગાઉથી બનાવડાવી રાખ્યો હતો. એનું અંતર હશે માંડમાંડ પાંચ-છ કિલોમીટર જેટલું. આ છૂપા માર્ગે ગામમાં પગપેસારો કરવો એ પર્યાપ્ત નહોતું. સાવધાની તો પૂરેપૂરી રાખવાની જ હતી. અગ્રાવતને ગળા સુધી ખાતરી કે આજે મને જોતાવેંત અભાયો ગોળીઓથી મારું સ્વાગત કરવાનો જ. કદાચ અભાયોય જાણતો હતો કે કોઈ મને પકડી શકે, પીટી શકે કે જેલમાં પૂરી શકશે તો એ માત્ર અગ્રાવત જ. આ કારણસર જ અભાયાએ અગ્રાવત અને દેવરાજ ગઢવીને ખતમ કરી નાખવાના સોગંદ સુધ્ધાં લીધા હતા.

આ બધી વાતો કર્ણોપકર્ણ અગ્રાવત સુધી પહોંચી હતી. વળી, અભાયાનાં કોઈ કારનામાં, સ્વભાવ કે આદત છાનાં નહોતાં. આ બધાં કારણસર ઇન્સ્પેક્ટર દિલીપ અગ્રાવતે ઇરાદાપૂર્વક અગાઉ અભાયાના હુમલામાં ઘાયલ થયેલા નરેન્દ્રસિંહ જાડેજા અને દેવરાજ ગઢવી ઉપરાંત બે સાથીને આ મિશન માટે પસંદ કર્યા હતા.

ખાસ નવા બનાવેલા હંગામી રસ્તા પર થઈને જિપ્સી ગામમાં પહોંચી ગઈ. કદાચ કોઈ ગ્રામવાસી કે અભાયાનો મળતિયો દૂરથી ગાડીને જુએ તો પોલીસ આવ્યાની શંકા ન જાય. થયું એવું જ ને બધા ગાફેલ રહી ગયા. ફોજદાર ઓડેદરા પર જીવલેણ હુમલાથી માંડીને છેલ્લે નરેન્દ્રસિંહ - દેવરાજ પર છરાથી વાર કરવા સહિતના અનેક ગંભીર ગુનાનો આરોપી અભાયો જેવો મસ્જિદમાંથી બહાર આવ્યો એ સાથે સામે પોલીસ દેખાઈ.

આશ્ચર્ય અનુભવવા કે આ વાત સમજવામાં સમય બગાડવાને બદલે ચપળ અભાયો ભાગવા માંડ્યો. પોતાનું ગામ એટલે એની ભૂગોળની રજેરજથી માહિતગાર. અભાયો ગામના તળાવ તરફ ભાગ્યો. રસ્તામાં પાછા વળીને જોયું તો અગ્રાવત પીછો કરતા નજીક આવી રહ્યા હતા. અભાયાએ પોતાની મેડ ઇન પાકિસ્તાન માઉઝર પિસ્તોલ કાઢીને સાત-આઠ રાઉન્ડ ફાયર કર્યા. ત્રણ ગોળી તો અગ્રાવતની છાતી પર વાગી.

પરંતુ પૂરતી તૈયારી અને સાવધાની સાથે આવેલા અગ્રાવતે બુલેટ પ્રૂફ પહેર્યું હોવાથી જીવ બચી ગયો.

અભાયાએ શરૂઆત કર્યા બાદ અગ્રાવત અને સાથીઓએ પણ સર્વિસ રિવૉલ્વરમાંથી ધડાધડ ફાયરિંગ કરવા માંડ્યા. ને અભાયો ઢળી પડ્યો કાયમ માટે. એ સાથે એક દાયકાની ભયાનક ગુનાખોરીના મોટા પ્રકરણ પર મુકાયું પૂર્ણવિરામ.

આ હતું કચ્છનું પહેલું પોલીસ એન્કાઉન્ટર. એનું ખૂબ મહત્ત્વ હોવાથી આખા કચ્છમાં ચકચાર મચી ગઈ. આને પગલે રીઢા ગુનેગારોમાં ધાક બેસી ગઈ. જોકે આ બનાવટી એન્કાઉન્ટર હોવાના આરોપ સાથે ઇન્સ્પેક્ટર દિલીપ અગ્રાવતને અદાલતમાં ઘસડી જવાયા. તેમણે થોડો સમય નોકરીમાંથી સસ્પેન્ડ પણ થવું પડ્યું. આ કાનૂની જંગમાં પણ અગ્રાવત જરાય પાછા ન પડ્યા. સ્થાનિક કોર્ટ, પછી હાઈકોર્ટ થઈને મામલો પહોંચ્યો સુપ્રીમ કોર્ટમાં. આ નકલી એન્કાઉન્ટર નહોતું એવો અગ્રાવતનો દાવો સર્વોચ્ચ અદાલતે સ્વીકાર્યો અને અંતે સત્યનો વિજય થઈને જ રહ્યો.

આજ સુધી કચ્છમાં માત્ર બે જ પોલીસ એન્કાઉન્ટર થયાં છે. યોગાનુયોગે બીજા એન્કાઉન્ટરમાંય દિલીપ અગ્રાવત સામેલ હતા. આની શરૂઆત રામપર (વેકરા) ગામથી શરૂ થઈ એમ કહી શકાય. જેના માટે 'માથાભારે' શબ્દ નાનો પડે એવા જાદવા પટેલે પોતાના ગામના વાઘેશ્વરી માતાના મંદિર પર નજર બગાડી. તેણે મંદિરના બાવાજીને મારીને તગેડી મૂક્યો. પછી મંદિરની ભીંત પર લખ્યું: "અહીં પોલીસે આવવું નહીં." એ બાબત તેની ગુસ્તાખી, જોહુકમી અને અભિમાન દર્શાવવા માટે પર્યાપ્ત છે. આ જાદવો એન.આર.આઈ. પટેલો થકી સમૃદ્ધ એવા પટેલ ચોવીસીના ગામની બૅન્ક લૂંટવાનો મનસૂબો સેવતો હતો, પરંતુ માત્ર સપનું જોઈને બેસી રહેવાને બદલે તે એક-એક પગલું વિચારવા માંડ્યો, હકીકતમાં લૂંટની આ રકમ સાથે પોતાની એક અન્ય સાથે પરણેલી ગર્લફ્રેન્ડને લઈને કોઈક સલામત સ્થળે અથવા વિદેશ જતા રહેવાનો એનો ઇરાદો હતો. જાદવાએ બૅન્ક કાવતરાને અંજામ આપવા માટે છેક ઉત્તર પ્રદેશથી થોડા ગુંડા બોલાવ્યા ને તમંચા મંગાવ્યા. બસ, હવે દિવસ નક્કી કરવાનો બાકી હતો.

નવરાત્રિનો તહેવાર ચાલતો હોવાથી ઠેરઠેર પોલીસ બંદોબસ્ત હતો. ભુજ તાલુકા પોલીસ કોઈ જ અનિચ્છનીય બનાવ ઇચ્છતી ન હોવાથી ભારે પેટ્રોલિંગ કરી રહી હતી. ઠેર-ઠેર પોલીસ જાપ્તો દેખાતો હતો. ભુજથી ચારેક કિલોમીટર દૂર મિરજાપર નજીક રણજિતસિંહ ચાવડા નામના આસિસ્ટન્ટ પોલીસ સબ-ઇન્સ્પેક્ટર ચેકિંગની ફરજ બજાવતા હતા. તેઓ મિરજાપર પોલીસ ચોકીના ઇન-ચાર્જ પણ ખરા.

પરોઢે ચાર વાગ્યે એક મારુતિ પસાર થતી દેખાઈ. રણજિતસિંહે હાથ બતાવીને ગાડી રોકાવી. નજીક જઈને જોયું કે અંદર ચાર જણા હતા. પોલીસે ચેકિંગ શરૂ કર્યું તો ડ્રાઇવરની સીટ નીચેથી તમંચાનું એક કારતૂસ મળી આવ્યું. આ સાથે વાયરલેસથી તાલુકા પોલીસ સ્ટેશનને સંદેશો અપાયો કે પોલીસની વધુ ગાડી સ્ટાફ સાથે મોકલો, હથિયાર મળવાની શક્યતા છે.

આ દરમિયાન ગાડીમાંથી અંધારાનો લાભ લઈને અને ધ્યાન ચુકાવી ત્રણ જણાં ભાગી ગયા. માનવામાં ન આવે તેવો સીન ભજવાવા માંડ્યો હતો. અચાનક જાદવા પટેલે ગાડીમાંથી ઊતરીને એ.એસ.આઇ. રણજિતસિંહ ચાવડાના લમણા પર તમંચો ધરી દીધો. ચાવડા કંઈ વિચારે એ અગાઉ ટ્રીગર પણ દબાવી દીધું અને કાયદાનો રક્ષક ત્યાં ને ત્યાં ઢગલો થઈને પડી ગયો. એનું શું થયું એ જોવાની પરવા કર્યા વગર જાદવો ભાગી છૂટ્યો.

થોડીવારમાં તાલુકા પોલીસની ટુકડી ધીમી ગતિએ આવી. લોહીલુહાણ ચાવડાને ભુજની હૉસ્પિટલમાં ખસેડાયા. ડૉક્ટરોની અથાગ મહેનત છતાં એકાદ કલાકમાં જ તેમણે દમ તોડી દીધો. મોટા તહેવારોમાં એક અઠંગ અપરાધીએ પોલીસને વીંધી નાખીને કરપીણ હત્યા કરતાં સમગ્ર કચ્છમાં સનસનાટી મચી ગઈ, અરેરાટી વ્યાપી ગઈ. પોલીસદળ એકદમ હરકતમાં આવી ગયું. પોલીસની વિવિધ બ્રાંચની ટુકડીઓ હત્યારા જાદવા અને એના સાગરીતોને શોધવા માટે શહેર, ગામડાં, હાઈવે અને સીમાડા ખૂંદવા માંડ્યા. એક એક ઇંચની તપાસ આદરી. એને દરમાંથી બહાર કાઢીને આકરામાં આકરી સજા કરાવવા એક-એક વર્દીધારી તલપાપડ થતા હતા. પોલીસના આ ઉગ્ર સર્ચ ઑપરેશનમાં જાદવાના ભાગી છૂટેલા સાથી ત્રણેય ગુંડા બીજા દિવસે પકડાઈ ગયા.

પરંતુ હજી હત્યારો મુક્ત હતો, ભાગતો ફરતો હતો. પોલીસનો ગાળિયો સતત મજબૂત થતો હતો. હવે પોતે ધરપકડથી બચી શકવાનો નથી એવું જાદવાને સમજાઈ ગયું. આથી તેણે નવો પેંતરો રચ્યો. ભુજ તાલુકા પોલીસ મથકના એક પટેલ કૉન્સ્ટેબલને સાધીને પોતે શરણે આવવા તેયાર છે એવો સંદેશો મોકલાવ્યો. સાથે શરત મૂકી કે પોલીસ પોતાને મારે નહીં એવી ખાતરી આપે તો જ શરણાગતિ સ્વીકારીશ. પોલીસે તરત તૈયારી બતાવી, જાદવો પટેલ હાજર થયો અને એની ધરપકડ થઈ.

આમ મામલો પતી ગયો, પણ કોર્ટમાં હત્યા કરવા વપરાયેલો તમંચો હાજર કરવો પડે. એ તમંચો તો જાદવો સાથે લાવ્યો નહોતો. એટલે પોલીસને ભડાકે દેવામાં વપરાયેલા તમંચાની શોધખોળ શરૂ કરવાની હતી. જાદવાએ માહિતી આપવી પડી કે મિરજાપર નજીક ભુજ-માંડવી હાઈવે પર આ ઘટના બન્યા બાદ પોતે નજીકના ડુંગરાળ વિસ્તાર તરફ ભાગ્યો હતો. લકીવાળી ચાડી ('ચડાણ' માટેનો કચ્છી શબ્દ)થી આગળ એક કાચા રસ્તા પર વનખાતાની રખાલમાં તમંચો છુપાવી દીધો હતો. અંતિમ નોરતું આગલી રાતે જ પૂરું થયું હતું એટલે બધે દશેરાનો ધમધમાટ હતો. અનિષ્ટ તત્ત્વોના હણાવા વિશે કોઈ અંદેશો નહોતો. સાથોસાથ વિજયાદશમીનો તહેવાર કચ્છ પોલીસ, ગુનેગાર આલમ અને સમગ્ર

કચ્છ માટે ખૂબ યાદગાર બનવાનો હતો.

પોલીસની ટીમ જાદવાને લઈને તેણે તમંચો સંતાડ્યાની દિશા તરફ દોડવા માંડી. લકીવાળી ચાડી પછી ઊબડખાબડ કાચો રસ્તો હતો એ બાજુ પોલીસની જીપ વાળી પણ અચાનક જીપ ઊથલી પડી. જીપમાં તાલુકા પી.આઈ. નિમાવત અને અન્ય ત્રણેક પોલીસ હતા. બધાને સામાન્ય ઈજા થઈ, પણ આ મોકાનો લાભ લઈને જાદવો પટેલ ત્યાંથી ભાગી ગયો. ધરપકડ બાદ હવે પોતાને ચોક્કસ ફાંસી થશે, કાં લાંબી જેલ મળશે એવો ડર હશે કે બીજું કંઈ પણ એ નાસી છૂટ્યો.

ડોન બનવાની ખૂની ખ્વાહિશ ધરાવતો જયંતી ઉર્ફે જાદવો ખૂંખાર અપરાધી હોવા છતાં તેને હાથમાં બેડી પહેરાવવાની તસદી પોલીસે લીધી નહોતી એ મોટું આશ્ચર્ય ન ગણાય?

ફરી પોલીસના વાયરલેસ ધણધણી ઊઠ્યા. સમગ્ર કચ્છ જિલ્લામાં એલર્ટ અપાયું. એ સમયે એસ.ઓ.જી. (સ્પેશિયલ ઑપરેશન ગ્રૂપ)ના પોલીસ ઇન્સ્પેક્ટર દિલીપ અગ્રાવત અને તેમની ટીમ પેટ્રોલિંગ પર નીકળી હતી. તેમનેય કંટ્રોલ રૂમ મારફત જાદવા પટેલના પલાયનનો સંદેશો મળી ગયો. ગુનેગાર કોણ છે, ક્યાંથી ભાગ્યો, કેવી રીતે ભાગ્યો એ બધી વિગતો પરથી અગ્રાવત તરત રખાલવાળા કાચા રસ્તા તરફ ધસી ગયા. ત્યાં બીજો સંદેશો મળ્યો કે નજીકના કોઈ ગામવાળાએ ફોન કરીને મહત્ત્વની માહિતી આપી છે. રખાલના કાચા રસ્તા પર થોડે આગળ જતાં એક કઠિયારો બાવળના લાકડાં કાપતો હતો. તેની પાસેથી એક માણસ બાવળ કાપવાનું ધારિયું ઝૂંટવી લઈને ભાગી છૂટ્યો છે. કઠિયારાએ ગામમાં આવીને સૌને પૂરી વાત કરી અને ત્યાંથી પોલીસને ફોન આવ્યો. કઠિયારાએ ધારિયા ઝૂંટવી જનારાનું જે વર્ણન કર્યું એ મહદ્અંશે જાદવાને મળતું આવતું હતું.

હા, એ ધારિયું આંચકનારો શ્યામવર્ણો, બટકો અને મોટી આંખવાળો ભાગેડુ જાદવા પટેલ જ હતો. મોટે ભાગે કચ્છના પટેલ સામાન્ય રીતે ખડતલ, ઘઉંવર્ણા અને દેખાવે સારા લાગતા હોય છે. એ માપદંડે જાદવો દેખાવે જરાય પટેલ જેવો લાગતો નહોતો.

અગ્રાવત પોતાની ટીમ સાથે તાલુકા પોલીસની જીપ ઊથલી પડી હતી એ સ્થળે પહોંચી ગયા. થોડા અંતરે એક જેસીબીવાળો કામ કરતો હતો. તેની પૂછપરછમાં ખબર પડી કે હમણાં જ તેણે એક ધારિયાવાળા માણસને આગળ જતાં જોયો હતો.

અગ્રાવતની ટુકડી તરત આગળ દોડી ગઈ. થોડું અંતર કાપ્યા બાદ એક

નાનકડું તળાવ દેખાયું. તેની આસપાસની માટીમાં માણસના પગલાંના નિશાન દેખાવા માંડ્યાં, જે તાજાં લાગતાં હતાં. એ માટીમાંના પગલાને પગલે-પગલે પોલીસ ટીમ ચાલવા લાગી. ટીમને બે ભાગમાં વહેંચી નખાઈ. અગ્રાવતની બંને ટીમમાં તરવરિયા પોલીસ જવાનો હતા. એટલે એમની ઝડપ-સ્ફૂર્તિ પણ સારાં હતાં. તેઓ અગ્રાવતથી થોડા આગળ નીકળી ગયા.

અગ્રાવત પણ સાવધાનીપૂર્વક આગળ જોઈને ચાલતા હતા. અચાનક ઝાડી-ઝાંખરાંમાંથી એક માણસે અગ્રાવતની પાછળથી તરાપ મારીને પીઠ પર ધારિયાનો જોરદાર ઘા ઝીંકી દીધો. 'જાદવો... જાદવો'ની બૂમાબૂમ સાથે અગ્રાવતે જાદવા પટેલનો હાથ પકડી લીધો. આ સાંભળીને આગળ નીકળી ગયેલા પોલીસવાળા પાછા ફરે એ અગાઉ અગ્રાવત અને જાદવો ઝપાઝપી પર ઊતરી આવ્યા. પીઠમાં દડદડ વહેતા લોહીની પરવા કર્યા વગર અગ્રાવત કોઈ પણ હાલતમાં જાદવો હાથમાંથી છટકે નહીં એ માટે ઝઝૂમી રહ્યા હતા. ઘાયલ અગ્રાવતે જેટલું બળ જાદવને પકડી રાખવા વાપર્યું એટલા જ જોરથી પીઠમાંથી લોહી વહેવા માંડ્યું.

અઠંગ ગુનેગાર જાદવો જરાય ગાંજ્યો જાય એવો નહોતો. તેણે અચાનક અગ્રાવતની કમર પર લટકતી સર્વિસ રિવૉલ્વર ઝૂંટવવાની કોશિશ કરી, પરંતુ અગ્રાવત રિવૉલ્વર કમરમાં માત્ર એમને એમ મૂકી દેતા નહોતા. તેને મજબૂત દોરી અને કડીથી બાંધેલી રાખતા હતા, જે કમર સાથે વીંટળાયેલી હોય. એટલે જાદવો રિવૉલ્વર આંચકી તો ન શક્યો, પણ આ રિવૉલ્વર બચાવવાની ઝપાઝપીમાં અગ્રાવતના હાથથી આકસ્મિક ટ્રીગર દબાઈ ગયું અને બુલેટ ખુદ અગ્રાવતના સાથળમાં જ વાગી.

એક તો પીઠ પર ધારિયાના ઊંડા અને લોહી નિંગળતા ઘા અને પોતાની જ રિવૉલ્વરની બુલેટ સાથળમાં જ ઘૂસી ગઈ છતાં જાંબાઝ દિલીપ અગ્રાવતે લેશમાત્ર સ્વસ્થતા ન ગુમાવી. તેમણે તરત રિવૉલ્વર ઊંચકીને બે રાઉન્ડ ફાયર કર્યા. બંને ગોળી સીધી જાદવાની છાતી ચીરીને અંદર ઊતરી ગઈ. જાદવો ધડામ કરતો નીચે પછડાયો.

આટલીવારમાં સાથી પોલીસ કર્મચારીઓ પહોંચી ગયા. અગ્રાવત સાહેબને અને જાદવાને લઈને ભુજની હૉસ્પિટલ તરફ જીપ દોડાવી મૂકી. હૉસ્પિટલ પહોંચવા સાથે જ જયંતી છાભડિયા ઉર્ફે જાદવા પટેલનો કાયમ માટે છુટકારો થઈ ગયો. પોલીસ-અદાલતની સજાથી બચી ગયો, પણ આ દુનિયાને છોડીને જ. આ સાથે કચ્છના ગુનાખોરીના ઇતિહાસનું એક પ્રકરણ પૂરું થયું.

બીજી તરફ દિલીપ અગ્રાવતને ધારિયાના અને સાથળના ઘામાંથી પુષ્કળ લોહી વહી ગયું હતું. એક તબક્કે તો હાલત એકદમ નાજુક થઈ ગઈ. પીઠમાં

સ્ટેપલ જેવા મોટા ૨૪ ટાંકા આવ્યા. જોકે તેમણે જીવનમાં હજી ઘણું કરવાનું-જોવાનું લખાયું હશે એટલે ડૉક્ટરની દવા-સારવાર ઉપરાંત સાથીઓ અને નાગરિકોની દુઆને પ્રતાપે ૧૫ દિવસ સુધી જીવનમરણ વચ્ચે જંગ ચાલ્યા બાદ અગ્રાવત બચી ગયા. કહો કે, યમરાજને હાથતાળી આપીને નવજીવન મેળવી લીધું. હા, આ ઘટનામાં એમની લાંબી બાંયનું શર્ટ સાવ નકામું થઈ ગયું, પરંતુ પાંચ ફૂટ આઠ ઇંચના આ આદમીના વાંકડિયા વાળ અને સામાન્ય મૂછ પર છવાયેલી ખુમારી કાયમ રહી. જોતજોતામાં જીન્સ પેન્ટ પર ફરી લાંબી બાંયના પ્લેન શર્ટની અડધી ચડાવેલી બાંય સાથે ફરી તેઓ રોબભેર રસ્તા પર ઘૂમવા માંડ્યા. એ વખતે નાગરિકોની આંખમાં આદર અને દૂર છુપાયેલા ગુનેગારોમાં ડર વધી ગયા હતા.

17

અંજાર. કચ્છના મહારાજા ખેંગારજી પહેલાએ વિ.સં. ૧૬૦૨ના માગશર વદ આઠમના રવિવારે તોરણ બાંધીને આ શહેરની સ્થાપના કરી હતી. બાર-તેર સદી જૂનું અંજાર સૌથી પહેલાં અંજાડવાસ તરીકે ઓળખાતું હતું. અજેપાળ નામ પરથી અંજાર નામ પડ્યાનું કહેવાય છે. એક અભિપ્રાય એવો પણ ખરો કે ધગધગતા સૂકાભઠ્ઠ કચ્છમાં અંજારની ફરતે ભૂગર્ભમાં વિપુલમાત્રામાં જળભંડાર હતો. અનાજ અને ફળોનો જોરદાર પાક મળતો. આ બધાં કારણોસર એ અનાજનું વેપાર કેન્દ્ર ગણાતું. અન્ન-અનાજની બહુ મોટી બજાર હતી અહીં. આ 'અન્નબજાર'નું સમયાંતરે 'અંજાર' થઈ ગયાનું મનાય છે. અજેપાળે શહાદત વહોરી હતી, જેનું મંદિર બનેલું છે અને તેના પરથી અંજાર નામ મળ્યાનીય લોકવાયકા છે. જેસલ-તોરલની સમાધિ અંજારના જોવાલાયક સ્થળોમાંની એક છે. કુખ્યાત બહારવટિયા જેસલ જાડેજા અને સતી તોરલની સમાધિ એક-એક ફૂટના અંતરે છે. એવી માન્યતા છે કે આ બંને સમાધિ નજીક આવી રહી છે. આ સમાધિઓ જોડાઈ જશે ત્યારે પ્રલય આવશે. આમેય આજે સૂડી અને ચાકુ માટે જાણીતા અંજાર અને રેતાળ-હેતાળ કચ્છે મહાપ્રલયના આગમનના ચમકારા ૧૯૫૬ના ભૂકંપમાં, ૧૯૬૫ના ભારત-પાકિસ્તાન યુદ્ધમાં, ૧૯૯૮ના તીવ્ર વાવાઝોડામાં, ૨૦૦૧માં મહાવિનાશક ભૂકંપમાં, ૨૦૨૨નાં લંપી વાયરસના હુમલામાં અને ૨૦૨૩ના બીપરજોય વાવાઝોડામાં હિંમતભેર ઝીલ્યા છે એની સામે ગજબનાક ધીરજ અને ખમીરથી ઝીંક ઝીલી છે.

કચ્છના અખાતથી લગભગ નવ કિલોમીટરના અંતરે આવેલા આવા અંજારમાં વિપુલ વૈદ્ય હાથ જોડીને બેઠો હતો. બાજુમાં સીનિયર પત્રકાર અને 'કચ્છમિત્ર'ના મૅગેઝિન એડિટર મહિમ પાંધી હતા. હકીકતમાં તો મહિમભાઈને અંજાર ઑફિસના કામે આવવાનું હતું. વિપુલની ડ્યૂટી સાંજે હોય એટલે 'સવારમાં ફ્રી છો તો સાથે ચાલ' કહીને એને સાથે લઈ લીધો હતો. બેઉ અંજારના ટાઉન હૉલમાં સ્વામી સચ્ચિદાનંદનું પ્રવચન સાંભળતા હતા. ભુજથી ૪૫ કિલોમીટરનો જીપ-પ્રવાસ કરીને તેઓ પ્રવચન સાંભળવા નહોતા આવ્યા, પરંતુ 'કચ્છમિત્ર' માટે કૉલમ

લખવાનું સ્વામી સચ્ચિદાનંદને આમંત્રણ આપવાનો મૂળ ઉદ્દેશ હતો.

સમાપન ભણી આગળ વધી રહેલા પ્રવચન સમયે જ 'કચ્છમિત્ર'ના સ્થાનિક પ્રતિનિધિ રશ્મિનભાઈ પંડ્યા ટાઉન હૉલમાં ધસી આવ્યા. તેમણે કરેલી વાત સાંભળતાં જ વિપુલ અને મહિમભાઈ તરત ઊભા થઈ ગયા. હકીકતમાં રશ્મિનભાઈ તંત્રી કીર્તિભાઈ ખત્રીનો ખૂબ મહત્ત્વનો સંદેશો લાવ્યા હતા. બંનેએ તાત્કાલિક બનાસકાંઠા જવા નીકળવાનું હતું.

હકીકત એ હતી કે બનાસકાંઠામાં ખૂબ મોટા ન્યૂઝ મળે એમ હતા. બનાસકાંઠાના રણમાં બે પાકિસ્તાની ઘૂસણખોરને ઠાર મરાયા હતા અને એમની પાસેથી મોટા પ્રમાણમાં શસ્ત્રો અને વિસ્ફોટકો મળ્યા હતા. સમગ્ર કચ્છ અને રણપ્રદેશમાં 'કચ્છમિત્ર'ના ખબરીઓ હતા. તેમણે કીર્તિભાઈને આ જાણકારી આપી એ સાથે જ યાદ આવ્યું કે મહિમભાઈ અને વિપુલ અંજાર છે તો ત્યાંથી જ બનાસકાંઠા દોડાવાય. આમેય ભુજથી ઘટનાસ્થળનું અંતર ૩૭૫ કિલોમીટર થાય, પરંતુ અંજારથી જવામાં ૪૫ કિલોમીટરનો રસ્તો ઘટી જાય.

આઇડિયા પરફેક્ટ હતો, પરંતુ સમસ્યા એ હતી કે બંને સુધી સંદેશો પહોંચાડવો કઈ રીતે? કમબખ્ત ટેલિફોન રિસાઈ ગયો હતો. કીર્તિભાઈને સમયસર સરસ વિચાર આવ્યો. તેમણે ભુજના ટેલિફોન એક્સચેન્જમાં વિનંતી કરી કે તમારું એક્સચેન્જ ટુ એક્સચેન્જ કૉમ્યુનિકેશન ચાલુ હશે, તો અંજારના તમારા કોઈ કર્મચારીને કહોને કે અમારા અંજારના પ્રતિનિધિ રશ્મિનભાઈ પંડ્યાને એક્સચેન્જમાં બોલાવી લાવે. અત્યંત અર્જન્ટ વાત કરવી જરૂરી છે. અત્યારે મોબાઇલ ફોનના સમયમાં આવી વિનંતી તર્કબદ્ધ ન લાગે, ગળે ન ઊતરે, પરંતુ એ સમય અલગ હતો. ને કચ્છ આખામાં 'કચ્છમિત્ર'નો ભારે દબદબો અને આદર પણ જોરદાર.

રશ્મિનભાઈ એક્સચેન્જમાં આવ્યા તો કીર્તિભાઈએ મૂળ ઘટના જણાવી. સાથોસાથ તાકીદ કરી કે મહિમભાઈ અને વિપુલને તરત બનાસકાંઠા માટે નીકળવા કહી દો. સાથે કોઈક સ્થાનિક ફોટોગ્રાફરને પણ લઈ જાય. હું ગાંધીનગરમાં બી.એસ.એફ.ના હેડ ક્વાર્ટરનો સંપર્ક કરીને જરૂરી મંજૂરી મેળવી લઈશ. એટલે બનાસકાંઠા બી.એસ.એફ.ને ડાયરેક્ટ સૂચના મળી જશે. બંનેને કહેજો કે તાત્કાલિક રવાના થઈ જાય.

પ્રવચન પતવામાં હતું અને ભોજનનો સમય થઈ ગયો હતો. બંને પત્રકારોને હવે પેટપૂજામાં રસ નહોતો. ઉત્તેજનાથી પેટ ભરાઈ ગયું હતું. યોગાનુયોગે 'કચ્છમિત્ર'ના ભૂતપૂર્વ ફોટોગ્રાફર અને ભુજમાં ફોટો સ્ટુડિયો ચલાવતા વીરેન્દ્ર આચાર્ય જ આ સમારંભની ફોટોગ્રાફી કરવા આવ્યા હતા. ફંક્શન લગભગ પૂરું થઈ ગયું હોવાથી આયોજકોએ તેમને જવા દીધા. તાત્કાલિક ડ્રાઇવર બાલુભાઈ

જાનીએ વિપુલ, મહિમભાઈ અને વીરેન્દ્રભાઈને લઈને કમાન્ડર જીપને બનાસકાંઠા તરફ દોડાવવા માંડી.

આ ન્યૂઝ સ્ટોરી જેટલી સ્ફોટક છે, એટલી જ રસપ્રદ વાર્તા એ મેળવવા પાછળ છે. એને કવર કરવામાં સામે આવેલા પડકારો એક પત્રકારને ઘડે છે અને જીવનના થોડા પણ બહુ મહત્ત્વના બોધપાઠ શીખવે છે.

ઉત્સાહ ઘણો હતો, પણ મુશ્કેલીય ઓછી નહોતી. મોબાઇલ યુગ દૂર હતો એટલે જી.પી.એસ.ના માર્ગદર્શનનો સવાલ નહોતો. એવામાં જીપ નેશનલ હાઈવે તરફ ધસી જઈ રહી હતી. આગામી મંજિલ હતી કચ્છના મોટા રણનો ગટકા બેટ. રણ ભલે કચ્છનું કહેવાય, પરંતુ ગટકા બેટ આવે બનાસકાંઠાની હદમાં. શંકરસિંહ વાઘેલાની સરકાર વખતે જિલ્લાના વિભાજન થયા એમાં બનાસકાંઠાનો કચ્છને જોડતો ભાગ અલગ પાટણ જિલ્લો બન્યો હતો. સુઈગામ નજીકના નડાબેટ પાસેનો ગટકાબેટ વિસ્તાર પછી પાટણમાં આવી ગયો.

લગભગ ૩૨૫ કિલોમીટર જેટલું લાંબું અંતર કાપવાનું હતું. મહિમભાઈ ભલે પત્રકાર તરીકે વરિષ્ઠ, પણ કૉલેજીયન જેવા મસ્તમૌલા અને મજાકિયા. અચાનક મોટી સ્ટોરીના રિપોર્ટિંગની તક મળે, એ પણ દૂર-દૂર. એટલે ચારેય થોડા કલાકોની પિકનિક માણવાના મૂડમાં આવી ગયા. ગામગપાટા સાથે નજર બહાર ફરતી રહે, જોતી રહે.

એ સમયે બનાસકાંઠા, પણ હવે પાટણનો આ પશ્ચિમી હિસ્સો કચ્છ અને ગુજરાતના બીજા ભાગ કરતાં ઘણો પછાત. હાઈવેની આજુબાજુ આવતાં નાનાં ગામડાં જોવામાં બધા મશગૂલ રહેતા. ક્યાંક ઓટલા પર ચુપચાપ બેઠેલા લોકોને જોઈને એમની નિર્દોષ મસ્તીમજાક કરી લે. એક જગ્યામાં ડ્રાઇવર બાલુભાઈએ જીપ થોડી ધીમી કરી. ઓટલા પર નવરા બેઠેલાઓને જરા જોરથી કહ્યું, ‘અહીં કાં બેઠા છો? ચાલ, ઊભો થઈને ઘર ભેગો થઈ જા.’ સાંભળનારો ભોળિયો સડાક કરીને તરત ઊભો થઈને ઘર ભણી ચાલવા માંડ્યો. બિચારાએ પૂછ્યુંય નહીં કે શા માટે ઊભો થવાનું? ને તમે કોણ છો આવું કહેનારા! આ જોઈને જીપમાં બધાના ચહેરા પર હાસ્ય દોડી આવ્યું.

ટેન્શન અને એક્સાઇટમેન્ટ વચ્ચે આવી હળવી પળો ઘણી રાહત આપતી રહે. આમેય હવે ઝાઝી નિરાંત મળવાની નહોતી. બનાસકાંઠાના પ્રવેશ પછી ઠેરઠેર જીપ રોકીને ગટકા બેટનો રસ્તો પૂછતા રહેવું પડતું હતું. હાઈવે છોડીને માવસરી ગામ તરફથી જીપ અંતરિયાળ ગામડાના સિંગલપટ્ટી રોડ પર દોડવા માંડી. થોડુંક અંતર કાપ્યા પછી પાકી સડકનોય અંત આવી ગયો.

કાચા-ધૂળિયા માર્ગ પર ક્યાંક પાંખી વસતિવાળાં રડ્યાં-ખડ્યાં ગામો આંખ

સામે આવીને દર્શન દે. આખરે ભુજની ટીમ રણ નજીક પહોંચી ગઈ, પરંતુ ત્યાં જવાનો કોઈ સીધો રસ્તો નહોતો. જીપને સૂકાં ખેતરોમાંથી આગળ દોડાવતા રહ્યા. કદાચ બી.એસ.એફ.વાળાને આ બાજુ આવવાનું નહીં થતું હોય. રણમાંથી જ બારોબાર અન્ય દિશામાં નીકળી જતા હશે, નહીંતર અહીં પાકો રસ્તો બન્યો હતો.

ખેતરો ખૂંદતાં-ખૂંદતાં ગટકા બેટ પહોંચ્યા તો ત્યાં પોલીસની જીપ દેખાઈ. બે પાકિસ્તાની રણમાં ઠાર મરાયા હોવાથી એમને બોલાવવા પડે. જીપમાં બેસેલા પોલીસે બહાર આવીને કચ્છના પત્રકારોની જીપને હાથ બતાવીને રોકી. પાસે કોઈ પરવાનગી પત્ર ન હોવાથી એમને બી.એસ.એફ.ની ચોકી તરફ જતાં રોકી લેવાયા. વિપુલ અને મહિમભાઈએ પોતાની ઓળખ આપી. સરકાર દ્વારા ભારે ચકાસણી બાદ અપાતું એક્રેડિટેશન કાર્ડ બતાવ્યું. સાથોસાથ કીધુંય ખરું કે ગાંધીનગર હેડક્વાર્ટરથી બી.એસ.એફ. ચોકીમાં ફોન પર મંજૂરીની સૂચના આવી ગઈ હશે, પરંતુ સર્કલ પોલીસ ઇન્સ્પેક્ટર કોઈ રીતે ન માને. એક જ રટણ કરતો રહ્યો, પરવાનગી પત્ર બતાવો તો આગળ જવા મળે.

આ બધી માથાકૂટ વચ્ચે ફોટોગ્રાફર વીરેન્દ્રભાઈ આચાર્યે દયામણું મોઢું કરીને લઘુશંકા કરવા જવા દેવાની અરજ કરી. ઇન્સ્પેક્ટરે ‘હા’ તો ન પાડી, પણ ‘ના’ ય ન કીધી. વીરેન્દ્રભાઈ બે પગ વચ્ચે હાથ દબાવીને આગળ વધ્યા ને પોલીસની નજર ચૂકવીને બી.એસ.એફ.ની ચોકી તરફ સરકી ગયા. ત્યાં હાજર ઑફિસરને પૂરી વાતથી વાકેફ કર્યા. ઑફિસર સમજી ગયા અને તેમણે તરત દૂર ઊભેલા બે જવાનોને દૂર ઊભેલી પોલીસ ટુકડી તરફ મોકલ્યા. ‘યે લોગ હમારે મહેમાન હૈ’ એવું બી.એસ.એફ. જવાનને મોઢે સાંભળ્યા બાદ કમને પેલા પોલીસવાળાભાઈ માંડમાંડ માન્યા. આમેય આટલા મહત્ત્વના ઘટનાસ્થળે પહોંચીને પત્રકાર ટીમ ડેલે હાથ દઈને થોડી ખાલી હાથે પાછી ફરે?

રણમાંથી જપ્ત થયેલી રૂ. ૭૦ લાખની સામગ્રી બી.એસ.એફ.ની સીમા ચોકી પાસે જ ખડકાયેલી હતી. જપ્ત થયેલા કારતૂસ વડે બટાલિયન નંબરના ડિઝાઇન કરેલા શબ્દો સાથે આસપાસમાં આર.ડી.એક્સ., હેન્ડગ્રેન્ડ, પિસ્તોલ, એક્સપ્લોરર્સ ડિવાઇસ જેવો બધો સરંજામ એક વિશાળ પાટિયા પર ગોઠવાયેલો હતો. આટલી મોટી માત્રામાં એકસામટો મોતનો સામાન જોઈને પત્રકાર ટીમ મોઢામાં આંગળાં નાખી ગઈ. અહીં આવવાનો ફેરો અને બધી માથાકૂટ-જહેમત લેખે લાગ્યા હતા.

આ મોતનો સામાન લાવનારા બે પાકિસ્તાની ઘૂસણખોર ૭૦૦-૮૦૦ મીટર દૂર રણમાં મરેલા પડ્યા હતા. એ જેમને મારવા આવ્યા હતા એ નિર્દોષો પોતાના પર આવનારા જોખમથી અજાણ ક્યાંય નિરાંતે શ્વાસ લઈ રહ્યા હશે. અલબત્ત,

ગટકાબેટ ચોકીના ઇન્ચાર્જ ઑફિસરે પત્રકારોને લાશ સુધી જવા ન દીધા. આ રીતે 'માલ' સાથે સીમાપારથી આવેલા માણસો મરાયા હોય એવી આ પહેલી ઘટના હતી. આ માત્ર રુટિન ન્યૂઝ નહોતા, બહુ મોટા ન્યૂઝ હતા.

બી.એસ.એફ.ના અધિકારી પાસેથી બધી જ પ્રાથમિક માહિતી વિપુલ ફટાફટ ડાયરીમાં ટપકાવવા માંડ્યો. વીરેન્દ્ર આચાર્ય શક્ય એટલા અલગ-અલગ ઍંગલથી તસવીરો ખેંચવા માંડ્યા. આ દરમિયાન બનાસકાંઠા જિલ્લાના પોલીસ વડા રાજન પ્રિયદર્શી આવી પહોંચ્યા. તેમની પાસેથીય આ ઘટના અને કન્સાઇનમેન્ટ વિશે તારણ, અભિપ્રાય અને અન્ય માહિતી મેળવી લેવાઈ.

અહીં વધુ મહત્ત્વની બાબત એ હતી કે આટલી મોટી ઘટના જ્યાં ઘટી એ જિલ્લાના પોલીસવડા બાજુના કચ્છ જિલ્લાના પત્રકારો કરતાં બે કલાક મોડા ક્રાઇમ સ્પોટ પર પહોંચ્યા હતા. હા, બનાસકાંઠાના જિલ્લા મથક પાલનપુરથી ગટકાબેટનું અંતર હશે લગભગ ૧૭૫ કિલોમીટર, જ્યારે ભુજ હતું ૩૭૫ કિલોમીટર દૂર.

અખબારી દુનિયામાં વધુ અને સારા સોર્સ - ખબરી હોવાની એક અલગ મજા છે, અદકેરું મહત્ત્વ છે. એના પ્રતાપે તો બહુ જલદી માહિતી મળી અને 'કચ્છમિત્ર'ની ટીમ સમયસર રવાના થઈ શકી અને ઝડપભેર પોતાનું કામ પણ પતાવી લીધું. હવે રિર્ટનમાં તાલાવેલી હતી ભુજ પાછા ફરવાની, પણ એમાં કેવી અણધારી કપરી કસોટી થવાની હતી, એનો ચારમાંથી કોઈને અંદાજ સુધ્ધાં નહોતો.

ગટકાબેટના રણની ક્ષિતિજ તરફ સૂર્યનું પ્રયાણ શરૂ થઈ ગયું. સાંજ પડે એ અગાઉ કમાન્ડર જીપ તો મિશન ભુજને મનમાં રાખીને પાછી જવા નીકળી પડી. થોડે જ દૂર એક વ્યક્તિએ કમાન્ડર જીપ આડો હાથ ધરી દીધો. દેખાવ પરથી બંને પત્રકારોને લાગ્યું કે આ યુવાન કોઈ સલામતી એજન્સીનો માણસ હોઈ શકે, તેણે લિફ્ટ માંગી અને અંદર આવી ગયો. વાતચીતમાં ખબર પડી કે એ સ્ટેટ આઈ.બી. (ઇન્ટેલિજન્સ બ્યૂરો)નો ખુફિયા કર્મચારી હતો. પ્રેસ ટીમ સાથેની વાતચીતમાં એ સમજી ગયો કે આ લોકો સરહદના ખાસ્સા જાણકાર છે. પછી તો તેણેય આ ગટકાબેટ ઑપરેશન તથા અન્ય કેટલીક ગુપ્ત ગતિવિધિઓની વાતો શેર કરી.

એની સાથેની વાતચીતમાં જ વિપુલ અને મહિમભાઈને ઘણી ચોંકાવનારી અને મહત્ત્વની માહિતી અને ટિપ્સ મળી ગયાં. ગટકાબેટનું આ સનસનાટીભર્યું ઑપરેશન પાર પડ્યું એ અરસામાં પંજાબમાં ખાલિસ્તાનીઓનો આતંક ખતમ થઈ ચૂક્યો હતો. એ સાપ ગયો, પણ એના થોડી લિસોટા પાછળ રહી ગયા હતા.

ગટકાબેટમાં શસ્ત્રો-સ્ફોટકો-દારૂગોળો જપ્ત થવાનાં થોડાં સપ્તાહ પહેલાં

અમદાવાદમાં ત્રાસવાદી લાલસિંહની ગેંગનાં કારનામાં બહાર આવવા લાગ્યાં હતાં. આ ટોળકી પાસેથી સામાન્ય હથિયારો અને વિસ્ફોટકો સાથે રૉકેટ લોન્ચર જેવાં ભારે જાનહાનિ ખાનાખરાબી કરી શકનારાં શસ્ત્રોય પકડાયાં હતાં. કહેવાની જરૂર નથી કે આ આતંકવાદ માટે પાકિસ્તાન જ શસ્ત્રો પૂરા પાડતું હોય. સ્ટેટ આઈ.બી.ના એ જુનિયર ઇન્ટેલિજન્સ ઑફિસરે જીભ કચરીય ખરી, 'શક્ય છે કે ગટકાબેટમાં જે આર.ડી.એક્સ., પિસ્તોલો અને બીજો મારક સંરજામ મળ્યો એ પાકિસ્તાને લાલસિંહ ગેંગ માટે જ મોકલ્યો હોય.'

ઓહ, તો આ માત્ર બનાસકાંઠા, કચ્છના રણનો કિસ્સો જ નહોતો, પરંતુ રાષ્ટ્રીય કક્ષાનો ખૂબ ગંભીર મામલો હતો. એ જુનિયર ઑફિસર તો 'થેન્ક્યુ' કહીને પોતાના સ્થળે ઊતરી ગયો, પણ વિપુલ અને મહિમભાઈ વધુ ઉત્તેજના સાથે વિચારોમાં ગરકાવ થઈ ગયા.

ફરી કમાન્ડર જીપ સડસડાટ કચ્છના રસ્તા પર દોડવા માંડી. બાલુભાઈ જાની જાણતા હતા કે ભુજ સમયસર પહોંચવાનું હતું. આ તાણ વચ્ચેય એક હળવું નિરીક્ષણ. ધોળે દિવસે જે ગામડિયાને ગામના હાઈવેની આસપાસના ઓટલા ઉપર બેઠેલો જોયો હતો એ ફરીથી ત્યાં ગોઠવાઈ ગયો હતો, પરંતુ આ વખતે મજાક કરવા માટે કોઈ ગાડી રોકવાના મૂડમાં નહોતા. કહો કે એ માટે ફાજલ સમય જ નહોતો.

હા, હવે ખરેખર ખૂબ ઉતાવળ હતી, ભુજ પહોંચીને ફટાફટ ન્યૂઝ લખવાની. મહિમભાઈ અને વિપુલ જાણતા હતા કે આ ન્યૂઝ જ આવતીકાલના અખબારની લીડ હશે, ફ્રન્ટ પેજના મેઇન ન્યૂઝ હશે. એના માટે અખબારની ડેડલાઇન અગાઉ પહોંચવાનું જરૂરી નહીં, અનિવાર્ય હતું. વગર કીધે ડ્રાઇવર બાલુભાઈએ ગાડીની સ્પીડ વધારી દીધી. એ સમયે ભચાઉથી ભુજનો રાજ્યધોરી માર્ગ ખખડી ગયેલો હોવાથી જીપને વાયા વરસાણા માર્ગે લેવાનું નક્કી કરાયું. આનાથી અંતર ૧૫થી ૨૦ કિલોમીટર વધી જાય, પણ એ રસ્તો સારો હોવાથી થોડો ઘણો સમય બચી જવાની આશા હતી.

સૂરજ તો વહેલો જ ઢળી ચૂક્યો હતો. અંધારાએ કાળું સામ્રાજ્ય વિસ્તારવાની શરૂઆત કરી દીધી હતી. જીપ સડસડાટ કરતી વરસાણા માર્ગે વળીને ભીમાસર-ચકાસર રેલવે ફાટક પાસે પહોંચી. ત્યાં કંઈક બળવાની વાસ આવી. દુકાળમાં અધિક માસ જેવો ઘાટ થયો. ચીડ ચડી, પણ કંઈ કરાય એમ નહોતું. ચેક કરવા માટે જીપ ઊભી રાખીને નીચે ઊતર્યા ત્યાં કમાન્ડર જીપના બોનેટમાંથી ધુમાડે ધુમાડા નીકળવા માંડ્યા.

એક તો ભયંકર ગરમી, એમાં રણમાં પ્રવાસ અને સતત મુસાફરીને લીધે

જીપનું વાયરિંગ બળવા માંડ્યું હતું. વિપુલે આસપાસ જોયું. આ હાઈવેનો એવો વિસ્તાર હતો કે જ્યાં નજીકમાં ક્યાંય ન ગૅરેજ દેખાય કે ન કોઈ મિકેનિક મળે.

વીતતા સમયની ટીક... ટીક... ટીક... એકાએક વિપુલ અને મહિમભાઈને અકળાવવા માંડી. આજે તો મોબાઇલ ફોન કરીને, ફેક્સ કરીને કે ન્યૂઝ ટાઇપ કરીને ઇ-મેઈલ કરી દેવાય, પણ ત્યારે આ બધી સગવડો હજી ઘણી દૂર હતી. એકદમ ઝડપથી સમયસર ઑફિસ પહોંચી જવાના ઇરાદા પર ગરમાગરમ ધુમાડા ફરી વળ્યા હતા. જીપના રિસામણાથી મહિમ પાંધી ને વિપુલ વૈદ્યની અંદરના પત્રકાર તરફડવા માંડ્યા. બંનેના જીવ ઊંચા-નીચા થવા લાગ્યા. આટલા મોટા ન્યૂઝ પણ એક્સક્લુઝિવ ચૂકી જવાય એ કેમ ચાલે? તરત જ નિર્ણય લેવાયો કે બાલુભાઈ જાની ભલે જીપ સાથે રહે. બાકીના ત્રણેયે જે વાહન મળે એ લઈને ભુજ પહોંચી જવું.

એક તો સમયસર પહોંચી જવાની તાલાવેલી અને ઉચાટ. અંધારામાં રસ્તા પર મહિમભાઈ, વિપુલ અને વીરેન્દ્રભાઈ કોઈ વાહન મળવાની રાહ જોતા ઊભા હતા. એ સમયે વિપુલને સાંભર્યું કે રેલવે ફાટકના વળાંક પર ટ્રક-ડ્રાઇવરોને લૂંટી લેવાના ત્રણેક બનાવો નોંધાયા હતા. જો પાંચ-દસ જણ ઘેરી લઈને ત્રાટકે તો શું કરવું? ન્યૂઝ સ્ટોરી મનમાં રહી જાય ને પોતે જ ક્યાંક સમાચાર બની જાય તો? વિચારો ખંખેરીને એ કામે લાગી ગયો. કોઈ ટ્રકવાળો નીકળે એટલે ત્રણેય હાથ ઊંચો કરે, પણ કદાચ ડ્રાઇવરોને એક સાથે ત્રણ-ત્રણ જણને રસ્તા પર ઊભેલા જોઈને ડર લાગતો હશે એટલે એ લોકો સ્પીડ વધારીને આગળ નીકળી જતા હતા. એમાં એમનો વાંક નહોતો. અંધારામાં બરાબર દેખાય નહીં કે હાથ બતાવનારા ચોર-લૂંટારા છે કે સારા ઘરના માણસો છે.

ભારે મથામણ બાદ માંડ એક ટ્રકવાળો હિંમત કરીને ઊભો રહ્યો. એકદમ દોડીને નજીક જઈને વિપુલે પોતાની ઓળખાણ આપી, સાથોસાથ આવી પડેલી આફત વર્ણવી. ડ્રાઇવરને વિશ્વાસ બેઠો. હકીકતમાં એ ટ્રકના ડ્રાઇવર સાથે એનો માલિક પણ હતો. વિપુલની વાતને સાચી માનીને તેણે જવાબ આપ્યો કે ત્રણેય બેસી જાઓ, પણ મારી ટ્રક રતનાલ સુધી જ જવાની છે.

વધુ વિચારવાનો સમય બગાડવાને બદલે 'ભાંગ્યું તોય ભરૂચ'ના સમાધાને જ ત્રણેય અખબારનવેશ ટ્રકમાં બેસી ગયા. ટ્રકની સ્પીડ ઓછી લાગી, પણ ધરમની ગાયના દાંત થોડા ગણાય? અને રાતે નવેક વાગ્યે ટ્રક રતનાલ પહોંચી. ત્રિપુટીએ ટ્રક-માલિકનો આભાર માન્યો.

પરંતુ હજી ભુજ પૂરા ૧૮ કિલોમીટર દૂર હતું. સદ્‌ભાગ્યે રતનાલ મુખ્ય હાઈવે પરનું ગામ હતું. આથી ભુજ તરફ જતી બીજી ટ્રક ઝડપભેર મળી ગઈ.

ત્રણેયે ભુજ સ્થિત 'કચ્છમિત્ર'ની ઑફિસથી ત્રણેક કિલોમીટર દૂર ટ્રક છોડી દેવી પડી. પોતીકા ભુજ સુધી પહોંચી ગયા એટલે મહાજંગ જીતી ગયાની લાગણી સાથે ફટાફટ રિક્ષા કરીને ઑફિસે પહોંચ્યા ખરા.

'કચ્છમિત્ર'ની ઑફિસમાં તંત્રી કીર્તિભાઈ ખત્રી સહિતના સૌ મોડા પડેલા કે ખોવાઈ ગયેલા વરરાજાની રાહ જોતા હોય એમ ત્રણેયની કાગડોળે પ્રતીક્ષા કરતા હતા. મહિમભાઈ અને વિપુલ ઓછા શબ્દોમાં ઘટના તંત્રીને જણાવવા માંડ્યા, પરંતુ તસવીરકાર વીરેન્દ્ર આચાર્ય તરત ડાર્કરૂમમાં ઘૂસી ગયા. એ સમયે હજી ડિજિટલ કૅમેરા આવ્યા નહોતા. ૩૨ ફોટાના રોલમાં જ તસવીરો ખેંચાતી હતી. આ રોલને ધોઈને નેગેટિવ પરથી પૉઝિટિવ કૉપી બનાવવાની હતી.

ન્યૂઝનું બ્રીફિંગ પત્યું એટલે કીર્તિભાઈએ વિપુલને લીડ ન્યૂઝ લખવાની સૂચના આપી. રસ્તામાં જ વિપુલ અને મહિમભાઈએ ન્યૂઝના ઍંગલ, હેડિંગ, સબ-હેડિંગ, પેટાસ્ટોરીના બૉક્સ વિશે વિચારી રાખ્યું હતું. ફરી સમય સાથે સ્પર્ધા શરૂ થઈ ગઈ.

18

વિપુલ ઊંધું ઘાલીને લખવા માંડ્યો. એવું જ મહિમભાઈ કરતા હતા. ડાર્કરૂમમાં વીરેન્દ્રભાઈ ફોટા ડેવલપ કરવા પાછળ પડ્યા હતા. ડેડલાઇન સાચવીને સનસનાટીભર્યા ન્યૂઝને શક્ય એટલી સારી સારી રીતે, વધુમાં વધુ વિગતો અને ફોટા સાથે આપવાની રેસમાં ત્રણેય જોતરાઈ ગયા હતા. વિપુલ એક પછી એક પાનાં લખીને આપતો જાય અને કમ્પોઝિટર મેટર કમ્પોઝ કરતો જાય. અખબારી આલમમાં સમયની કટોકટી હોય ત્યારે આવું જ કરવું પડે. મહિમભાઈએ એકદમ હૃદયસ્પર્શી સાઇડ સ્ટોરી બનાવી: કેટલીય બહેનોનાં સેંથાનું સિંદુર સલામત રહ્યું. શસ્ત્રો ઝડપનારા જવાનોનો પ્રતિભાવ અને વિપુલે લખેલા ફ્રન્ટપેજ લીડ ન્યૂઝનું હેડિંગ હતું, 'રણસીમાએ શસ્ત્ર-દારૂગોળાનો મોટો જથ્થો પકડાયોઃ બે ઠાર.' આ હેડિંગ ઉપર રિવર્સમાં એટલે કે કાળા બેક ગ્રાઉન્ડમાં સફેદ અક્ષરમાં બે ટોપી અર્થાત્ પેટા હેડિંગ હતાઃ 'સીમાદળ બોર્ડર હોમગાર્ડના જવાનોની જાંબાઝ કામગીરી' અને 'મૌવાણા ડુંગરની ગોદમાંના પાક ઘૂસણખોરો સાથે અથડામણ'.

બીજા દિવસે સવારે છાપું હાથમાં આવ્યું ત્યારે કચ્છવાસીઓને ખબર પડી કે આપણા રણવિસ્તારમાં કેટલી મોટી ગંભીર ઘટના બની ગઈ છે. એ ઉપરાંત દેશમાં ક્યાંક ભયંકર જાનહાનિ થતાંય બચી ગઈ. એ દિવસ ગુજરાતનાં અન્ય કોઈ અખબારમાં આ સમાચારનો એક શબ્દ સુધ્ધાં નહોતો. આ જ વિપુલ, મહિમભાઈ અને વીરેન્દ્રભાઈએ ઉપાડેલી જહેમત અને વેઠેલી મુશ્કેલીનું મધમીઠું ઇનામ હતું, જે કીર્તિભાઈ ખત્રીની સતર્કતાને લીધે શક્ય બન્યું હતું. કોઈ અખબાર તો ઠીક રાષ્ટ્રીય કક્ષાની સમાચાર સંસ્થા યુ.એન.આઈ. (યુનાઇટેડ ન્યૂઝ ઑફ ઇન્ડિયા) કે પી.ટી.આઈ. (પ્રેસ ટ્રસ્ટ ઑફ ઇન્ડિયા) દ્વારાય આ ન્યૂઝ રિલીઝ કરાયા નહોતા. આ સનસનાટીભર્યા ન્યૂઝ ખરેખર 'કચ્છમિત્ર' માટે એક્સક્લુઝિવ જ નહીં, યશકલગી સમાન હતા. ન્યૂઝ મેળવવા પાછળના ન્યૂઝ કોઈને ખબર ન પડ્યા એ જુદી વાત છે.

એ સમયે ટીવી ન્યૂઝ ચેનલની સંખ્યા ઘણી ઓછી હતી. એકાદ નેશનલ કે સ્ટેટ ટીવી ચેનલમાં આ ઘટનાના ન્યૂઝ માત્ર બે લાઇનના બ્રેકિંગ ન્યૂઝ તરીકે

આવ્યા અને એ પણ બીજે દિવસે. આ રીતે આટલી મોટી રાષ્ટ્રીય સુરક્ષાને લગતી સવારે બનેલી ઘટના 'એક્સક્લુઝિવ' જ રહી. છેક બીજા દિવસે રાજ્યકક્ષાના એક અખબારમાં માત્ર ત્રણ કૉલમમાં 'રણમાંથી શસ્ત્ર-વિસ્ફોટક પકડાયાઃ બે ઘૂસણખોર ઠાર' એવા સમાચાર, સૉરી, વાસી સમાચાર છપાયા. મજાની વાત એ છે કે ભવિષ્યમાં બી.એસ.એફ. બનાવેલી ડોક્યુમેન્ટરી ફિલ્મમાં વિપુલ વૈદ્યની બાયલાઇનવાળો આઠ કૉલમનો રિપોર્ટ દર્શાવાયો હતો.

આ સમગ્ર ઘટનામાં મહત્ત્વની અને મજાની વાત તો એ કે વિપુલ માત્ર કંપની આપવા ખાતર મહિમ પાંધી સાથે અંજાર ગયો હતો, પણ વગર બગાસું ખાધે પતાસું મળી ગયું. એક્સક્લુઝિવ લીડ ન્યૂઝનું પતાસું. ટૂંકમાં, ફરે એ ચરે.

અહીં પત્રકારત્વનો મહત્ત્વનો બોધપાઠ સામે આવ્યો કે ગમે તેવા સંજોગો વચ્ચે પત્રકાર, ખાસ તો રિપોર્ટર માટે ઘટનાસ્થળે પહોંચવાનું અને સમયસર સમાચાર પહોંચાડવાનું માત્ર જરૂરી નહીં, અનિવાર્ય છે.

અને એકવાર છપાઈ ગયા એટલે એ ન્યૂઝ પર પૂર્ણવિરામ મૂકી દેવાનું? એને ભૂલી જવાના? ના, સાચો, સારો અને સમજુ રિપોર્ટર એનો કેડો ન મૂકે. બનાવ ભલેને બાજુના જિલ્લામાં બન્યો હતો, પણ એનો તંતુ ન મુકાય. ખુદ કીર્તિભાઈએ જ અંગત રસ લઈને વિપુલને આ ન્યૂઝના ફોલોઅપ માટે કામે લગાડી દીધો.

એ સમયે ભલે પાટણ અલગ મહેસૂલી જિલ્લો નહોતો, પણ અલાયદો પોલીસ જિલ્લો અસ્તિત્વમાં આવી ચૂક્યો હતો. એટલું જ નહીં, સરહદી પાટણ, બનાસકાંઠા અને મહેસાણા પોલીસે સંયુક્તપણે ઑપરેશન બ્લેક વૉટર શરૂ કર્યું હતું. આથી વિપુલ ને મહિમ પાંધી ફરી ઑફિસની જીપ લઈને મહેસાણા પહોંચી ગયા. ત્યાંના પોલીસવડા ગણાત્રાને મળ્યા. એમની પાસેથી ઑપરેશન બ્લેક વૉટરની માહિતી અને જાણકારી મેળવીને એમાંથીય લીડ સ્ટોરી બનાવી. લાલસિંહ ગેંગે સરહદ પારથી શસ્ત્રો, વિસ્ફોટકો મંગાવ્યા એનું પુનરાવર્તન ન થાય અને સીમાડેથી પાકિસ્તાન આવી કોઈ નાપાક હરકત કરવાની ફરી હિંમત ન દાખવે એ માટેનો સજ્જડ પ્લાન આ ઑપરેશન બ્લેક વૉટરમાં હતો.

આ એક્સક્લુઝિવ સ્ટોરીનું ફોલોઓપ કરતી વખતે વિપુલને એક બાબતનું ખૂબ આશ્ચર્ય થયું હતું. દેશનો સૌથી મોટો સરહદી જિલ્લો હોવા છતાં કચ્છ પોલીસે કેમ ઑપરેશન બ્લેક વૉટર જેવી કામગીરી હાથ નહોતી ધરી કે પછી આ ઑપરેશનમાં જોડાઈ નહોતી? એનું સત્તાવાર અને મુખ્ય કારણ એવું બતાવાયું કે મહેસાણા, બનાસકાંઠા અને પાટણની પોલીસ રેન્જ એક હતી, કચ્છ જિલ્લો રાજકોટ રેન્જ હેઠળ આવતો હતો. અલબત્ત, એ પછી છેક ઑક્ટોબર, ૧૯૯૬માં કચ્છની અલગ બોર્ડર રેન્જ બનાવાઈ હતી. આમાં કચ્છ, બનાસકાંઠા અને પાટણ

જિલ્લા પોલીસનો સમાવેશ કરાયો હતો. ગુજરાત સરકારને મોડેમોડેય સીમાવર્તી જિલ્લાઓમાં સુરક્ષાની બીજી હરોળ તરીકે કામ કરતી પોલીસની મહત્તા સમજાઈ હતી ખરી. આ ભલે વહીવટી કે રાજકીય બાબત હોય, પણ દેશની સલામતી અને શાંતિ માટે મહત્ત્વનું પગલું ગણાય.

ગટકાબેટ કાંડના ત્રીજા ફોલોઅપ રિપોર્ટ માટે વિપુલ એસટી બસમાં પાટણ ગયો, સ્ટાફ ફોટોગ્રાફર યોગેન ખત્રીને લઈને. ત્યાં પોલીસવડા ઉપરાંત લોકલ ક્રાઇમ બ્રાંચ (એલ.સી.બી.) અને લોકલ ઇન્ટેલિજન્સ બ્રાંચ (એલ.આઈ.બી.)ના અધિકારીઓને મળીને નાના-મોટા સમાચારો બનાવીને પ્રગટ કર્યા. આ સમાચારોમાં વિપુલે ટકોર પણ કરી હતી કે કચ્છ પોલીસે ઑપરેશન બ્લેક વૉટર જેવો ઉપક્રમ હાથ ધરવો જોઈએ.

આ આખા પ્રકરણમાંથી વિપુલ ઘણા મહત્ત્વના પાઠ શીખ્યો. ગમે તેટલા દૂરના અંતરે મોટો મહત્ત્વનો બનાવ બન્યો હોય તો શક્ય બને ત્યાં સુધી ત્વરાએ ધસી જ જવું જોઈએ. એ જ દિવસે ન્યૂઝ કવર કરવા જોઈએ. આવા મહત્ત્વના બનાવને એક દિવસની બાયલાઇન સ્ટોરી પૂરતા મર્યાદિત રાખીને પછી વિસારે ન પાડી દેવો, બલકે તેનું ફોલોઅપ પણ કરતા રહેવું.

અંદર સતત જાગતા, ભાગતા અને સ્ટોરી સૂંઘતા રિપોર્ટરને વિપુલ વૈદ્યે કાયમ જીવંત રાખ્યો, સતર્ક રાખ્યો. આ આદત અને વૃત્તિમાંથી એક અનન્ય સ્ટોરી જ ન મળી, પણ એક મોટું કૌભાંડ બહાર આવ્યું. એ કૌભાંડ ક્યારથી ચાલતું હશે અને એનાથી દેશને કેટલું ભારે નુકસાન થયું હશે એનો અંદાજો આજેય મળી શકે એમ નથી. જો એ કૌભાંડ પર્દાફાશ ન થયું હોત તો કેટલી જાનહાનિ થઈ હોત એ વિચારેય ફફડાવી મારે એવો છે.

એ સમયે 'કચ્છમિત્ર'માં ક્રાઇમ રિપોર્ટર તરીકે સક્રિય વિપુલ રાતે એડિશન પતી ગયા બાદ બેઠો હતો. આખા દિવસના થાક બાદ ઘરે જવા નીકળવાની તૈયારી કરતો હતો, ત્યાં ફોનની ઘંટડી વાગી. વિપુલે ફોન ઉપાડ્યો તો સામે એનો વિશ્વાસુ ખબરી હતો. તેણે ધીમા અવાજે માહિતી આપી, "કંડલા પોર્ટ પર ભંગારનો કારતૂસ ફૂટ્યો છે. એમાં એક મજૂર જેવો દેખાતો માણસ ઘાયલ થયો છે."

પહેલી નજરે સમાચાર બહુ મોટા નહોતા. ભંગારનો એક કારતૂસ ફૂટ્યો હતો અને એમાં એક માણસ ઘાયલ થયો હતો. અન્ય કોઈ થાકેલા-પાકેલા રિપોર્ટરે મન મનાવ્યું હોત કે જવા દો, કાલે જોઈ લઈશું. વધુ માહિતી કાલે મેળવી લઈશ.

પણ આ ફૂટેલી કારતૂસ તો હજી બહુ મોટો ધડાકો કરવાની હતી. ક્રાઇમ રિપોર્ટરનું મગજ ઝડપભેર દોડવા માંડ્યું. ભંગારમાં કારતૂસ હોય તો ફૂટેલી જ

હોય. તેનું માત્ર ખોખું હોય. આ તો 'લાઇવ કાર્ટીસ' ફૂટી. મતલબ કે સમથિંગ ઈઝ રોંગ. એટલે તેણે નાનકડા સમાચાર બનાવીને આપી દીધા. પછી થેલો લઈને ઘેરભેગા થવાને બદલે વિપુલે રાતે જ કચ્છના પોલીસ વડા પ્રમોદકુમાર ઝાને બંગલે ફોન જોડ્યો. બધું જણાવીને તેણે શંકા વ્યક્ત કરી, "સર, મામલા તો કંડલા પોર્ટ કા હૈ મગર મુઝે કુછ ગરબડ લગ રહી હૈ." ચબરાક આઇ.પી.એસ. ઑફિસર સમજી ગયા કે બાત મેં દમ હૈ. તેમણે તરત કંડલા પોલીસને વાયરલેસથી આદેશ આપ્યો, "પોર્ટ મેં જાઓ ઔર જાંચ કરો. સ્ક્રેપ કે કન્ટેનરમેં ઔર ક્યા ક્યા હૈ ઉસકા પતા લગાઓ."

આ સાથે હવે દીનદયાલ પોર્ટ તરીકે ઓળખાતા અને આઝાદી પછી કરાંચી બંદરના વિકલ્પ રૂપે વિકસાવાયેલા મહાબંદરમાં ચાલતા એક મસમોટા અને ભયંકર કૌભાંડનો પર્દાફાશ થવાની શરૂઆત થઈ. હવે પહેલી નજરે સાવ નાનકડો અકસ્માત લાગતા આ બનાવના મૂળ સુધી જઈએ અને સચ્ચાઈ જાણીએ.

એ રાતે એક મજૂરે થોડી ધાતુ મેળવવાની લાલચે સ્ક્રેપ (ભંગાર)ના કન્ટેનરમાંથી થોડો ભંગાર સેરવી લીધો. તેમાં શુદ્ધ તાંબાથી ચમકતા એક કારતૂસને થોડે દૂર મૂક્યો. નજીકમાં પડેલો પથ્થર લાવીને એ કીમતી ધાતુની લાલચમાં કારતૂસ પર ધડાધડ પ્રહાર કરવા માંડ્યો. રાતનો સમય એટલે બંદર પર ચહલપહલ સાવ નહીંવત્. પથ્થરના વધુ ઘા સાથે કારતૂસ ફાટી કે ફૂટી. ધડાકો થયો અને એ માણસ ઘાયલ થયો.

કારતૂસ ફાટવાનો અવાજ સાંભળીને દૂર કામ કરતા મજૂરો દોડી આવ્યા. ઘાયલને સારવાર માટે તરત પોર્ટની હૉસ્પિટલમાં લઈ ગયા. આ માણસ ખરેખર પોર્ટનો કર્મચારી હતો કે ચોરીચપાટી માટે ઘૂસી આવ્યો હતો એ તો આગળની તપાસમાં બહાર આવવાનું હતું. કંડલા પોર્ટના સિક્યોરિટીવાળા દોડી આવ્યા. આવા તોતિંગ બંદર પર નાની-મોટી ઘટનાઓ બનતી રહે. આમ વિચારીને કસ્ટમ્સના મોટા સાહેબોને ઊંઘમાંથી શા માટે જગાડવા એવી એમની સમજ. આ ગડમથલ વચ્ચે પોલીસને જાણ કરવાની કોઈને જરૂર જ ન લાગી.

પરંતુ પાપનો ઘડો ફૂટવાનો થયો હતો એટલે વિપુલને ખબરી થકી જાણકારી મળી અને તેણે પોલીસ અધિક્ષકને રાતોરાત ફોન કરી દીધો. પોલીસ આવી પહોંચી એટલે કસ્ટમ્સવાળાના પેટમાં ફાળ પડી. આ ઘટના બની, પોલીસ આવી કે પેટમાં પાપ હતું એટલે પણ અમુક કસ્ટમ્સવાળા અસ્વસ્થ થઈ ગયા. તેમને આ બધું ન ગમ્યું.

કંડલા પોલીસને તપાસમાં જે મળ્યું એ ખૂબ ચોંકાવનારું હતું. વિગતો જાણ્યા બાદ ખુદ પોલીસ અધિક્ષક પ્રમોદકુમાર ઝાએ કંડલા પોર્ટ જવાનું નક્કી કર્યું.

હકીકતમાં કંઈક મોટું થયું હોય તો જ આટલા મોટા અમલદાર દોડી જાય, અને કસ્ટમ્સના મામલામાં હાથ નાખે. જરૂર કોઈ મોટી ગરબડ હશે ને રાષ્ટ્રીય સલામતીને લગતી કડી હશે.

બીજા દિવસે કંડલા પોર્ટ માટે નીકળતા અગાઉ પ્રમોદકુમાર ઝાએ વિપુલને ફોન કર્યો, "...કુછ બડા લગતા હૈ. મૈં ખુદ જા રહા હૂં. ચલના હો તો ચલો." વિપુલ આવો મોકો છોડે? તંત્રી કીર્તિભાઈ ખત્રીને જાણ કરી. તેમણે તરત ડ્રાઇવરને આદેશ આપ્યો કે ગાડી કાઢો ને વિપુલ સાથે કંડલા પોર્ટ જાઓ. વિપુલ તરત ફોટોગ્રાફરને લઈ ગાડીમાં ગોઠવાઈ ગયો.

હાઈવે પર પાઇલોટિંગ કરતી, સાયરન વગાડતી પોલીસની જીપ, તેની પાછળ એસ.પી.ની. લાલબત્તીવાળી જીપ્સી અને પોલીસનાં અન્ય બે વાહનો બીજાં વાહનોને ઓવરટેક કરીને આગળ નીકળી ગયા. આ જોઈને 'કચ્છમિત્ર'ની ગાડીએ પણ ઝડપ વધારી અને જોતજોતામાં પોલીસવડાના કાફલામાં સામેલ થઈ ગઈ.

કંડલા પોર્ટમાં પહોંચીને પોલીસ અને પત્રકાર ટીમે જોયું કે એક બાજુ સ્ક્રેપના કન્ટેનરો ખોલી નખાયાં હતાં. એમાં બાજુમાં હથિયારધારી પોલીસ ગોઠવાયેલા હતા. પોલીસ સુપરિન્ટેન્ડન્ટ ઝા સાહેબનો કાફલો એકદમ પહોંચવા સાથે બધા સર્તક થઈ ગયા અને ગતિમાં આવી ગયા અને બંદરમાં તો પોલીસની કામગીરી અને પોલીસવડાના આગમનથી એકદમ સોપો પડી ગયો હતો.

એ સમયે ગુડ્સ સ્કેનર તો આવ્યા નહોતા. સ્ક્રેપના લેબલ નીચે આવેલા એક-એક કન્ટેનર ખોલીને તો ચેકિંગ કરવાનું શક્ય નહોતું. એટલે કસ્ટમ્સના અમુક ભ્રષ્ટ અધિકારીઓ રેન્ડમ ચેકિંગના નામે 'મિલિ ભગત' થઈ હોય એવા ગ્રાહકના કન્ટેનર્સ સડસડાટ આગળ ધકેલી દેતા હતા. આટલું કરવાનું જ એમને વળતર મળતું હતું. એકને બદલે બીજા માલની આયાત (કે નિકાસ) કરીને ડ્યૂટી ભરવામાંથી બચવું, માલનું અન્ડર ઇન્વોઇસિંગ કરવું, મિસ ડિકલેરેશન કરવું જેવી ખોટી ગેરકાનૂની રીતરસમોથી દેશને કરોડોનું નુકસાન થતું હતું ને એમાંથી ચપટીક કે મુઠ્ઠીભર મલાઈ ઑફિસરને સેરવી દેવાતી હતી. આવું વરસોથી ચાલતું હતું.

આગળ જતાં આ મુઠ્ઠીભર ભ્રષ્ટ તત્ત્વો સંગઠિત ગુનાખોરીના જોરે જાણે-અજાણે રાષ્ટ્રવિરોધી ગતિવિધિઓનો હાથો બનવા માંડ્યા હતા. આંખ ઉપર ચડેલું રૂપિયાનું પડળ તેમને ભયાનક અપરાધ જોવા દેતા નહોતા. કંડલા પોર્ટ ટ્રસ્ટના અગાઉના અમુક (રિપિટ, બધા નહીં જ) ચૅરમૅન માટે એવું કહેવાતું હતું કે તે તો ડૉલર અને પાઉન્ડમાં ભ્રષ્ટાચાર આચરે છે. આમાં કોઈને અતિશયોક્તિ લાગે, પણ એ સમયના પોર્ટ પર ઇમિગ્રેશનમાં સંકળાયેલા પોલીસ કર્મચારી, પોર્ટ

ટ્રસ્ટના ચાવીરૂપ અધિકારી અને કસ્ટમ્સના અમલદારોના ઘરના કબાટ ખોલો તો નોટોના થોકડા સરકીને બહાર પડી જાય. વિદેશી ચીજવસ્તુઓ પર તો જાણે એમનો જન્મસિદ્ધ અધિકાર હોય એવું લાગે. આવાં ભ્રષ્ટાચારી તત્ત્વોના પાપે દેશના મહાબંદર પર જીવતા કારતૂસોથી લઈને વિસ્ફોટકો આવી ગયા.

આ અકસ્માતમાં ફૂટેલી કારતૂસના મામલામાં પોલીસવાળા ડી.આર.આઇ. કસ્ટમ્સના ઉચ્ચ અધિકારીઓને સાથે રાખીને આયાતી સ્ક્રેપના વધુ કન્ટેનરો ખોલતા ગયા તો એક પછી એક હાડપિંજર બહાર આવતાં ગયાં. અંદર નવીનક્કોર કારતૂસનાં સેંકડો બૉક્સ અને અન્ય સંરજામ નીકળ્યો. બધેબધું દેશમાં ભંગારના ઓઠા હેઠળ આવ્યું હતું. આ બધી સામગ્રીનો ઉપયોગ ખેતીની પેદાશ વધારવા કે શાંતિ-ભાઈચારો વધારવા ન જ થવાનો હોય ને?

પછી તો તપાસ ચાલતી રહી. કસ્ટમ્સની હાયર ઓથોરિટી દ્વારા બદલી અને સસ્પેન્સન જેવી સજા અપાતી ગઈ. પોતાની ભૂમિકા અને કામગીરી પૂરી થઈ જતાં પોલીસે બહાર નીકળી જવું પડ્યું. આ ઘટનાના આફ્ટરશોક ક્યાંય સુધી આવતા રહ્યા. વિદેશથી આવેલો સ્ક્રેપ ખરીદનારા કારખાનામાં પ્રોસેસ વખતે બ્લાસ્ટ થયા અને મજૂરો માર્યા ગયા. એમાં છેક ઉત્તર પ્રદેશના મુઝફ્ફર નગરમાં આવી ઘટનાથી તપાસનું પગેરું નીકળ્યું હતું.

અગાઉથી ન જાણે ક્યારથીય ચાલતા આ સ્ક્રેપ કૌભાંડનો વ્યાપ કેવો અને કેટલો ભયંકર હશે એનો તાગ ક્યારેય ન મળ્યો. સદ્ભાગ્યે એક મજૂરની લાલચે એક કારતૂસના ફૂટવાએ, પોલીસની સર્તકતાએ અને વિપુલ વૈદ્યની ફરજ પરસ્તીએ એક ષડયંત્રનો પર્દાફાશ કરી નાખ્યો એમાં બેમત નથી.

સાલા, એક કારતૂસ ક્યા ફટા, પૂરા કરપ્ટ સિસ્ટમ હી ફૂટ ગયા. કારતૂસ ફૂટે એ તો એનું કામ છે, પણ એક કારતૂસમાંથી સ્કેન્ડલ ફૂટે અને સિસ્ટમ તૂટે એવું અન્ય ક્યાંય જોયું છે? મહાબંદર કંડલાનું આ મહાસ્કેમ એકદમ હટકે છે. બોલો, સાચે છે કે નહીં?

19

૧૯૯૨ની સાલ. ભુજમાં ખૂબ મોટી ઘટના બની એ વર્ષે. ક્યારેય ન એના કારણ મળ્યા કે ન દોષિતો પકડાયા. કંઈ પણ બને ત્યારે સરકાર, વહીવટીતંત્ર કે પોલીસનો વાંક કાઢવાનું આસાન હોય છે, પરંતુ ક્યારેક સંજોગો એવા હોય છે કે કોઈ કંઈ કરી શકતું નથી. આ સમજવા, સ્વીકારવા અને પચાવવામાં પત્રકાર વિપુલ વૈદ્યને ૧૯૯૨ની ઘટનાએ પ્લૅટફૉર્મ પૂરું પાડ્યું.

કચ્છ સરહદેથી પાકિસ્તાનીઓ, બાંગ્લાદેશી ઘૂસણખોરો પકડવાનો સીલસીલો ચાલતો રહેતો હતો. એ સમયે કચ્છના પોલીસ અધિક્ષકપદે બહુ કડક અધિકારીની છાપ ધરાવતા પી.કે. ઉર્ફે પ્રમોદકુમાર ઝા હતા. એમની કાર્યપદ્ધતિને પ્રતાપે કેટલાય દાણચોરો આઘાપાછા થઈ ગયા, તો બુટલેગર્સ સાવ ગાયબ થઈ ગયા હતા. અનેક અસામાજિક તત્ત્વો પી.કે.ની બીકે ભૂગર્ભમાં ઊતરી ગયા હતા.

ઝા જેટલા કડક એટલા જ કાર્યનિષ્ઠ. વિપુલ સાથે એમને સારી દોસ્તી. આ આઇ.પી.એસ. સારા-સારા એક્સક્લુઝિવ સમાચારોના અણસાર-માહિતી આપતા રહેતા તે કયા રિપોર્ટરને ન ગમે? પણ વિપુલ એક વાતે મક્કમ કે કલમ હાથમાં લે ત્યારે ન કોઈની દોસ્તી જોવાની, ન સંબંધ કે ન શેહ-શરમમાં આવવાનું. લાંબા અનુભવ અને વરિષ્ઠોની સલાહને પગલે આ સિદ્ધાંત વિપુલે આત્મસાત્ કર્યો હતો. એટલે ૧૯૯૨ની અભૂતપૂર્વ ઘટનામાં 'મિત્ર' પી. કે. ઝાની અને એમના પોલીસદળની આકરી ઝાટકણી કાઢવામાં કલમ જરાય શરમાઈ નહોતી.

એવું તે શું બન્યું હતું ૧૯૯૨માં? એ ઘટના જ નહીં, એ ઘટના જે સ્થળે બની એ પણ કલ્પના બહારની બીના ગણાય. દિવસ સુધ્ધાં નોંધપાત્ર. ગુજરાતના ભુજ સ્થિત અભેદ્ય કિલ્લો ગણાવાતું સ્થળ એટલે જે.આઇ.સી. - જોઇન્ટ ઇન્ટરોગેશન સેન્ટર. બોલીવુડી બાનીમાં કહી શકાય કે, યહાં પરમિશન કે બગૈર પરિંદા ભી પર ફડફડા નહીં પાયેગા, પરંતુ આ દાવાનું બહુ ખતરનાક રીતે સુરસુરિયું થઈ જવાનું હતું. ત્યાં આપણા સ્વાતંત્ર્ય દિવસ ૧૫મી ઑગસ્ટની પૂર્વસંધ્યાએ એવી ઘટના બની ગઈ કે કોઈના માનવામાં ન આવે. આનાથી કચ્છના સરહદી પોલીસ દળના નામ પર કાળો બટ્ટો લાગી ગયો કે જે આજ સુધી ભૂંસી શકાયો નથી.

સરહદી મથક ભુજની ભાગોળે, સીમા પારથી પરાણે ઘૂસી આવેલા 'પરોણા'ની પૂછપરછ અને 'મહેમાનગતિ' માટે બનાવાયેલા ગુજરાતના એકમાત્ર જોઇન્ટ ઇન્ટરોગેશન સેન્ટરની સુરક્ષા અભેદ્ય એટલે બેમિસાલ. ચારેતરફ વીસ-વીસ ફૂટ ઊંચી કાળમીંઢ દીવાલ. એકમાત્ર લોખંડી પ્રવેશદ્વાર. અંદર અને બહાર ૨૪ કલાકનો સશસ્ત્ર પહેરો. આવી સુરક્ષાવ્યવસ્થામાં ન જાણે, ક્યાં અને કેવી રીતે છીંડું પાડીને એક, બે કે પાંચ નહીં, પૂરા તેર પાકિસ્તાની પોતાના દેશના સ્વાતંત્ર્યદિન એટલે કે ૧૪મી ઑગસ્ટે આઝાદ થઈ ગયા. આ તેર નાપાક કેદીના અભૂતપૂર્વ પલાયનથી આખા કચ્છમાં સનસનાટી મચી ગઈ. સ્વાભાવિક છે કે આ અસાધારણ સમાચાર 'કચ્છમિત્ર'માં પહેલે પાને આઠ કૉલમની હેડલાઇનમાં પ્રગટ થયા.

અન્ય કોઈ તો ઠીક, પણ ખુદ પોલીસ કે સુરક્ષા એજન્સીઓના અફસર પણ માની નહોતા શકતા કે આવી ઘટના બની શકે. અધૂરામાં પૂરું ભાગેડુઓ ફરજ પરના એક સુરક્ષા કર્મીની 3.3ની રાઇફલ પણ યાદગીરી રૂપે લઈ ગયા હતા. આ બધું થયું ને જાપ્તા રાખીને બેઠેલા પોલીસવાળા જાણે લાચાર બની ગયા હોય તેમ, કેદીઓ નાસી છૂટવામાં સફળ રહ્યા. કચ્છના પોલીસદળની ઊંઘ હરામ ન થઈ જાય તો જ નવાઈ. પોલીસવાળા એકદમ કામે લાગી ગયા. ભુજ અને આસપાસના સીમાડા ખૂંદવા માંડ્યા. માન્યતા એવી કે ભાગેડુઓ જઈ જઈને કેટલે દૂર જઈ શકશે? પરંતુ પોલીસવાળાને સમ ખાવા પૂરતી એકેય કડી ન મળી.

ઘટના ખૂબ ભયાનક હતી અને છાપામાં ટીકાનાં મિસાઇલ છોડાતાં હતાં. હવે પોલીસે શોધખોળ અને તપાસનો દાયરો વિસ્તારવો પડ્યો. દરિયા અને રણ સરહદ તરફ જતા રસ્તાઓ પર પેટ્રોલિંગ એકદમ સઘન બનાવી દીધું, નાઇટ કૉમ્બિંગ પણ સતત ચાલતું રહે પણ ક્યાંયથી કોઈ સગડ ન સાંપડ્યા. જાણે ભૂત કે જિન્નાત બનીને તેર પાકિસ્તાની હવામાં ઓગળી ગયા.

એ સમયે કચ્છમાં એકમાત્ર છાપું 'કચ્છમિત્ર' હતું. એમાં વિપુલ રોજેરોજ પોલીસની કાર્યક્ષમતાનાં છોતરાં ઉડાડે. અભેદ જે.આઇ.સી.માંથી થયેલા પલાયન વિશે ક્યારેય સત્ય બહાર ન આવ્યું. એ વખતે કાનાફૂસી, ગોસિપ, તર્ક ને અફવાની ફેક્ટરીમાં ઓવરટાઇમ થવા માંડ્યો હતો. વાત તો ત્યાં સુધીની વિપુલના કાને આવી કે ભુજમાં અમુકતમુક મુસ્લિમ આગેવાન અને અમુક મળતીયા પોલીસોની મિલિભગતથી આ 'એસ્કેપ ફ્રોમ જે.આઇ.સી.' શક્ય બન્યું, પરંતુ ક્યારેય આને ન સમર્થન મળ્યું કે ન રદિયો.

અલબત્ત, એક વાત કબૂલવી પડે કે પોલીસનું તલાશી અભિયાન અફલાતૂન

હતું. વર્દીધારીઓનાં દોડતા પગલાં હવે રણ સમીપના સીમાવર્તી વિસ્તારોમાં છાપ છોડી રહ્યાં હતાં. પોલીસવડા પી. કે. ઝાએ અલગ-અલગ શોધખોળ ટીમ બનાવી હતી. એની કમાન એલ.સી.બી. (લોકલ ક્રાઇમ બ્રાંચ)ના પોલીસ ઇન્સ્પેક્ટર આર. જી. રાઠોડને સોંપાઈ હતી. આ કામગીરી માટે ખાસ ભુજના પોલીસ હેડક્વાર્ટસમાંથી હથિયારધારી ૫૦૦ પોલીસ જવાનોને બોલાવાયા હતા. આ ઉપરાંત નરા, દયાપર જેવા સરહદી પોલીસ મથકના સબ-ઇન્સ્પેક્ટરનેય કામે જોતરાયા હતા. આ કદાચ આજ સુધીનું કચ્છ પોલીસનું સૌથી મોટું સર્ચ ઑપરેશન હતું.

દિવસો સુધી ચાલનારા તલાશ-તપાસ અભિયાનનો આરંભ ઝારા-જુમારા વિસ્તારથી થયો. કચ્છના અન્ય ભાગોની જેમ ઝારા-જુમારા પણ વિશિષ્ટ ભૌગોલિક પરિસ્થિતિ ધરાવે છે. એનું ઐતિહાસિક મહત્ત્વ પણ અદકેરું. ઝારા-જુમારાની એક તરફ અફાટ રણ. આ રણનો છેડો શોધવામાં આપણી આંખની અચૂક પીદ્દુડી નીકળી જાય. બીજી તરફ નાના-નાના ડુંગરા અને વન-વગડો. પાછી આ ધરતીનો અતીત પણ વિશિષ્ટતાને શોભે એટલો ભવ્ય.

દુનિયાના સૌથી ભયાનક અને મોટા યુદ્ધમાં ગણના થાય છે એવું એક યુદ્ધ આ જમીન પર લડાયું હતું. હા, અહીંથી રણમાં નાકની સીધી લીટીએ ઉત્તર બાજુ એટલે માત્ર ૫૦-૫૨ કિલોમીટરના અંતરે પાકિસ્તાનનો સિંધ પ્રાંત આવે. એક સમયે તો આ બધું અખંડ ભારતમાં જ આવતું હતું. ઈ.સ. ૧૭૬૨ની સાલમાં સિંધના શાસક સુલતાનમિયાં ગુલામ શાહ કલ્હોરે પ્રચંડ મોટા કાફલા સાથે કચ્છ પર ચડાઈ કરી. આ યુદ્ધનાં કારણો અને વિગતો જાણવા જેવાં છે, પણ રસક્ષતિ ટાળવા વધુ ઊંડાણમાં નહીં ઊતરીએ. છતાં એ તો કહેવું જ પડે કે આ લડાઈમાં ક્ષત્રિય ઉપરાંત બ્રાહ્મણોથી લઈને મુસલમાનો સહિતની કચ્છની બધી કોમે હથિયાર ઉપાડ્યાં હતાં. કલ્હોરેની સેનાને મારીને ખદેડી મૂકનારું આ યુદ્ધ કચ્છની તવારીખમાં સુવર્ણ અક્ષરે મઢાઈ ગયું છે.

તેર ભાગેડુ પાકિસ્તાની આ ઝારા-જુમારામાંથી રણમાં ઊતરીને પાકિસ્તાન ભાગી જઈ શકે એવી ચોક્કસ ગણતરી હતી પોલીસની. એટલે જ આ ધારણાના જોરે પોલીસે અહીં મેગા સર્ચ ઑપરેશન હાથ ધર્યું હતું.

સરહદી કચ્છ પોલીસની આબરૂ પર તો આંચ આવી ચૂકી હતી. પરંતુ જે.આઇ.સી.ના સૌથી સલામત તબેલામાંથી ભાગી છૂટેલા તેર શેતાનોને પકડવા પોતે કેવી અને કેટલી જહેમત કરે છે અને આકાશ-પાતાળ એક કરે છે એ બહાર લાવવું પોલીસને જરૂરી લાગે એ સ્વાભાવિક છે. આ સંદર્ભે જ એલ.સી.બી.ના પોલીસ ઇન્સ્પેક્ટર આર. જી. રાઠોડનો ક્રાઇમ રિપોર્ટર વિપુલ વૈદ્યને ફોન આવ્યો.

"ઝા સાહેબ કહે છે કે, આ ઝારા વિસ્તારમાં સર્ચ ઑપરેશન ચાલે છે, ત્યાં તમે આવો તો સારું."

વિપુલ કંઈ ના પાડે ખરો? એમાંય પોલીસવડા પ્રમોદકુમાર ઝાએ સાથે બીજા કોઈ પત્રકારને આમંત્રણ આપ્યું નહોતું એટલે ઉત્સાહ બમણો થઈ ગયો. એક તો લાઇવ રિપોર્ટિંગ ને પાછી એક્સક્લુઝિવ સ્ટોરી મળે. એકદમ રોમાંચ અને ઉત્સાહ સાથે વિપુલ તો ફોટોગ્રાફરને લઈને પહોંચી ગયો ઝારા-જુમારામાં. ત્યારે ઇન્સ્પેક્ટર રાઠોડ મોટા પોલીસ કાફલાને દોરવણી આપવામાં વ્યસ્ત દેખાયા. નાની-નાની ટેકરીઓ વચ્ચે ચોમેર પોલીસવાળા આગળ ધપી રહ્યા હતા.

રાઠોડે વિપુલને સ્થળ-સ્થિતિ દર્શાવતાં સમજાવ્યું. "આપણી પોલીસનો આખો કાફલો ટેકરીની આ તરફ પરસેવો પાડી રહ્યો છે. પરંતુ સામેનો ડુંગર અને ટેકરીઓ જુઓ જરા. ત્યાં ૧૩ પાકિસ્તાની ભાગેડુ છુપાયા હોય તોપણ ખબર પડે ખરી? અરે, દૂરની વાત જવા દો. તેઓ આ સામેની ટેકરી પાછળ સરકી રહ્યા હોય તોપણ આપણને ગંધ સુધ્ધાં ન આવે."

રાઠોડસાહેબની વાત સાડી સોળ આના સાચી હતી. પાંચસો છોડો, પાંચ હજાર પોલીસ જવાનો આ વિસ્તારમાં એકસાથે તૈનાત કરાય અને નજીકની ટેકરી પાછળ ભાગેડુઓ હોય તોપણ ન પકડાય. અને હા, આ ડુંગરોની પાછળ તો રણ છે. રાતના અંધારામાં એ પાકિસ્તાનીઓ સરહદ તરફ પહોંચી જઈ શકે. ઘૂસણખોર હોવાથી અહીંથી ઘૂસતા હોય કે કદાચ ગેરકાયદે અવરજવર કરવામાં નિષ્ણાત હોય. ટૂંકમાં, રણ અને સરહદ ખૂંદી ચૂકેલા પૂરેપૂરા જાણકાર હતા એ લોકો.

સીમા પર સુરક્ષાની પહેલી હરોળમાં બી.એસ.એફ. તો હોય જ, પરંતુ રણના આ ભાગનો ઉપયોગ નાપાક તત્ત્વો પ્રમાણમાં ઓછો કરતા હોવાથી અહીં બી.એસ.એફ.ની ચોકી ઓછી હતી. એટલું જ નહીં, બે ચોકી વચ્ચે અંતર, ખાવડા બોર્ડર કરતાં વધારે હતું. અધૂરામાં પૂરું ૧૯૯૨માં કચ્છમાં બી.એસ.એફ.ની બટાલિયનની સંખ્યા પણ ઓછી હતી. એટલે જે.આઇ.સી.ના ભાગેડુ રણ રસ્તેથી પાકિસ્તાન પહોંચી ગયાની શક્યતા નકારી ન જ શકાય.

પોલીસની ભારે જહેમત વચ્ચે સંજોગોના બેક ગ્રાઉન્ડ સાથેનો વિપુલ વૈદ્યનો અહેવાલ પ્રગટ થયો. અગાઉ જે.આઇ.સી. પ્રકરણોમાં પોલીસની નકારાત્મકતા અને અન્ય નબળાઈને હાઈલાઇટ કરનારા વિપુલે વર્દીધારીઓની શોધખોળ અભિયાનમાં જહેમત, નિષ્ઠા અને ઘનિષ્ઠ પ્રયાસોનો ચિતાર પણ આપ્યો.

આ ઘટનાના લાંબા સમય બાદ ઇન્સ્પેક્ટર આર. જી. રાઠોડ પાસેથી નવી વાત જાણવા મળી હતી. વિપુલના પાછા ગયા બાદ સર્ચ ઑપરેશન તો ચાલુ જ

રહ્યું. એમાં પોલીસે જમીન પર પડેલું વરસાદનું પાલર (જમીનમાં જમા થયેલું) પાણી પીવું પડતું હતું. નજીકમાં નથી કોઈ ગામ કે નથી આસપાસમાં પાંખી માનવવસતિ. છતાં પોલીસવાળાએ ખાવા-પીવાની સુવિધાને બદલે એક જ લક્ષ્ય પર ધ્યાન કેન્દ્રિત કર્યું કે પાકિસ્તાનીઓને શોધીને પકડી લઈએ.

રાઠોડ સાહેબના કહેવા મુજબ ઊંટોનું ધણ ચરાવતા એક રબારીની પોલીસે પૂછપરછ કરી હતી. આ માલધારીએ માહિતી આપી હતી કે કેટલાક શંકાસ્પદ લાગે એવા માણસો અહીંથી પૂર્વમાં એટલે ધોરડો તરફ જતા નજરે પડ્યા હતા. એ ચોમાસાનો સમયગાળો હતો. ડુંગરો પર કૂમળું ઘાસ ફૂટી નીકળ્યું હતું એટલે પેલો માલધારી એ તરફ ઊંટોને ચરાવી રહ્યો હતો.

માહિતી કામની હતી, પણ આગળ રણમાં પાણી ભરાયેલું હોવાથી કદાચ પાકિસ્તાની ભાગેડુઓએ અહીંથી ઉત્તરમાં જવાનું ટાળ્યું હોવું જોઈએ અને પૂર્વ દિશામાં ધોરડો તરફ વળી ગયા હોય. એ બાજુ કદાચ વરસાદ ન થયો હોય અને વધુ પાણી ન ભરાયું હોય તો ત્યાંથી પાકિસ્તાન જવાનું થોડું આસાન બની શકે. બસ, પછી તો પોલીસ કુમક ધોરડો તરફ રવાના થઈ ગઈ. ત્યાં ખૂબ શોધખોળ કરી. એક આખું અઠવાડિયું ટાંટિયા તોડ્યા ને આંખ ફોડી, પણ અફસોસ, એકેય પાકિસ્તાની હાથ લાગવાનું તો જવા દો, નજરેય ના ચડ્યો.

ઇન્સ્પેક્ટર આર. જી. રાઠોડને ઊડતા-ઊડતા વાવડ મળ્યા હતા કે તેર ભાગેડુમાં એક થોડો માંદો હતો ને એ રણ ઓળંગતી વખતે રસ્તામાં જ મરી ગયો. જોકે એની લાશ કે પછી હાડપિંજર ક્યારેય ન મળ્યાં એટલે ખરેખર કોઈ પાકિસ્તાની મર્યો હતો કે નહીં એ ક્યારેય સાબિત ન થયું.

આ પાકિસ્તાનીઓ જે.આઇ.સી.માંથી મધરાતે કેવી રીતે અને કોની મદદથી ભાગ્યા, પાકિસ્તાન પહોંચી શક્યા ખરા? આ માટે કયો રૂટ લીધો કે પછી કચ્છના રણ પાસે કોઈ ગામમાં છુપાઈને કાયમ માટે રહેવા લાગ્યા હશે? આ સવાલોના જવાબ પોલીસને કે કોઈને આજ દિવસ સુધી મળ્યા નથી.

અલબત્ત, તથાકથિત જડબેસલાખ સલામતી વ્યવસ્થામાં છીંડા પડવાની આ પ્રથમ કે અંતિમ ઘટના નહોતી. ૨૦૧૩માં જે.આઇ.સી.ની દીવાલ ઠેકીને દાઉદ ઇબ્રાહીમ (ના, ના, એ દેશનો સૌથી મોટો દુશ્મન એવો ડોન નહીં) નામનો પાકિસ્તાની બહાર પડ્યો. હા, પડ્યો. એ ભીંત કૂદીને પડ્યો એ સ્થળ બી.એસ.એફ.ના તાબામાં હતું. એ બહુ દૂર જઈ ન શક્યો. એક કલાકમાં જ ભુજ પોલીસે પકડીને જે.આઇ.સી.માં પાછો ધકેલી દીધો.

૧૯૯૮માં પણ છ પાકિસ્તાની જે.આઇ.સી.માંથી નૌ દો ગ્યારહ થઈ ગયા હતા. થયું એવું કે એ વર્ષે ૯મી જૂને કંડલા પંથક ભયાનક વાવાઝોડાનો શિકાર

બન્યો હતો. આ તોફાનમાં જે.આઇ.સી. સંકુલમાં એક વૃક્ષ જમીનદોસ્ત થઈ ગયું. આ તૂટેલા ઝાડને દીવાલ પાસે મૂકીને, એનો સીડી તરીકે ઉપયોગ કરીને અડધો ડઝન જોખમી નાપાક કેદીઓ છૂમંતર થઈ ગયા હતા. ૨૦૦૧ના ભૂકંપની કુદરતી આફતે સરપટ ગેટસ્થિત ખાસ જેલને પણ ભારે નુકસાન પહોંચાડ્યું હતું. એ અરાજકતાનો લાભ લઈને ૧૮૮ (હા, એકસો અઠ્યાસી) કેદી ભાગી છૂટ્યા, પરંતુ કુદરતી કહેર અને અંધાધૂંધી વચ્ચે ૧૪૫ પંખીને પોલીસે થોડા દિવસમાં પાછા પિંજરા ભેગા કર્યા હતા.

જોકે ૧૯૯૨ની ૧૪ ઑગસ્ટની ઘટના વિશે ક્યારેય પૂરું કે સત્તાવાર સત્ય બહાર ન આવ્યું. એ સમયના અખબારી અહેવાલો મુજબ પાકિસ્તાની બદમાશો સલામતી રક્ષકો પર હુમલો કરીને નાસી છૂટ્યા હતા.

વિપુલ વૈદ્યની જ 'કચ્છમિત્ર'માં પ્રગટ થયેલી સ્ટોરીમાં વિવિધ સોર્સ પાસેથી મળેલી માહિતી હતી એ મુજબ જે.આઇ.સી.ના કસ્ટડી રૂમમાં વરસાદને લીધે પાણી ટપકતું હોવાથી કેદીઓને ઇન્ટરોગેશન રૂમમાં ખસેડાયા હતા. અહીં માત્ર પૂછપરછ પૂરતા જ કેદીઓને લવાતા હતા. આ ખંડમાં મજબૂત સળિયાવાળી બારીને બદલે પાતળા સળિયાવાળી સુશોભિત બારી હતી. આ બારીને બળપૂર્વક ઉખેડીને તેર તોફાની બહાર નીકળી ગયા હતા. એ સમયે ઊંઘતા રાતના સંત્રીઓમાંથી એકને પાછળના ભાગે કંઈક અવાજ કે હિલચાલ થતી હોવાનો અંદેશો આવતાં બાકીનાને જગાડીને સાવધાન કરી દીધા.

આ ચોકિયાતોએ પાછળ જઈને શું જોયું? પાકિસ્તાની કેદીઓ બારીની જાળી તોડી રહ્યા હતા. એમાં ઉમરવાંઢનો રહેવાસી જુમા અહમદ પઢિયાર નામનો પાકિસ્તાની સૌથી પહેલો બહાર કૂદ્યો હતો, તેણે ડરવાને બદલે પોલીસ પર હુમલો કર્યો હતો. આ ઝપાઝપીમાં ચારેક પોલીસવાળાને ઈજા થઈ. આ મારામારીમાં જુમાએ હથિયાર અને કારતૂસ રખાયા હતા એ રૂમની ચાવી ઝૂંટવી લેવાના ખૂબ ફાંફાં માર્યા હતા. સદ્ભાગ્યે પોલીસ ગાર્ડે કમર પર ભેરવાતા 'તોસ્તાન' (ચામડાના પાકીટ)માં ચાવી રાખી હતી. જુમાના ઝનૂનને પારખીને એ પોલીસ ગાર્ડે 'તોસ્તાન' કાઢીને દૂર ઝાડીમાં ફગાવી દીધું. નહીંતર ન જાણે શું થઈ ગયું હોત?

આ તેર બદમાશો ભાગતી વખતે પાંચ સિક્યોરિટી ગાર્ડને ઘેરી વળ્યા હતા. આમાંથી એકાદ ગાર્ડને બાવડાથી ઝાલીને તેની ખાલી રાઇફલ આંચકી લીધી હતી.

પોલીસે અંધારામાં આ ભાગેડુઓનો પીછો કર્યો ખરો, પરંતુ આંચકી લેવાયેલી રાઇફલ ખાલી હોવાની ખબર નહોતી. એટલે એક હવાલદારે સામેથી ગોળી છોડવાના ડરને લીધે સાથીઓને હુકમ કર્યો કે જ્યાં છો ત્યાં સૂઈ જાઓ. જાગતા

રક્ષકો સૂઈ રહ્યા ને પાકિસ્તાની કેદીઓ ભાગતા રહ્યા.

આફત આવે ત્યારે એકલી નહીં, સાગમટે આવે છે. સેન્ટરનો ટેલિફોન લૉક કરેલો હોવાથી જિલ્લા પોલીસ કન્ટ્રોલ રૂમ કે ઉચ્ચ અધિકારીઓને તરત જાણકારી આપી ન શકાઈ. આ બધા સંજોગો અને ગફલતનો લાભ લઈને તેર-તેર પાકિસ્તાનીઓ અંધારામાં ઓગળી ગયા, કાયમ માટે.

આ ઘટના ઘણી નબળાઈના સરવાળાનું પરિણામ હતી. તકલાદી બાંધકામ, નબળી બારી, સુરક્ષાવ્યવસ્થામાં ગાબડાં, સુરક્ષા ગાર્ડ્સની ગાફેલિયત તથા સ્થાનિક દેશદ્રોહી તત્ત્વોની મિલિભગત જેવાં ઘણાં પરિબળ જવાબદાર હતાં આ ગ્રેટ પણ શેઈમફુલ એસ્કેપ માટે.

કચ્છી પ્રજાએ અને પ્રસાર માધ્યમોએ થોડા દિવસ સુધી આ શરમનાક પ્રકરણની ચર્ચા કરી, પણ પછી એ ભુલાઈ ગયું. વિપુલ સતત પોલીસ અને પોતાના ખબરીઓ પાસે આ ઘટનાની માહિતી મેળવવા તલપાપડ રહ્યો, પણ એને ક્યારેય સંતોષજનક જવાબ ન મળ્યા. હા, પોલીસનું સર્ચ અભિયાન કેવું અને કેટલું મુશ્કેલ હતું એ જોઈ લીધું, માની લીધું અને સ્વીકારી પણ લીધું.

આ ચકચારી ઘટના હકીકતમાં તો ક્યારેય પૂરી ન થઈ, પણ સમાચાર તરીકે પૂર્ણવિરામ મુકાઈ ગયું.

આ ઘટના કે દુર્ઘટનાના ત્રણેક વર્ષ બાદ વિપુલ વૈદ્ય સામે ફરી આવ્યું એ જ જે.આઈ.સી. થયું કંઈક એવું કે જાણીતા સાપ્તાહિક 'ચિત્રલેખા'ના એ સમયના સૌરાષ્ટ્ર-કચ્છના બ્યૂરો ચીફ અને પત્રકાર મિત્ર કૃષ્ણકાંત ઉનડકટ સ્પેશ્યલ સ્ટોરી કરવા માટે કચ્છ આવ્યા હતા. ત્યારે વિપુલ 'ચિત્રલેખા'નો માનદ પ્રતિનિધિ હતો. આજે શક્ય ન લાગે એવી આ લાગણીસભર વ્યવસ્થા હતી. એ સમયે 'કચ્છમિત્ર'ની પિતૃસંસ્થા 'જન્મભૂમિ ગ્રૂપ' અને 'ચિત્રલેખા' વચ્ચે ઘણા સારા સંબંધ. આથી વિપુલને 'કચ્છમિત્ર'ની નોકરી સાથે 'ચિત્રલેખા' માટે ૧૩-૧૪ વર્ષ છૂટક લખવાની તક મળી. 'કચ્છમિત્ર'ના તંત્રી કીર્તિભાઈ ખત્રીની સંમતિથી વિપુલે 'ચિત્રલેખા' માટે લખ્યું. અલબત્ત, સર્વોચ્ચ પ્રાથમિકતા કાયમ 'કચ્છમિત્ર'ને જ આપી. એ જાણે, માને, સ્વીકારે અને ગર્વ કરે કે આપણી પહેલી નિષ્ઠા 'કચ્છમિત્ર' માટે. એને કોઈ હાલતમાં ડિસ્ટર્બ ન કરાય. વિપુલ જ્યારે અગાઉથી ચર્ચા બાદ રિપોર્ટ મોકલે એ 'ચિત્રલેખા'માં અચૂક છપાય.

પરંતુ વધુ સમય માંગી લે એવી કચ્છની સ્ટોરી માટે એ માત્ર સૂચન કરી દે. એટલે કૃષ્ણકાત ઉનડકટ કે 'ચિત્રલેખા'માં જ ફરજ બજાવતાં એમનાં પત્ની જ્યોતિ ઉનડકટ સમયાંતરે કચ્છ આવે. એ સમયે કચ્છની બે-ચાર સ્ટોરી એક સાથે પતાવી નાખે. આ રીતે જ લગભગ ૧૯૯૫માં કૃષ્ણકાંત કચ્છ આવ્યા.

વિપુલે પોતાની નોકરીની મર્યાદામાં રહીને શક્ય એટલી મદદ કરવાની હોય.

એ વખતે વિપુલે વાતચીતમાં જે.આઇ.સી.નું વર્ણન કરતાં કૃષ્ણકાંતને તેના પર સ્ટોરી કરવાની ઇચ્છા થઈ આવી. બંને જણા જઈને પોલીસ અધિક્ષકને મળ્યા. તેમની પાસેથી ભરપૂર માહિતી મળી ગઈ. હવે કૃષ્ણકાંત એટલે કે.કે.ને જે.આઇ.સી. અંદર જઈને સગી આંખે જોવું હતું, પરંતુ એસ.પી. સાહેબે નમ્રતા સાથે સાફ શબ્દોમાં ઇનકાર કરી દીધો. આમેય તેર પાકિસ્તાની ફરાર થઈ ગયેલા તે કાળી ટીલી લાગ્યા બાદ એજન્સીના અધિકારીઓ સિવાય કોઈને ત્યાં જવાની છૂટ નહોતી.

પોલીસવડાની ઑફિસમાંથી બહાર આવીને કૃષ્ણકાંતે ઇચ્છા વ્યક્ત કરી કે, ભલે બહારથી પણ જે.આઇ.સી.નાં દર્શન તો કરવા જ પડે. વિપુલે તરત સ્કૂટરને કીક મારીને દોડાવ્યું ભુજના હરીપર રોડ તરફ. જે.આઇ.સી.ની સામેના રોડની બાજુમાં સ્કૂટર પાર્ક કરીને બંને પહોંચ્યા જે.આઇ.સી.ના ગેટ પર, બહાર વધારાની સુરક્ષા માટે એસ.આર.પી. (રાજ્ય અનામત પોલીસદળ)નો ટેન્ટ બનાવાયો હતો. આ દળના જવાનો કોઈની સાડીબારી ન રાખે. કોઈને ઓળખે પણ નહીં. વિપુલ આ બધું સારી પેઠે જાણે એટલે વિનંતી કરવાનો કે વાત છેડવાનો અર્થ નહોતો.

યોગાનુયોગ એ જ સમયે લોખંડના તોતિંગ દરવાજા પાછળ વિપુલના એક ઓળખીતા પોલીસવાળા દેખાયા. કચ્છ જિલ્લો ભલે મોટો, પણ આ ફિલ્ડ નાનું. એમાંય 'કચ્છમિત્ર' અને વિપુલ જૂના, પ્રતિષ્ઠિત અને વિશ્વાસપાત્ર નામ. આ વૈદ્યભાઈ દરેક ઘટના, દુર્ઘટના, પ્રસંગ અને સમારંભમાં હાજર હોય જ. મોટાભાગના અધિકારીઓ ઓળખે ને માન પણ રાખે. એ અમલદારને વિપુલને જે.આઇ.સી. પાસે જોઈને આશ્ચર્ય ન થયું. તેમણે માની લીધું કે વિપુલભાઈ અહીં આવ્યા હોય એમાં કંઈ અજુગતું નથી અને એમને તો બધી છૂટ હોય જ.

દરવાજાની આરપાર એ પોલીસ અને વિપુલ વચ્ચે ઔપચારિક વાતચીત થઈ. એમાં વિપુલથી બોલાઈ ગયું, 'બસ, એસ.પી. સાહેબને મળીને સીધા અહીં આવ્યા. આ પત્રકાર મિત્રને જે.આઇ.સી. પર લખવું છે.' આ ઇરાદાપૂર્વક બોલાયેલું અર્ધ-સત્ય હતું. પોલીસવડાને મળ્યા બાદ પરમિશન ન મળી એ ન કીધું. તેણે વાતને ગર્ભિત રાખી.

સામે પક્ષે અંદર ઊભેલા પોલીસે એવું અર્થઘટન કર્યું કે, સાહેબને મળીને આવ્યા અને એમણે પરમિશન આપી. તેણે અંદરથી કોઈકને બોલાવીને ઝાંપો ખોલાવડાવ્યો. વિપુલ અને કે.કે. અંદર ગયા. ખુદ વિપુલ પણ પહેલીવાર અંદરથી જે.આઇ.સી. જોઈ રહ્યો હતો. જે જગ્યાએ કેન્દ્ર અને રાજ્ય સરકારની સિક્યોરિટી તથા ઇન્ટેલિજન્સ એજન્સીઓના અધિકારીઓ સિવાય કોઈને પ્રવેશવાની છૂટ

નહોતી, ત્યાં બે પત્રકાર પહોંચી ગયા હતા. એમાંય એ સમયે તો જાપ્તો બમણો થઈ ગયો હોવાથી બે પત્રકારોનું અંદર પહોંચવું તો નેક્સ્ટ ટુ ઇમ્પોસિબલ હતું, પણ અનાયાસે બંનેને તક મળી ગઈ જે કોઈ લૉટરી જીતવાથી ઓછું નહોતું.

'ચિત્રલેખા'માં જે.આઇ.સી. પર ચાર-ચાર પાનાની સ્ટોરી આવી. પોલીસ અને એજન્સીમાં એની ખૂબ ચર્ચા થઈ. પોલીસ અધિક્ષક સુધી 'ચિત્રલેખા'નો અંક પહોંચ્યો કે તેમણે આંખ આડા કાન કર્યા. સદ્‌ભાગ્યે આ મામલે ન કોઈ પોલીસ સસ્પેન્ડ થયો કે ન કોઈની સામે પગલાં ભરાયાં. થોડા દિવસોમાં અન્ય અધિકારીઓ સાથે પોલીસવડાની બદલી થઈ ગઈ અને આખો મામલો ઠંડો પડી ગયો.

અહીં ભલે દુર્લભ ગણાતા સ્થળે રિપોર્ટિંગ કરવાનો મોકો મળી ગયો, પરંતુ હરખાવા સાથે વિપુલે વિચાર્યું કે સુરક્ષામાં છીંડા આને જ કહેતા હશે. ભલે પેલો પોલીસવાળો નિર્દોષ હતો, તેને પોતાના પ્રત્યે મૈત્રીભાવ હતો, પોતાના ઇરાદા પર શ્રદ્ધા હતી. એ જે હોય તે, બે સિવિલિયન અર્થાત્ બે પત્રકારો જે.આઇ.સી.માં અંદર જવામાં સફળ થયા હતા. પેલા તેર પાકિસ્તાનીઓ પણ કોઈ લેભાગુ અને સ્થાનિક નાપાક તત્ત્વો સાથે આવો જ કોઈક કીમિયો અજમાવીને નાસી છૂટ્યા હશે ને? આ સવાલ મનમાં ઘુમરાવા સાથે વિપુલ વૈદ્યે મનમાં ગાંઠ વાળી કે ફરી ક્યારેય આવા અર્ધ-સત્યનો આશરો ન જ લેવો.

20

કચ્છ જેવા સરહદી જિલ્લામાં હોવા, પત્રકારત્વના વ્યવસાયમાં હોવા, વિશ્વસનીયતા ધરાવતા અને એકમાત્ર અખબારમાં હોવા અને સાથોસાથ વિપુલ વૈદ્ય હોવાથી ઘણી અનોખી તક મળી, કલ્પના ન કરી હોય એવા અનુભવ મળ્યા. વિપુલની ડાયરી અને સ્મરણપટમાં હજી વર્ષ ૧૯૯૪ના આરંભની સિલસિલાબંધ વિગતો અકબંધ છે. અત્યારે એ માત્ર સંભારણાં છે, પણ ત્યારે શું થયું હતું અને કેવી હાલત થઈ હતી એ યાદ આવતાં જ શરીરમાંથી આજેય હળવી કંપારી નીકળી જાય છે.

વર્ષનો આરંભ હતો. એ તબક્કે 'કચ્છમિત્ર'ના તંત્રી કીર્તિભાઈ ખત્રીએ એક ટૂર પ્લાન કરી, કહેવાય ભલે ટૂર પણ એ આગામી પેઢી માટે શીખ અને બોધપાઠ હતાં. પત્રકારો માટે કાર્યશાળા હતી. એ સમયે કચ્છના એકમાત્ર અખબારના તંત્રી હોવાથી સીમા સુરક્ષાદળ સાથે સારો ઘરોબો. તેઓ ક્યારના વિચારતા હતા કે કચ્છ અને રાજસ્થાનમાં રણ, સરહદ અને સંસ્કૃતિ જેવી ઘણી સમાનતા વિશે સાંભળ્યું છે, પણ એ નજરોનજર જોવું-અનુભવવું જોઈએ. રાજસ્થાનના બોર્ડર એરિયાની પણ મુલાકાત લેવી જોઈએ. બી.એસ.એફ.ના ઉચ્ચ અધિકારીઓને વાત કરી ને તરત રાજસ્થાનનો પ્રવાસ ગોઠવાઈ પણ ગયો.

કીર્તિભાઈ સાથે ત્યારનો ક્રાઇમ રિપોર્ટર વિપુલ વૈદ્ય હોય એ તો વણલખ્યો નિયમ. આ ઉપરાંત ડિફેન્સ રિપોર્ટર નિખિલ પંડ્યા, મૅનેજર સુરેશભાઈ શાહ અને ફોટોગ્રાફર તરીકે કીર્તિભાઈના મોટાભાઈ જીતુભાઈ ખત્રી પણ આ ટૂરમાં જોડાયા હતા. કોઈ ડિસ્ટ્રિક્ટ લેવલના ન્યૂઝ પેપરનું આટલું બધું વજન હવે ભાગ્યે જ પડતું હશે. એમાંય દેશના અંતરિયાળ વિસ્તારના પત્રકારો માટે આ મોટી જ નહીં, દુર્લભ તક હતી.

નિયત દિવસે સવારે પ્રેસની કમાન્ડર જીપમાં થઈ ટૂરની શરૂઆત. અંદર માણસો, એમના પાંચ દિવસના સામાન સાથે ઊભરાતા રોમાંચથી જીપ જાણે ખીચોખીચ ભરાઈ ગઈ હતી. ઉત્તર ગુજરાતના થરાદ પહોંચ્યા બાદ અગાઉ કચ્છમાં ફરજ બજાવી ચૂકેલા ડી.વાય.એસ.પી. મિત્ર ડી. એન. પટેલને વિપુલ

વૈદ્યે ફોન કર્યો. એ સમયે તેઓ થરાદના વિભાગીય પોલીસ અધિકારી હતા. બપોરનો સમય થવાનો હતો એટલે હાઈવે હોટેલમાં લંચ આટોપ્યું અને ત્યાં જ ડી. એન. પટેલ સાથે મુલાકાત પણ થઈ ગઈ.

પછી થોડા કલાકોની મુસાફરીમાં સાંજે સાંચોર હાઈવે પર રાજસ્થાનની બોર્ડર આવી. હવે કચ્છની ટીમ બી.એસ.એફ.ના હવાલે હતી. એક જીપ્સીમાં બેસીને ડેપ્યુટી કમાન્ડન્ટ કક્ષાના અધિકારી તેમની રાહ જોઈ રહ્યા હતા. કચ્છની ટીમને પહેલેથી જ એક-એક દિવસનો પ્રોગ્રામ મળી ચૂક્યો હતો એટલે આગળની મંઝિલની માહિતી તો હતી જ. આ ઑફિસર સાથે 'હાય, હલ્લો ને વેલકમ'ની ઔપચારિકતા પત્યા બાદ કાફલો આગળ વધ્યો, પણ તેઓ જાણતા નહોતા કે આગળ કેવી અકલ્પ્ય સંભાવના પ્રતીક્ષા કરતી હતી.

રાજસ્થાનમાં ત્રણ વાહનોનો કાફલો આગળ વધી રહ્યો હતો. થોડીવારમાં હાઈવેને અલવિદા કહીને ગાડીઓ અંતરિયાળ રસ્તાઓ પર દોડવા લાગી. અંધકારના ઓળા આવકાર આપવા ઊતરી પડ્યા. આગામી મંઝિલ હતી બી.એસ.એફ.ની બાખાસર ચોકી.

આ બાખાસરનું ઐતિહાસિક મહત્ત્વ ઘણું છે. અહીંના પહેલાં કુખ્યાત અને પછી લોકપ્રિય થયેલા ડાકુ બલવંતસિંહ રાઠોડ વિશે જાણવા જેવું છે. આઝાદી પૂર્વે અહીંના રાજસ્થાન અને પછી પાકિસ્તાનમાં સિંધમાં ગયેલા ડાકુ બલવંતની ભારે ધાક. જ્યાં ત્યાં ધાડ પાડે, પછી દોડાદોડી થાય. આમાં ને આમાં તેઓ આખા વિસ્તારના ખૂણેખૂણાથી વાકેફ. ડાકુ રાઠોડની એક વિશિષ્ટતા કે આમ આદમીને ક્યારેય ન કનડે. ઊલટાનું એમને મદદરૂપ થઈને મસિહા બની ગયા.

રણ અને ગુજરાત, રાજસ્થાન અને સિંધના ટ્રાયંગલના જાણકાર હોવાથી આઝાદી બાદ આ ડાકુ બલવંતસિંહ રાઠોડ દેશની સુરક્ષા એજન્સીઓને ખૂબ ઉપયોગી બની ગયા. એમાંય ૧૯૭૧ના યુદ્ધ વખતે તો તેમણે કમાલ કરી બતાવી હતી. આ લડાઈમાં લશ્કર સાથે ખભેખભા મિલાવીને એવા લડ્યા કે સરકારે તેમની સામેના બધા પોલીસ કેસ પાછા ખેંચી લીધા હતા અને શસ્ત્રો રાખવાનું લાઇસન્સ આપ્યું હતું. આ સ્થળને લીધે એક સમયે તેઓ ડાકુ બલવંતસિંહ બાખાસર તરીકે ઓળખાતા હતા.

આ વ્યક્તિત્વને થોડું વધુ ઓળખીએ. ૧૯૭૧ના ભારત-પાકિસ્તાન યુદ્ધમાં બાડમેર સીમાની જવાબદારી બ્રિગેડિયર કર્નલ ભવાનીસિંહ હસ્તક હતી. ગુજરાતને અડીને આવેલા બાખાસરના રણવિસ્તારમાં તો તેઓ પહોંચી ગયા, પણ આગળ વધવાનું મુશ્કેલ હતું. એ સમયે બાખાસરના ડાકુ બલવંતસિંહની બોલબાલા હતી. તેઓ અહીંથી પાકિસ્તાનના છાછરો સુધી અવરજવર કરતા હોવાની માહિતી મળી.

દેશની રક્ષા કાજે ભવાનીસિંહે બલવતસિંહને યાદ કર્યા. પછી તો બલવંતસિંહે દેશ કાજે હથિયાર ઉપાડી લીધાં અને ભારતીય લશ્કર સાથે રવાના થઈ ગયા.

એમની સામે ટેન્ક રેજિમેન્ટ હતી, પરંતુ ભવાનીસિંહ અને બલવંતસિંહે ચતુરાઈપૂર્વક પોતાની જીપ જોંગાનું સાઇલેન્સર ખોલી નાખ્યું. હવે આ જીપનો અવાજ પણ એવો થઈ ગયો કે સામે ટેન્ક રેજિમેન્ટ હોવાનો પાકિસ્તાની સેનામાં ભ્રમ ઊભો થઈ ગયો, શત્રુસેના એકદમ સ્તબ્ધ થઈ ગઈ. આ તકનો લાભ લઈને બલવંતસિંહે અદમ્ય સાહસ બતાવીને ભવાનીસિંહ સાથે દુશ્મનોને ધૂળ ચાટતા કરી દીધા હતા. આ બંનેને પ્રતાપે ભારતીય લશ્કર છેક પાકિસ્તાનના છાછરો સુધી પહોંચી ગયું હતું.

બાખાસર ક્ષેત્રથી પાકિસ્તાનના ૧૦૦ કિ.મી.ના વિસ્તારથી બલવંતસિંહ પૂરેપૂરા વાકેફ હતા. અહીં ભવાનીસિંહે એક બટાલિયન અને ચાર જોંગા જીપ બલવતસિંહને સોંપી દીધી. તેમણે પાકિસ્તાની લશ્કર પર આક્રમણ કરીને છાછરોની લશ્કરી ચોકી અને એકસો ગામ પર કબજો જમાવી દીધો હતો.

આ યુદ્ધ બાદ ભવાનીસિંહને મહાવીર ચક્ર મળ્યું, તો બલવંતસિંહ ડાકુમાંથી હીરો બની ગયા હતા. ખુદ ભવાનસિંહે પોતાના યુનિટમાં બલવંતસિંહની વોર હીરો તરીકે ભારોભાર પ્રશંસા કરી હતી. આવો વીર નાયક આપનાર બાખાસર ભારતના બે રાજ્ય-ગુજરાત અને રાજસ્થાન અને પાકિસ્તાન ત્રિભેટે હતું. અહીંથી સરહદ માત્ર પાંચ કિલોમીટર દૂર હતી. આસપાસના ગામોમાં રોબિનહૂડ ગણાવાયેલા બળવંતસિંહ બાખાસરના પૌત્ર રતનસિંહજી હાલ ગુજરાતના રાજકારણમાં સક્રિય છે અને ભાજપના નેતા છે.

નાની નાની હરિયાળી ટેકરીઓ, વૃક્ષો અને મોરના ટહુકા સંભળાવતી પ્રકૃતિની ગોદની વચ્ચે હતી સીમા સુરક્ષાદળના જવાનોની ચોકી. કચ્છની ટીમે ત્યાં પહોંચવાનું હતું, પણ અંધારું જામી રહ્યું હતું, સમય વીતતો જતો હતો. હવે રણમાં રેતીના ઢૂવામાં કમાન્ડર જીપ વારંવાર ફસાવા માંડી. રણમાં ઊગેલી સૂકી વનસ્પતિના ભોછા અને સૂંકું ઘાસ તોડી, રેતીમાં ફસાયેલા ટાયરમાં નાખે એટલે જીપ થોડી આગળ વધે.

આમ તો ડ્રાઇવર બાલુભાઈ જાની વાહન ચલાવવામાં પૂરેપૂરા કાબેલ પણ રણની સમસ્યા સામે લાચાર. એસ્કોર્ટિંગ કરતી બી.એસ.એફ.ની જીપના જવાનો અને પત્રકાર ટીમના જુવાનિયા સાથે મળીને જીપને ધક્કો મારે, ઘાસના ભોછા ટાયરમાં ખોસે ને જીપ થોડી આગળ વધે. આમ કરવામાં રસ્તો ઓછો કપાતો હતો ને સમય વધુ વેડફાતો હતો. ઘડિયાળના કાંટા ઘણા આગળ વધી ગયા. આ બધી માથાકૂટમાં રણની જાણકાર બી.એસ.એફ. ટીમ પણ ન જાણે ક્યારે

બાખાસારની દિશાથી ભટકી ગઈ એ કોઈને ખબર ન પડી. આમેય આસપાસ કોઈ મકાન, લાઇટનો થાંભલો કે બીજું લૅન્ડમાર્ક નહોતું.

હકીકતમાં બી.એસ.એફ.ની વ્યવસ્થા પૂરતી હતી. પત્રકારોની ટીમ એક લોકેશન છોડે એટલે પછી જ્યાં જવાનું હોય ત્યાં એસ્કોર્ટિંગ ટીમ મૅસેજ કરી દેતી હતી. આ ટૂર અગાઉ જ ટીમ કેટલા વાગે ક્યાંથી નીકળશે, ક્યાં પહોંચશે અને કેટલું અંતર કાપવાનું છે એ સઘળી માહિતીની આપલે થઈ ચૂકી હતી. પાંચ દિવસ સંકલન સાધવાનું હતું, પણ આરંભે જ અડચણ આવી પડી. આનાથી અજાણ એવા બધા જીપમાંથી ઊતરે, ધક્કા મારે અને જીપ થોડી આગળ વધે એટલે હાશકારો થાય. પછી એક તબક્કો એવોય આવી ગયો કે ગમે તેટલા ધક્કા માર્યા, પણ ફસાયેલી કમાન્ડર જીપ ટસની મસ ન થઈ.

આ સંજોગોમાં બી.એસ.એફ.વાળા પણ મૂંઝાયા. સામેથી પૂછે કે ક્યાં છો તો જવાબ શું આપવો? ખુદને ખબર નહોતી કે અત્યારે ચોક્કસ કયા સ્થળે છીએ. કંઈ નવાજૂની થવાની ધાસ્તી વચ્ચે બાખાસર ચોકડીના ઇન્ચાર્જે બી.એસ.એફ.ની જીપ, ઊંટ, પગપાળા જવાનોની અલગ અલગ ટુકડીઓ રવાના કરી દીધી. બધાને એક જ આદેશ હતો કે કચ્છથી આવતી ટીમને લઈને આવો. બધી ટીમ એક તરફ જ નહીં, પણ થોડી અલગ દિશામાં રવાના થઈ ગઈ. દરેક ટીમના વાયરલેસ-વૉકીટૉકી સતત બોલી રહ્યા હતા, પણ કોઈ પાસે નક્કર માહિતી કે પૉઝિટિવ જવાબ ન મળે.

એકદમ અટવાઈ ગયેલી જીપમાં ફફડાટ વચ્ચે એક જ આશા હતી. હવે તો કોઈ ટુકડી આ ભેંકાર, નિર્જીવ ને અંધકારમય સ્થળે આવી પહોંચે તો જ આગળ વધાય, પણ ક્યાં સુધી રાહ જોવાની આવા વેરાન વિસ્તારમાં? આ બધા વચ્ચે ડ્રાઇવર બાલુભાઈની મદદથી વિપુલ જીપ પર ચડ્યો. કદાચ દૂર દૂર કંઈક દેખાય એવી આશા હતી, પરંતુ ધરતી પર ક્યાંય એક નાનકડો પ્રકાશપુંજ નજરે ન ચડ્યો. ઘોર અંધકારમાં આકાશમાં ટમટમતા તારા સિવાય ક્યાંય કંઈ દેખાતું નહોતું. ક્યાંય પ્રકાશનું નાનકડું ટમટમિયું દેખાયું હોત તો મનમાં ધરપત થઈ હોત કે દૂર દૂર બી.એસ.એફ.ની ચોકી, નાનકડું ગામ કે માનવવસાહત છે ખરી. અફસોસ, એવું કંઈ દેખાતું નહોતું.

હતાશ વિપુલ નીચે ઊતર્યો. ત્યારે નિખિલ પંડ્યા પણ જીપની બહાર આવ્યા. બંનેએ કુતૂહલવશ સાથેના બી.એસ.એફ.ના ડેપ્યુટી કમાન્ડન્ટને સવાલ કર્યો, 'યહાં સે પાકિસ્તાન કિતના દૂર હોગા?'

'યહાં સે તો માલૂમ નહીં, પર હમેં જહાં પહોંચના થા વહાં સે પાકિસ્તાન કી બોર્ડર પાંચ કિલોમીટર દૂર હૈ.'

શું? માત્ર પાંચ કિલોમીટર! આ ભટકી ગયેલો ગાડીનો કાફલો તો રેતીમાં ફસડાતાં-સપડાતાં કદાચ ૧૫-૨૦ કિલોમીટર ચાલી ચૂક્યો હશે. મતલબ કે આ ટીમ માર્ગ ભૂલીને પાકિસ્તાનની ધરતી પર તો નથી પહોંચી ગઈ ને? અધૂરામાં પૂરું, એ સમયે દક્ષિણી રાજસ્થાનમાં હજી આંતરરાષ્ટ્રીય સરહદ પર ફેન્સિંગનું કામ શરૂ થયું નહોતું.

ભૂલમાં કે અકસ્માતેય પાકિસ્તાનમાં પહોંચી જવાનું પરિણામ શું આવે? બી.એસ.એફ.વાળા અને સાથે પત્રકારોની ટીમ! સંભવિત હોબાળા અને મુસીબતની કલ્પના જ ટાંટિયા થથરાવી મૂકતી હતી. અંધારા, અનિશ્ચિતતા અને અવ્યક્ત ભય વચ્ચે સૌ એક નવી તકલીફ અનુભવતા હતા પણ કોઈ એનો ઉલ્લેખ કરતા નહોતા. આવી મુસીબતમાં એવી વાત કેવી રીતે કહેવાય? છેક બપોરે એક વાગ્યે થરાદમાં લંચ લીધા બાદ કોઈના પેટમાં કંઈ ગયું નહોતું. મૂળ કાર્યક્રમ મુજબ બાખાસર ચોકીએ ૮.૩૦ વાગ્યે ડિનર હતું. પછી દશ વાગે તો પેટ ઉઘરાણી કરે જ ને? છતાં કોઈએ 'ભૂખ'નો 'ભ' પણ ન જ ઉચ્ચાર્યો. કદાચ ભૂખ મરી ગઈ હશે. રાજસ્થાનમાં પહોંચ્યાના રોમાંચ અને ગુમ થયાની ક્ષણિક થ્રીલ પર હવે ડર ભરડો લેવા માંડ્યો હતો. એમાંય બી.એસ.એફ.વાળાનેય મૂંઝાયેલા જોઈને સૌના મોતિયા મરવા માંડ્યા હતા.

આદત મુજબ જીતુભાઈએ સાથે વેફર, બિસ્કિટ અને સીંગ-ચણાના પૅકેટ રાખ્યા હતા. સૌએ માંડમાંડ બે હાથ માર્યા, પણ બધા ડઘાયેલા હતા. વિચારોમાં હતા ને ચિંતામાં હતા. એક તો મીડિયાવાળા એટલે બરાબર સમજે કે અત્યારે આપણે પાકિસ્તાનમાં હોઈએ તો શું થાય? એમના રેન્જર્સ ઘેરી લે અને બી.એસ.એફ.ના અધિકારીઓ જવાનો સાથે છ સિવિલિયન ઝડપાય અને એય પાછા પ્રેસવાળા હોય તો કેવો મોટો ઇશ્યૂ થઈ જાય. વાતમાં જો અને તો હતા, પણ ખરેખર એવું થયું તો? એક એકના મનમાં હજારો વિચારોનું વાવાઝોડું ફરી રહ્યું હતું. ખરેખર એવું થયું અને જાહેર થાય તો પરિવારજનોની હાલત કેવી ભયંકર થાય?

કદાચ આ વધતા ડરને નસાડવા માટે દૂરથી કંઈક અવાજ આવ્યો. ઊંટને ડચકાવવાનો અવાજ હતો એ? સૌના કાન શ્વાનની જેમ સરવા થઈ ગયા. જવાનોએ પોતાની જીપની સાઇડ પર ચડીને જોયું તો સામે કોઈ ટૉર્ચનો પ્રકાશ ફેંકીને સિગ્નલ આપતું હતું. એક તરફ વિશ્વાસ હતો કે આપણા જ જવાનો હશે, ને સાથે ફફડાટેય ખરો કે સામેવાળા એટલે પાકિસ્તાની નીકળ્યા તો? જવાનો સાથે પ્રેસવાળાએ પણ હિંમત કરીને ટૉર્ચથી સામા સિગ્નલ આપ્યા. હવે ધક ધક ધક વધવા માંડ્યા. લાઇટ નજીક આવતી જતી હતી.

થોડીવારમાં ઊંટ પર સવાર બી.એસ.એફ.ના સશસ્ત્ર જવાનો નજીક આવ્યા. હાશ. સાચું કહીએ તો હકીકતમાં હાશકારો વ્યક્ત કરવાના ય હોશ નહોતા. અચાનક માથા પરથી અનિશ્ચિતતા અને ભયનો તોતિંગ પહાડ હટી ગયો એટલે સૌ ખાલીખમ થઈ ગયા. કોઈ કંઈ ન બોલ્યું, ન થયું કે સૂઝ્યું નહીં એ તો રામ જાણે. ફસાયેલી કમાન્ડર જીપને ત્યાં જ રહેવા દઈને પ્રેસની ટીમના સભ્યો બી.એસ.એફ.ની એક જીપમાં સાંકડમાંકડ ગોઠવાઈ ગયા. એડિટર, મૅનેજર, રિપોર્ટર્સ, ફોટોગ્રાફર અને ડ્રાઇવર જીપમાં એવા ઠાંસોઠાંસ બેઠા કે શ્વાસ પણ માંડ લેવાય. જોકે કોઈએ ફરિયાદ ન કરી. બધા સંભવિત દુઃસ્વપ્નમાંથી બહાર આવવાની ચુપચાપ મથામણ કરવામાં લાગી ગયા.

મોડી રાતે કચ્છી વરઘોડો બાખાસર પહોંચ્યો. ચોકીના વચ્ચેના આંગણામાં બેરેક્સ વચ્ચેના ભાગમાં ખાટલા ઢાળેલ હતા. ઉપર મસ્તમજાની ધડકી (ગોદડી) અને ચાદરો પાથરેલી હતી. પાછળ અઢેલવાના તકિયાય ખરા. ચોકીના ઇન્ચાર્જ અને જવાનો સાથે હસ્તધનૂન વચ્ચે મહેમાનો માટેની લાગણી વ્યક્ત થઈ: ‘અચ્છા હુઆ કિ આપ સબ સહીસલામત આ ગયે.’ પછી હાથ ધોઈને સ્પેશિયલ ડિનર પર ભૂખ્યા-દુઃખ્યા પત્રકારો એકદમ તૂટી પડ્યા.

આ પાંચેય દિવસની ટૂરના દરેક પ્રહર અવિસ્મરણીય હતા, પરંતુ કેટલાંક બનાવો-સ્થળોએ અખબારનવેશોનેય અચંબામાં મૂકી દીધા. જેસલમેરની વિશિષ્ટતા-અદ્‌ભુતપણું સર્વવિદિત છે. કચ્છમાં રણની અફાટ-ક્ષારયુક્ત ભૂમિને ખૂંદી ચૂકેલી આ ટીમ કચ્છ માટે સમ નામની જગ્યા પાસે રેતીના ઢૂવા દેખાવા એ નવી બાબત હતી. રાજસ્થાનનું ડેઝર્ટ આવું જ હોવાની જાણકારી તો હતી, પણ પોતાની નજરે જાણવા-માણવાનો રોમાંચ એકદમ ભિન્ન હતો. પહેલીવાર ઊંટસવારીનો લ્હાવો લીધો અને એ પણ સુરક્ષાદળના ઊંટો પર. પાછા ઊંટના સારથિય ખડતલ જવાન, ઊંટ દોડવા માંડ્યા એટલે મોટાભાગનાને ગભરામણ થવા માંડી. કંઈ બોલાય થોડું? આ પ્રવાસમાં રેતીના મોટા ડુંગર જોયા. આંધી દરમિયાન આ આખેઆખા ડુંગર એક સ્થળેથી બીજા સ્થળે ઊડી જાય એ જાણીને આશ્ચર્ય થયું.

જેસલમેરથી ૧૫-૧૭ કિ.મી. દૂર એકાદ હજાર ફૂટ ઊંચો ટીવી ટાવર દેખાયો. કચ્છના પત્રકારોને થયું કે કચ્છ વર્ષોથી નાપાક સાંસ્કૃતિક આક્રમણ વેઠે છે. એને ખાળવા માટે આવો જ શક્તિશાળી ટાવર બંધાવો જોઈએ. એ સમયે કચ્છના ભુજ અને બધા સરહદી ઇલાકાઓમાં પીટીવી (પાકિસ્તાન ટેલિવિઝન)ના કાર્યક્રમો ખૂબ લોકપ્રિય હતા. આમાં નાટકો, દર શુક્રવારે દર્શાવાતો ‘મીના બજાર’ નામનો કાર્યક્રમ મુખ્ય. જો ઘર ઉપરના મોટા એન્ટેનાની દિશા જરાક ફેરવો કે આગળ-પાછળ કરો અને હવામાન સારું હોય તો પીટીવી ઉપરાંત ઓમાન ટીવી પણ

પકડાય. કમનસીબે એ સમયે કચ્છમાં ભારતનાં દૂરદર્શનનાં દર્શન જ દુર્લભ. સિનેમાઘરોય ખૂબ ઓછાં અને ઘણાં દૂર એટલે મનોરંજન માટે પીટીવી ઉપરાંત ઓમાન ટીવી પર શુક્રવારે આવતી હિન્દી ફિલ્મો જ મુખ્ય આશરો હતાં.

જોકે પાકિસ્તાને અમેરિકાની મદદથી બદીનમાં બાંધેલા પાવારફુલ ટીવી ટાવરના જવાબરૂપે ભારત સરકારે ભુજથી ૧૪ કિ.મી. દૂર સામત્રા પાસે જેસલમેર જેવો જ ટીવી ટાવર બાંધ્યા બાદ સાંસ્કૃતિક આક્રમણ ધીરે ધીરે નાબૂદ થઈ ગયું હતું.

કચ્છ અને રાજસ્થાનની ભૌગોલિક અને સાંસ્કૃતિક સામ્યતા જોઈને કચ્છની ટીમ ખુશખુશાલ થઈ ગઈ. જેસલમેરથી બાડમેર સિંગલ રોડ પરથી પસાર થતા ભુજ-ખાવડાનો રસ્તો જ લાગે. કિલોમીટર બાદ રડ્યાખડ્યાં વાહનો દેખાય, એકલદોકલ નાનાં ગામડાં, માર્ગની બંને બાજુ ધૂળ દેખાય. બધું અદ્દલોઅદ્દલ કચ્છ જેવું જ. કચ્છી પત્રકારો એક નિર્જન માર્ગ પર ચા પીવા હોટેલે ઊભા રહ્યા તો એવું લાગ્યું કે આ તો ભુજ-ખાવડા વચ્ચે આવતા ભીરંડિયારાની હોટેલ જ. બાંધકામનું સ્ટ્રક્ચર, રફ લાકડાના પીલર્સ પર ઘાસનું વ્યવસ્થિત છાપરું, અંદર સિમેન્ટના પ્લૅટફૉર્મ પર પ્રાઇમસ, એની ઉપર ઊકળતી ચા, આસપાસ વેફરના પૅકેટ લટકતાં હોય. બધું કચ્છ જેવું જ.

અરે, ચા બનાવનારા ને પીનારાને જોઈને લાગે કે આ તો આપણા બન્ની-પચ્છમના જ સિંધી મુસલમાન કોમના જત અને સમા જ છે. હૂબહૂ પોશાક - બ્લુ ખમીસ અને નીચે સિંધી લેંઘા જેવો પઠાણી ડ્રેસ. વાળ અને દાઢીનો રંગ પણ ભૂખરો જ. મોઢાની હડપચીથી લઈને આખા શરીરનો બાંધો એકદમ સેમ ટુ સેમ. કીર્તિભાઈએ તો એકને કચ્છીમાં સવાલ પણ કર્યો, 'તુ કેર, હાલેપોત્રો કે રાયશીપોત્રો?' આ સાંભળીને સામેવાળાના કાન ચમક્યા કે અન્ય પ્રાંતના આ ટીશર્ટવાળા આપણને ઓળખે કેવી રીતે? વાસ્તવમાં કચ્છી અને સિંધી ભાષા માસિયાઈ બહેનો જેવી છે. એટલે ઘણા શબ્દો અને લહેકો મળતા આવે. સામેવાળાએ આશ્ચર્ય શમી ગયા બાદ જવાબ આપ્યો: 'આઉં હોલેપોત્રો' પછી ઘણી વાતો થઈ ને એનાથી આત્મીયતા વધી. કચ્છથી લગભગ ૫૦૦ કિ.મી. દૂર જાણે બીજું કચ્છ જીવંત થઈ ગયું. આપણા દેશમાં તો ઠીક, ગુજરાતમાંય બહુ ઓછાને ખબર હશે કે કચ્છ, રાજસ્થાન અને પાકિસ્તાનના સિંધના ટ્રાયેંગલમાં જબરજસ્ત સમાનતા છે. કોમ, લિબાશ, રહેઠાણ માટેના ભુંગા, બોલી, ઉચ્ચારણ, સંગીત, દેખાવ, રહેણીકરણી બધું એકબીજા જેવું જ.

પત્રકાર ટીમ માટે આ ખરેખર સ્ટડી ટૂર બની ગઈ. એમાંય પાક સીમાની નજીક તનોટ માતાજીનું મંદિર જોઈને તો બધા મોઢામાં આંગળા નાખી ગયા. આ મંદિર ખૂબ જાણીતું છે. પાકિસ્તાની લશ્કરે ફેંકેલા વણફૂટેલા બૉમ્બ અને

બીજી લશ્કરી સામગ્રીમાંથી બનેલા આ મંદિરને જુઓ તો શરીરમાં ધ્રુજારી વ્યાપી જાય. ત્યાં પૂજારી તરીકે કેસરિયા વસ્ત્રધારી બ્રાહ્મણ કે બાવાજી નહીં, પણ બી.એસ.એફ.ના વર્દીધારી જવાન હોય.

પ્રચલિત લોકવાયકા એવી છે કે યુદ્ધ વખતે પાકિસ્તાનના બૉમ્બમારાથી બચવા ભારતીય જવાનોએ મનોમન માતાજીને પ્રાર્થના કરી હતી. આ મંદિર પર ફેંકાયેલો એક પણ બૉમ્બ ફૂટ્યો નહોતો. સ્થાનિકોને ગળાં સુધી વિશ્વાસ કે તનોટ માતાજીએ જ આપણા રખોપાં કર્યાં. આ માનો અદ્ભુત પરચો છે.

રાજસ્થાન ટૂરમાં કચ્છની પત્રકાર ટીમ માટે આશ્ચર્ય પર આશ્ચર્ય આવતાં હતાં. અમુક સાવ નવી હકીકત સામે આવી, તો કેટલીક વાંચેલી-જાણેલી બાબત જ સગી આંખે જોવાનો અનુભવ રોમાંચિત કરી ગયો. આ આશ્ચર્યની લાઇનમાં છેલ્લું મુકામ હતું મુનાબાવ. ભારતીય સૈન્યે કબજે કરેલી ટેન્કને લોંગોવાલમાં અહોભાવથી જોઈ રહ્યા બાદ બધાએ એ જીતના બુલંદ પ્રતીક સાથે ફોટા પડાવ્યા. ત્યાંથી નીકળીને ઢળતી સાંજે ટીમ પહોંચી મુનાબાવ.

મુનાબાવ એટલે રાજસ્થાનનું પાકિસ્તાન સરહદ પરનું આખરી રેલવે સ્ટેશન. આપણે માનીએ કે રેલવે સ્ટેશન હોય એટલે મુસાફરોની ભીડભાડ, કુલીઓની દોડધામ અને કાળો કોટ પહેરેલા ટી.સી. તથા ખાખી વર્દીધારી પોલીસોની ચહલપહલ હોય, ઉપરાંત ટ્રેનની વ્હિસલના અવાજ હોય. જોકે મુનાબાવમાં આવું કંઈ નહોતું. અહીં બધું સાવ ભેંકાર. કાન ફાડી નાખે એવી શાંતિ. આઝાદી અને દેશના વિભાજન પૂર્વે અહીં રેલવે વ્યવહાર ધમધમતો હતો. ભાગલા બાદ મુનાબાવ સ્ટેશનના પાટાની આડે કાંટાળી વાડ બંધાઈ ગઈ. સાથે મુનાબાવ સ્ટેશન એક ઇતિહાસ બની ગયું. પાકિસ્તાન તરફ જતા રેલવેના પાટા, એનું બે દેશમાં વિભાજન કરતી લોઢાની કાંટાળી વાડ, એની આસપાસ ઊગી નીકળેલાં ઝાડીઝાંખરાં અને એના બેકગ્રાઉન્ડમાં ડૂબી રહેલો સૂરજ.

ભારત પાકિસ્તાન વચ્ચેના સંબંધનું હૂબહૂ ચિત્રણ કરતું આ દૃશ્ય વિપુલના હૃદયમાં કાયમ માટે અંકિત થઈ ગયું.

ભારતના પહેલા સફળ અણુપ્રયોગના ઐતિહાસિક સ્થળ પોખરણની નજીકથી પસાર થવાનો ગજબનાક રોમાંચ પણ અનુભવ્યો વિપુલ વૈદ્યે. રાજસ્થાનના ભાતીગળ મેળામાં પણ મહાલ્યા. ટૂરની અંતિમ દિનની પૂર્વસંધ્યાએ સૌને જોધપુરમાં અમૂલ્ય તક મળી. અહીં બી.એસ.એફ.ની જી બ્રાંચ (ગુપ્તચર વિભાગ)ના ડી.આઈ.જી. સાથે રસપ્રદ મુલાકાત થઈ. કચ્છ અને રાજસ્થાનની સરહદ સુરક્ષાને લગતા મુદ્દાઓની ચર્ચામાં ઘણું નવું જાણવા મળ્યું. રાતે ડિફેન્સ (ડી.આર.ડી.ઓ.)ના ગેસ્ટ હાઉસમાં ઉતારો હતો. અહીં લશ્કરની તમામ પાંખ, અર્ધ-લશ્કરી દળો,

વિવિધ ગુપ્તચર એજન્સીઓના અધિકારીઓ આવે, કારણ કે જોધપુર ખૂબ મહત્ત્વનું સીમાવર્તી મથક છે. એ ઉપરાંત અહીં વિશાળ સંકુલમાં ઊતરવાની, બેઠકો યોજવાની, કૉન્ફરન્સ કરવાની ઉમદા વ્યવસ્થાય ખરી. આ પરિસરમાં લશ્કરી સાધન-સામગ્રી હતી, યુદ્ધસામગ્રીનાં સંશોધનો અને પરીક્ષણ પણ થાય. સતત વિમાનની ઘરઘરાટી વચ્ચે આખી રાત ક્યારે પૂરી થઈ એની કોઈને ખબર ન પડી.

બીજા દિવસે ભૂજની વળતી સફર વચ્ચે માહિતી, જાણકારી અને અનુભવોથી સમૃદ્ધ થયેલા વિપુલ વૈદ્યને બે બાબત વધુ સાંભરતી હતી. એક, ન ફૂટેલા પાકિસ્તાની બૉમ્બ અને જપ્તી કરેલાં શસ્ત્રોમાંથી બનેલું તનોટ માતાજીનું મંદિર. બે, બધા ખરેખર પાકિસ્તાનની જમીન પર પહોંચ્યા હતા ખરા? ને એ લોકોને ખબર પડી ગઈ હોત તો શું થયું હોત. આરંભ જાનદાર, અંજામ શાનદાર એવી ટૂરનો અનુભવ એક શબ્દમાં વર્ણવતા વિપુલ વૈદ્ય જોશભેર ત્રણવાર કહે છે: પ્રચંડ, પ્રચંડ, પ્રચંડ.

21

એક રિપોર્ટર તરીકે એક પછી એક-એક એક્સક્લુઝિવ સ્ટોરીઝ દ્વારા સનસનાટી મચાવતા, વિશ્વસનીયતા રળતા વિપુલ વૈદ્યે વ્યવસાય અને કુટુંબજીવન વચ્ચે સંતુલન જાળવવાના સતત પ્રયાસ કર્યા, પણ કાયમ લાગે કે પરિવારને અન્યાય થઈ રહ્યો છે. સામે પક્ષે માલિની તો સદૈવ હસતી રહે. ન ફરિયાદ, ન રાવ. બસ એક જ લાગણી ગણગણતી રહે...

તુમ મિલે દિલ ખિલે
ઔર જીને કો ક્યા ચાહિએ?

અને બધું ભૂલીને વિપુલ પણ એની સાથે ગણગણવા લાગતો...

તુમ મિલે દિલ ખિલે
ઔર જીને કો ક્યા ચાહિએ?

વિપુલ પોતાને નસીબદાર સમજતો કે મા-બાપના સંસ્કાર અને આશીર્વાદ કાયમ સાથે રહ્યા. માલિનીની હૂંફ સદાય તાકાત બનતી રહી. હેતને હસતાં-રમતાં વધતો જોવાથી એના પગમાં તાકાત અને હૈયામાં જોમ વધતાં હતાં.

આ બધાં વચ્ચે જીવને ઘણા ટર્ન્સ અને ટ્વિસ્ટ બતાવ્યા, અપ-ડાઉન કરાવ્યા. સૌ પ્રથમ તો વગર ડિગ્રીએ, અનુભવના અભાવ છતાં 'કચ્છમિત્ર'માં નોકરી મળી. ત્યાં ધગશ અને મહેનતથી ખૂબ શીખ્યો. પત્રકારનો પિંડ મજબૂતપણે ઘડાતો ગયો. બીજો ટર્નિંગ પોઇન્ટ વ્યાવસાયિક પ્રગતિનો આવ્યો. ૨૪-૨૪ વર્ષથી એ 'કચ્છમિત્ર'માં હતો. આર્ટિસ્ટ કમ પેસ્ટર તરીકે જોડાઈને ચીફ રિપોર્ટર સુધીની પ્રગતિ કરી. અનહદ કામ કર્યું. ને એટલો જ સ્નેહ, આદર અને નામના મેળવ્યાં.

અચાનક 'દિવ્ય ભાસ્કર'માંથી ઑફર આવી. તંત્રી બનવાની. દરેક પત્રકારત્વની કારકિર્દીનો અંતિમ પડાવ અને પગાર પણ અઢી ગણો. પોતાની સ્ટાઇલ મુજબ વિપુલે આ ઑફરની ઘરમાં તંદુરસ્ત ચર્ચા કરી. ગુજરાતના થોડા સીનિયર અને વિશ્વાસુ પત્રકારો સાથે સલાહ-મશ્વરા બાદ 'દિવ્ય ભાસ્કર'ની ઑફર સ્વીકારી લીધી. અલબત્ત, વિપુલમાં નિર્ણયશક્તિ હતી, પણ પોતીકાઓ સાથેની ચર્ચા અને અભિપ્રાય તેના વિચારને ધાર આપતા હતા અને નિર્ણયશક્તિને યોગ્ય દિશા,

દોર અને ગતિથી સજ્જ કરતા હતા.

આ સાથે જીવનનો નવો તબક્કો શરૂ થયો. હવે એ માત્ર રિપૉર્ટર નહોતો કે ખબરનું ધ્યાન રાખ્યું એટલે પત્યું. એ તંત્રી હતો. અખબારનો આધારસ્તંભ અને મૅનેજમેન્ટનો ભાગ. 'દિવ્ય ભાસ્કર'ની ઑફિસ-પ્રેસનું મકાન બનાવવું, તંત્રી વિભાગ ઉપરાંતના તમામ ડિપાર્ટમેન્ટમાં સ્ટાફની ભરતી કરવા જેવી નીતનવી જવાબદારીમાં સહભાગી થવાનું આવ્યું. એને આ બધાનો થાક નહોતો લાગતો. હરખ-ગર્વ અનુભવતો હતો. આખરે વિપુલના માનસ-સંતાન જેવું કચ્છનું 'દિવ્ય ભાસ્કર' જોરશોરથી શરૂ થયું.

બધું સુંદર સપના જેવું લાગતું હતું. ૨૦૦૭ના મેમાં 'કચ્છમિત્ર'ને ભારે હૈયે અલવિદા કહી. ને માત્ર બે મહિનામાં નવુંનક્કોર આખું માળખું ઊભું કરીને ૩૦ જુલાઈથી 'દિવ્ય-ભાસ્કર'ની કચ્છ આવૃત્તિના કર્યા શ્રીગણેશ.

આ ત્રણ મહિનામાં આખા કચ્છની અખબારી આલમમાં જબરી હલચલ મચતી રહી. ૫૮ વર્ષ જૂના, લોકપ્રિય, પ્રતિષ્ઠિત અને કચ્છની ઓળખ સમા અખબાર 'કચ્છમિત્ર' સામે અખબાર શરૂ કરવું, ચલાવવું અને લોકપ્રિય બનાવવું એ નાનોસૂનો પડકાર નહોતો. આ આખો ઘટનાક્રમ ટૉક ઑફ ધ કચ્છ બની રહ્યો હતો. 'દિવ્ય ભાસ્કર'નું એકદમ ભવ્ય લોન્ચિંગ થયું. વિપુલ માટે આ મોટો તખતો હતો જ, પણ મનઃસ્થિતિ અવર્ણનીય હતી. માતૃસંસ્થા 'કચ્છમિત્ર' સાથે હરીફાઈ કરવાની હતી. સાથોસાથ માનસ-સંતાન 'દિવ્ય-ભાસ્કર'નો ઝડપી અને તંદુરસ્ત ઉછેર કરવાનો હતો. પડકાર તોતિંગ હતો, જવાબદારી નિચોવી નાખનારી હતી. આ માટેની પ્રેરણા, તાકાત અને ઇચ્છા-બળ એને મળી રહેતાં માલિનીના સાથ, સહકાર, હૂંફ અને સ્માઇલમાંથી. બીજાની લીટી નાની કરવાને બદલે પોતાની લીટી મોટી કરવામાં માનતા વિપુલે જોતજોતામાં 'દિવ્ય-ભાસ્કર'ને કચ્છમાં અગ્ર હરોળમાં સ્થાન અપાવી દીધું.

કચ્છ 'દિવ્ય-ભાસ્કર'ની ગાડી સડસડાટ દોડતી હતી. ત્યાં અગિયારમા મહિને 'દૈનિક ભાસ્કર' જૂથના ટોપ મૅનેજમેન્ટ તરફથી ઑફર આવી: આપ રાજકોટ જવા તૈયાર છો? હા, ફેમિલી સાથે શિફ્ટ થવું પડશે. મતલબ કે નવી જવાબદારી અને એ પણ બહુ લાંબા સમય માટે. વિપુલે લાગણીશીલ બનીને વિચાર્યું કે વધતી ઉંમરે બા કેવી રીતે વતન અને મૂળ છોડી શકશે? અને બા વગર તો દરેક ઑફર નિરર્થક. વડીલોને ઘર, ગામ અને કુટુંબ છોડવાનું ન જ ગમે, પણ દીકરાની વાત સાંભળીને વસુબહેનની વૃદ્ધ આંખોમાં ચમક આવી ગઈ. તારી પ્રગતિ થાય છે ને? વાંધો નહીં રાજકોટ જવાની હા કહી દે. બાએ લીલી ઝંડી જ બતાવી, સાથે વાત્સલ્યસભર આશીર્વાદ આપ્યા.

માલિની તો પહેલેથી જ સર્પોર્ટિવ, પૉઝિટિવ અને સમર્પિત. વિપુલે ઑફર સ્વીકારી અને રાજકોટ જેવી મોટી એડિશનનો તંત્રી બની ગયો. અકલ્પ્ય પગાર વધારા સાથે. એક પત્રકારે જીવનમાં કેવાં-કેવાં સમાધાન અને બાંધછોડ કરવા પડે છે એવો એક અનુભવ રાજકોટમાં થયો. રાજકોટમાં સગી ભાણેજી સેજલનાં લગ્ન અને એ જ દિવસે વિધાનસભાની ચૂંટણીનું પરિણામ. અખબાર માટે ખૂબ મહત્ત્વના ન્યૂઝ. સામે પક્ષે મોસાળું પણ એટલો જ અગત્યનો પ્રસંગ, પણ સૈનિક, પોલીસ, અગ્નિશમનદળ અને પત્રકાર માટે ફરજ એટલે ફરજ. ચૂંટણીનાં પરિણામ જાહેર થવાના દિવસે અખબારમાં કોઈને રજા ન મળે તો તંત્રીએ એવું વિચારાય જ કેવી રીતે? વળી, તેણે સ્ટેટ એડિટરને કલાકે કલાકે રાજકોટનાં ચૂંટણી પરિણામના અપડેટ આપવાના હતા.

અંતે પત્રકાર વિપુલ વૈદ્યે નોકરી વચ્ચેથી કલાક કાઢીને મામા વિપુલ વૈદ્ય તરીકે મામેરાની વિધિ પતાવીને ઑફિસમાં દોડી આવવું પડ્યું. બીજી કોઈ વિધિમાં હાજર ન રહી શક્યો. આ ઉપરાંત રાજકોટમાં બીમારીને લીધે માતા વસુબહેનને ગુમાવવા પડ્યાં. અગાઉ ૨૦૦૮માં પિતાને ખોઈ દીધા હતા. માથા પરથી છત્રછાયા અચાનક હટી ગયાના આઘાત સાથે લડવા આવી ગઈ એક નવી જવાબદારી કે ભાઈ વિપુલ, હવે તું ઘરની છત્રછાયા છો, હોં.

હૈયું રાજકોટમાં મળેલા જીવનના સૌથી મોટા નુકસાન સાથે સ્વસ્થ થાય ત્યાં ફરી નવો વ્યાવસાયિક પડકાર આવ્યો. 'દિવ્ય ભાસ્કર'ની રાજકોટ અને ભુજ આવૃત્તિમાં એવા સંજોગો નિર્માણ પામ્યા કે માત્ર ૧૫ મહિનામાં મૅનેજમેન્ટને વિપુલને ફરી કચ્છ મૂકવાની ફરજ પડી.

અલબત્ત, સેલ્ફ-મેડ મૅનનો ગ્રાફ ઊંચો ને ઊંચો જઈ રહ્યો હતો. એક દિવસ 'ગુજરાત સમાચાર'માંથી ઑફર આવી. ૨૦૧૭ના જૂન-જુલાઈ હશે. કચ્છમાં વિપુલની દીર્ઘ કારકિર્દી, નામના, વિશ્વાસનિયતા, 'દિવ્ય ભાસ્કર'ની કચ્છ-આવૃત્તિના સફળ લોન્ચિંગ અને સંચાલનને પગલે 'ગુજરાત સમાચાર'ના માલિકોના બે વિશ્વાસુ રાતોરાત ભુજ આવ્યા ને વિપુલને ગમે તેમ મનાવીને અમદાવાદ લઈ ગયા.

વિપુલની અંદરના માનવી અને પત્રકારને બેરિયર તોડવાનું, ને પડકાર ઝીલવાનું કાયમ પસંદ. ગુજરાતના જાણીતા અખબારની આવૃત્તિ સંભાળવાનો અને તેને વિકસિત કરવાનો રોમાંચ પણ ખરો. વિપુલે ઑફર સ્વીકારી લીધી ને ફરી કચ્છની પત્રકાર આલમમાં હલચલ મચી ગઈ, પણ અમુક અસામાન્ય કારણોસર માત્ર પોણા બે મહિનામાં (હા, સાચું વાંચ્યું તમે. પોણા બે મહિના) વિપુલે 'ગુજરાત સમાચાર'ને 'રામ રામ' કરી દીધા.

આ વખતે આયોજન સાથે ચાર મહિનાનો બ્રેક લીધો. એ સમયે હેતના

અભ્યાસ માટે વૈદ્ય પરિવાર વડોદરામાં રહેતો હતો. એ ચાર મહિના કુટુંબીજન સાથે રહેવાની તક આપીને નિયતિએ વિપુલ પર બહુ મોટો ઉપકાર કર્યો હતો.

ચાર મહિના પછી વિપુલ કચ્છના એકમાત્ર સાંધ્ય દૈનિક ‘કચ્છ ઉદય’માં જોડાયો. એના માલિક ગંગારામ ભાનુશાળી મિત્ર થાય એટલે ફાવવા-ન ફાવવાનો પ્રશ્ન નહોતો.

પરંતુ અચાનક ઇતિહાસને દોહરાવવાનું મન થયું. ૨૦૧૯માં વિપુલને ફરી ‘દિવ્ય ભાસ્કર’માં જોડાવાની ઑફર આવી. એક સર્કલ પૂરું થવાની રાહ જોતું હતું. આ કદાચ વિપુલની સૌથી મોટી સફળતા-સિદ્ધિ હતી કે આટલા મોટા બેનરે તેને માનભેર પાછો બોલાવ્યો.

એ હતો ૨૦૧૯નો મે મહિનો. આમ વિપુલના જીવનમાં મે અને ઑક્ટોબરમાં જ મહત્ત્વના પરિવર્તન આવ્યાં. મેમાં હેતનો જન્મ, ઘણી નોકરીઓમાં બદલાવ, પણ આ મેએ ભાવિના ગર્ભમાં હજી કંઈક ભયંકર સંતાડી રાખ્યું હતું, જેની વિપુલને કલ્પના સુધ્ધાં નહોતી.

૨૦૨૧નો મે મહિનો આવ્યો. ૧૩મી મેએ એકના એક દીકરાના જન્મદિવસની ઉજવણીનું પ્લાનિંગ થઈ રહ્યું હતું. ભણવા માટે બેંગલુરુ ગયેલો. એટલે એનું આગમન અને ઉજવણીની શક્યતાથી વિપુલ અને માલિની એકદમ આનંદ-ઉત્સાહમાં હતાં. બહાર બહુ ધામધૂમથી તો બર્થ-ડે ઊજવાય એમ નહોતો. કારણ કે કાળમુખા કોવિડે ચોમેર કાળો કેર વર્તાવ્યો હતો. આ કારણસર ઘરની અંદર કુટુંબીજનો, નજીકના મિત્રો અને હેતના ફ્રેન્ડસર્કલને બોલાવીને ઉજવણી કરવાનું વૈદ્ય પરિવારે નક્કી કર્યું.

પણ મે મહિનાના પહેલા અઠવાડિયામાં માલિની કોરોના પૉઝિટિવ થઈ. થોડી તકેદારી, આરામ, નિયમિત દવા અને વ્યવસ્થિત સારવારથી મટી જશે એવું વિપુલ સહિત સૌ માનતા હતા. ત્યાં જ માલિનીનો ચેપ વિપુલ અને હેતને પણ લાગ્યો. હવે ત્રણેય ક્વોરન્ટાઇન. ત્રણેય જણને એક મહિના સુધી આઇસોલેટેડ એકલા રહેવાનો વારો આવ્યો.

વિપુલે એની સાડા ત્રણ દાયકાની કારકિર્દીમાં ક્યારેય આટલી લાંબી રજા લીધી નહોતી. માંદગીની એક પણ રજા લેવી પડી નહોતી. આટલી લાંબી છુટ્ટી અને સાથે રહેવાનું મળે એટલે ત્રણેય જણા મનોમન તો ખુશ થઈ ગયા. ખાસ તો બેંગલુરુમાં ભણતો હેત અને પત્રકારત્વમાં કાયમ રચ્યોપચ્યો રહેતો વિપુલ સાથે હશે એ હકીકતે માલિનીને આનંદ થયો. એ ખુશ પણ થઈ કે આ અણધારી માંદગીએ અમૂલ્ય તક આપી. સહવાસની અને ફૅમિલી લાઇફ માણવાની.

આમેય અત્યાર સુધી મે મહિનામાં વૈદ્ય પરિવાર માટે બધું સારું ને સારું જ થયું હતું.

આ આકસ્મિક રજાને ત્રણેય સાથે મળીને માણવા માંડ્યાં. માલિની રોજ બધાને ભાવતી રસોઈ બનાવે. સાંજે ઘરના આંગણામાં ત્રણેય ખુરશી નાખીને ઠંડી હવા સાથે ગરમ કૉફી માણે અને ગપાટાબાજી કરે. અત્યાર સુધી સાથે ક્વૉલિટી ટાઇમ વીતાવવાનો આવો મોકો જ નહોતો મળ્યો. ત્રણેય અનહદ આનંદમાં હતાં, કારણ કે એકેયને કોરોનાની કોઈ વિપરીત અસર વર્તાઈ નહોતી. આ સમય બની ગયો આનંદનો, નકરા આનંદનો.

અચાનક માલિનીની તકલીફો શરૂ થઈ. રોગપ્રતિકારક શક્તિ ઘટવાનું એ પરિણામ. એની સારવારને સઘન બનાવાઈ. હવે ઑક્સિજનનું લેવલ પણ ઘટતું દેખાવા માંડ્યું. માલિનીને શ્વાસ લેવામાં તકલીફ શરૂ થઈ ગઈ. તાત્કાલિક ઘરમાં પોર્ટેબલ ઑક્સિજન સિલિન્ડર આવી ગયું. કોરોનાનો ભરડો વધવા માંડ્યો એટલે માલિનીને હૉસ્પિટલમાં દાખલ કરવાની નોબત આવી પડી.

ના હોં, હૉસ્પિટલમાં દાખલ નથી થવું મારે ભૈસા'બ - જેવી માલિનીની કાકલૂદી નિષ્ફળ નીવડી. શું કરે લાચાર વૈદ્ય પરિવાર. હૉસ્પિટલમાં આઈ.સી.યુ.માં સારવાર શરૂ થઈ, પરંતુ છ દિવસમાં તબિયત ઉત્તરોત્તર કથળતી ગઈ. એકદમ ગંભીર તબક્કો શરૂ થયો. ચિંતાતુર વિપુલે આઈ.સી.યુ. ઑન વ્હીલ્સમાં માલિનીને અમદાવાદ ખસેડવી પડી. અગાઉ ભુજમાં અનેક ડૉક્ટર મિત્રો હતા, પણ બેડ મેળવવામાં નાકે દમ આવી ગયો હતો. હકીકતમાં કોઈ હૉસ્પિટલમાં જગ્યા ખાલી નહોતી. ઝેરીલો કોરોનાકાળ કોઈને મૂક્તો નહોતો. આમ આદમીથી લઈને વી.આઈ.પી. પણ ઑક્સિજન અને બેડ માટે ટળવળતા હતા. સદ્‌ભાગ્યે વિપુલને 'દિવ્ય ભાસ્કર'ની સ્ટેટ ટીમના સપોર્ટથી એક આઈ.સી.યુ. બેડ મળી શક્યો.

અદ્યતન ઍમ્બ્યુલન્સમાં માલિનીને અમદાવાદ લઈ જતી વખતે વિપુલ શૂન્યમનસ્ક અવસ્થામાં હતો. એની આંખ માલિની પરથી હટતી નહોતી. એને થતું કે હમણાં માલિની મારી સામે જોઈને ગાશે: 'તુમ મિલે દિલ ખિલે, ઔર જીને કો ક્યા ચાહિએ?' પણ એવું ન જ થયું. એ નિર્દોષ જીવોને આફતમાં લપેટવા માટે કુદરતને કોસતો રહ્યો, ને ઑક્સિજન માસ્ક હેઠળ માલિની તરફડતી રહી. રસ્તામાં ક્યારેક એનું ઑક્સિજન લેવલ એકદમ નીચું જાય તો વિપુલનો જીવ ઊંચો થઈ જાય.

ઍમ્બ્યુલન્સમાં એક આરોગ્ય કર્મચારી સાથે હતો. માલિની ઑક્સિજન માસ્કની ગૂંગળામણથી બચવા જાણે બીમાર આંખોથી કાલાવાલા કરતી હતી, વિનવણી કરતી હતી. માસ્કથી ઢંકાયેલા મોઢામાંથી એના ત્રુટક ત્રુટક શબ્દો બહાર આવતા

હતા: 'આ... આપણે સે સે સેકન્ડ ઓપીનિયન લેવો જો જો જોઈએ.' માસ્કની પીડાથી ક્ષણિક છુટકાર માટે બિચારીએ બહાનું કાઢ્યું કે, વૉશરૂમ જવું છે, પણ પેશાબની નળી તો ક્યારની લાગેલી જ હતી.

વિપુલને પોતાની જાત પર, સફળતા પર ફિટકાર ઊપજ્યો કે કંઈ કરતા કંઈ થઈ શકે એમ નથી. પોતાની આનંદી, નિર્દોષ, પ્રાણપ્યારી અર્ધાંગિનીની આ દયનીય હાલત જોઈ શકાતી નહોતી, પણ માત્ર જોવા સિવાય કંઈ કરી શકાય એમ પણ નહોતું. અસહ્ય લાચારીથી અકળાઈને, દુ:ખી થઈને વિપુલને ઍમ્બ્યુલન્સના પતરા સાથે માથું પછાડવાનું મન થયું, પણ એ જોઈને તો માલિનીની હાલત કેટલી કફોડી થઈ જાય એવો વિચાર આવી ગયો. માલિનીના માથા પર હાથ ફેરવતાં વિપુલ લાગણીને માંડમાંડ અંકુશમાં રાખીને જાણે બડબડવા માંડ્યો, "બધું સારું થઈ જશે હોં. તું સાજી થઈ જઈશ પછી આપણે વડોદરા જઈશું. આપણે કોઈ હિલ સ્ટેશને ફરવા જઈશું." હકીકતમાં વિપુલ અને માલિનીને આ રીતે એકમેક સાથે રહેવાનો બહુ ઓછો સમય મળ્યો હતો, પણ ગંભીર રીતે બીમાર માલિની સાથેનો આ ક્વૉલિટી ટાઇમ વિપુલને જરાય ન ગમ્યો, કારણ કે એની માલિની ચૂપ હતી, અસહ્ય વેદનામાં હતી.

ઍમ્બ્યુલન્સની સાયરન અને બ્લુ-રેડ લાઇટના બહાર ફેંકાતા શેરડાઓ વચ્ચે વિપુલ પોતાના શબ્દો વારંવાર દોહરાવતો હતો, "આપણે ક્યાંક બહાર ફરવા જઈશું, તું ઝડપથી સાજી થઈ જા." આ વિપુલનું ગાંડપણ નહોતું, પણ પીડાતી પત્ની માટેની એક જાતની સારવાર હતી. ભૂતકાળમાં વિપુલે ઘણીવાર માલિનીને કહી ચૂક્યો હતો કે, "મારી છાપાની નોકરીમાં આટલી બધી રજા ન મળે. હું નહીં આવી શકું, પણ તમતમારે જઈ આવો, મજા આવશે." હવે વિપુલને ઊંડે ઊંડે આશા હતી કે પોતે ક્યાંક જવાની તૈયારી ઉત્સાહ બતાવતા શબ્દો ઉચ્ચાર્યા એની માલિની પર પૉઝિટિવ અસર થશે, એ હળવો મલકાટ કરશે, આંખ ખોલશે.

તેણે આંખ તો ન ખોલી, પણ અમદાવાદ નજીક આવવા સાથે બહાર અંધકારના ઓળા ઊતરવા માંડ્યા. ઍમ્બ્યુલન્સ એસ.વી.પી. હૉસ્પિટલ પાસે પહોંચી. આરોગ્ય કર્મચારીઓ સ્ટ્રેચર લઈને દોડી આવ્યા. અર્ધ-બેભાન માલિનીને અંદર લઈ ગયા. અંદર માલિનીને જોવા-મળવા માટે જવાનો તો સવાલ જ નહોતો.

એ દરમિયાન તેરમી મે આવી - હેતનો બર્થ-ડે. એક પરિચિત યંગ લેડી ડૉક્ટરને કહીને આઈ.સી.યુ.માં બેભાન પડેલી માલિની સાથે વિપુલે, હેતે વાત કરવાના ઘણા પ્રયાસ કર્યાં. હેતનો, વિપુલનો અવાજ અને હેતના બર્થ-ડેની વાત સાંભળીને માલિનીમાં ચેતનાનો સંચાર થાય એવી આશા હતી, પરંતુ માલિનીના હોંકારાને બદલે મશીનના હીં, હીં, હીં અવાજ સિવાય કંઈ ન સંભળાયું. બાપ-

દીકરાના ગળામાં ડૂમા ભરાઈ ગયા હતા. ના, ના, માલિની સામે ઢીલા થોડા પડાય?

વધુ બે દિવસ કોઈ સુધારા વગર વીતી ગયા. દર બાર કલાકે આવતો હૉસ્પિટલ કર્મીનો ફોન ત્રીજે દિવસે આવ્યો, "પેશન્ટનું ઑક્સિજન લેવલ ખૂબ ઘટી ગયું છે. મેડિસિનનો હેવી ડોઝ આપીએ છીએ, પણ હવે દવાય રિસ્પોન્સ આપતી નથી." અને અંતે ૧૫મીની રાતે માલિનીનો જીવનદીપ બુઝાઈ ગયો.

એક મહિનાની રજામાં સાથે રહીને આનંદ-જલસો કરવાની, હેતનો બર્થ-ડે ઊજવવાની, ક્યાંક સાથે બહાર ફરવા જવાની આશા-સપના કાયમ માટે અમદાવાદના સ્મશાનમાં ચિતાની જ્વાળામાં ભડભડ સળગી ગયા. શૂન્યાવકાશ શબ્દો તો ઘણીવાર સાંભળ્યા હતા, પણ એ શું હોય એનો વિપુલને ભયાનક જાતઅનુભવ થઈ રહ્યો હતો.

એ ચિતાની ભઠ્ઠી સામે જોઈ રહ્યો. ભઠ્ઠીની અંદરથી ચિતાની જ્વાળાનો અવાજ સંભળાતો અચાનક બંધ થઈ ગયો. ભયંકર કર્કશ અવાજમાં વિપુલને સંભળાવા માંડ્યું. બંનેનું પ્રિય ગીત...

"તુમ મિલે દિલ ખિલે
ઔર જીને કો ક્યા ચાહિએ."

આ બે પંક્તિ વધુ ઉગ્ર બનતા અવાજ સાથે રિપિટ થવા માંડી. વિપુલને થયું કે પોતાના કાન જ નહીં, મગજ ફાટી પડશે. તેણે જોશભેર બંને હાથ કાન પર મૂકી દીધા. થોડીવારમાં એને પોતાની અંદરથી માલિનીના મધુર-સ્નેહાળ અવાજમાં સંભળાવા માંડ્યું...

"ના હોં તૂં ઉદાસ તેરે
પાસ પાસ મૈં રહૂંગા જિંદગીભર
સારે સંસાર કા પ્યાર
મૈંને તુઝી સે પાયા..."

આ સાથે વિપુલમાં હિંમત આવી, પણ આંખના બંધ અચાનક તૂટી પડ્યા અને...

22

ઘણીવાર જીવનમાં દુનિયાદારીના બે છેડા એક કરવામાં કે મહત્ત્વાકાંક્ષાનો ગાંડો પીછો કરવામાં માનવી સારા-નરસા, પ્લસ-માઇનસ કે જરૂરી-બિનજરૂરીના વિચારો કરવાનું ચૂકી જાય છે અને ખૂબ આગળ વધી ગયા બાદ લાઇટ થાય તો બધું નવેસરથી ગોઠવવાનું કે ફરી એકડેએકથી શરૂ કરવાનું શક્ય બનતું નથી.

આ બાબતમાં પત્રકાર વિપુલ વૈદ્ય કંઈક અલગ હતો. વિપુલે પોતાની કેરિયરમાં સેલ્ફ રિવ્યુની પદ્ધતિ આપવાની હતી. સમયાંતરે મોકો મળે ત્યારે તે અગાઉ બની ગયેલી પોતાની સારી-નરસી ઘટનાઓને યાદ કરીને ક્યાં, શું ભૂલ કે ખામી રહી ગઈ અથવા તો શું સારું થયું (કર્યું) એ વિચારતો અને હવે કેવી રીતે, શું સારું થઈ શકે તેનું પ્લાનિંગ પણ કરી નાખતો.

કારકિર્દીની પહેલી અને લાંબી સીક લીવ લીધી - લેવી પડી - ત્યારે માલિની સાથે ક્વૉલિટી ટાઇમ વિતાવવા વચ્ચે એક સાંજે વિપુલ નજીકના ભૂતકાળની ઘટનાઓ વાગોળવા લાગ્યો.

ખાસ કરીને ૨૦૦૭માં કચ્છમાં 'દિવ્ય ભાસ્કર' સફળતાથી લૉન્ચ કર્યું તે પછીનાં ૧૪ વર્ષમાં નોંધપાત્ર શું શું બન્યું એ સ્મૃતિપટ પર તાજું થવા લાગ્યું. આમ તો તમે રિપોર્ટર (કે ચીફ રિપોર્ટર) હો ત્યાર સુધી પૂર્ણ પત્રકાર રહો છો, પણ જ્યારે એડિટર બની જાવ ત્યારે તમારી અંદરનો સક્રિય - ચમકતો પત્રકાર સુષુપ્ત થતો હોય છે (અથવા કરવો પડતો હોય છે) અને તમે 'મેટરના મૅનેજર' બની જાવ છો, એવું વિપુલ તેમના વર્તુળમાં કહેતો રહેતો હતો. 'દિવ્ય ભાસ્કર'માં તંત્રી બન્યો એ પછી વિપુલનો મૅનેજરિયલ રોલ વધી ગયો. પોતે જ્યાં ૨૪ વર્ષ સુધી જીવ રેડીને કામ કર્યું એ 'કચ્છમિત્ર'ની સામે જ, પોતાની (ભાસ્કરની) લીટી લાંબી કરવાની મથામણમાં વિપુલ એક ઝનૂનથી કામ કરવા લાગી ગયો હતો. 'દિવ્ય ભાસ્કર' નવુંસવું હતું, લોકોની અપેક્ષા ખૂબ ઊંચી હતી. એમાં ખરું ઊતરવાનું હતું.

બન્યું એવું કે એ વખતે કચ્છમાં અને રાજ્યમાં વિવિધ સ્તરે ભાજપને સત્તામાં આવે ઘણાં વર્ષો થઈ ગયાં હોવાથી, ગેરવહીવટ, અયોગ્ય નીતિ-રીતિ, સત્તાનો મદ

એવું બધું ચાલી રહ્યું હતું. એમાંય વિધાનસભાની ચૂંટણી નજીક આવતી હતી.

સત્તાપક્ષ પાસેથી જાહેરખબરનો મોટો બિઝનેસ મળે એમ હતો. નવા છાપા માટે એ પણ જરૂરી હોય ને? જોકે ચૂંટણી પહેલાં લોકોની શાસનવિરોધી અકળામણ બહુ વધી ગઈ હતી, પણ એ ક્યાંય જાહેર માધ્યમોમાં બહાર આવતી ન હતી. વિપુલે ટોપના મૅનેજમેન્ટને વિશ્વાસમાં લીધું કે જો કચ્છમાં 'દિવ્ય ભાસ્કર'ને જમાવવું હશે તો સત્તાવિરોધી વલણ લેવું પડશે અને એવું કરશું તો સંભવિત બિઝનેસને અસર થઈ શકે. જોકે સત્તાપક્ષ વિરુદ્ધની સાચી વાત હોય તો તેને બેધડક ઉપાડવી એવી લીલીઝંડી મળતાં જ 'દિવ્ય ભાસ્કર'માં 'બોલ્ડ' રિપોર્ટ ચાલુ થયા, જે કચ્છમાં અગાઉ ક્યારેય નહોતા આવતા.

બસ પત્યું. હવે અકળાવાનો વારો સત્તાધારી નેતાઓનો હતો. અમારા વિરુદ્ધ કોઈ લખી જ કેમ શકે એવા ઘમંડમાં રાચતા નેતાઓ ઊંચા-નીચા થયા, પણ આમલોકો ખુશ. હમમ્ આ સાચો પત્રકાર ધર્મ કહેવાય એવું સામાન્ય નાગરિકોને લાગવા માંડ્યું અને કચ્છમાં થોડા સમયમાં 'ભાસ્કર ભાસ્કર' થઈ ગયું. નેતાઓ અને વાચકોમાં મચેલી હલબલીના પરિણામે વેચાણના આંકડા વધતા દેખાવા લાગ્યા.

બીજું પ્રકરણ ભુજની વૉક-વેનું ખૂલ્યું. રિપોર્ટરોએ નગરપાલિકાના સત્તાધીશોએ હમીરસરના કાંઠે બનેલા વૉક-વેમાં કેવો ભ્રષ્ટાચાર કર્યો એનાં એક પછી એક પ્રકરણો ભાસ્કરનાં પાનાં પર આપવા સાથે નાગરિકોની સુવિધા માટેના પ્રજાના નાણાંનો કેવો દુરુપયોગ થયો, કેવી રીતે પૈસા ખવાયા એના અવિરત રિપોર્ટિંગ લોકોને દાયકા પછીયે યાદ રહી ગયા.

આ કિસ્સાના સ્મરણ સાથે વિપુલના સ્મૃતિપટ પર એ વાત પણ આવી કે 'દૈનિક ભાસ્કર' ગ્રૂપે ભોપાલમાં તેના એડિટર્સ માટે ડેલ કાર્નેગીનો અભ્યાસ ગોઠવ્યો હતો, આ ટ્રેઇનિંગ વિપુલને તંત્રી બન્યા પછી એક લીડર તરીકે સારી રીતે પ્રસ્થાપિત થવામાં ખૂબ ઉપયોગી નીવડી. વિચારોનાં વમળો વચ્ચે ફરી બેઠેલા વિપુલના મનમાં ભુજની એક સોહામણી સાંજે એ પણ તાજું થયું કે ડિફેન્સનો પોર્ટફોલિયો સંભાળતા ચીફ રિપોર્ટર જયેશ શાહે આર્મીના એક કૅપ્ટન દ્વારા દારૂના વેચાણનું કેવું સ્ટિંગ કર્યું અને એ ઑફિસર કોર્ટમાર્શલ થયો. ભુજ બોર્ડર ડિસ્ટ્રિક્ટનું મુખ્ય મથક હોવાથી અહીં લશ્કરી-અર્ધલશ્કરી દળનાં ઘણાં થાણાં છે, એ સમયે અહીં ખૂણેખાંચરે ડિફેન્સનો દારૂ મળી જવો સામાન્ય વાત હતી. જોકે પછી લશ્કરી સત્તાવાળાઓ સખત બની જતાં સિવિલિયનમાં આવો લીકર વેચાવો બંધ થઈ ગયો હતો. એ સમયે કેટલાક જવાન પોતાના ક્વૉટનો શરાબ વેચતા, પણ એક કૅપ્ટન રેન્કનો ફોજી અફસર પોતાની અંગત કાર લઈને રસ્તા પર કોઈને દારૂની ડિલિવરી આપવા આવે એ તો હદ કહેવાયને? જયેશે એટલે

જ મોબાઇલ કેમેરાની મદદથી સ્ટિંગ કર્યું. કોઈ અખબારના પાને તસવીરના બોલતા પુરાવા સાથે આ પ્રકારનો અહેવાલ છપાયો હોય તેવી કચ્છની આ પહેલી ઘટના હતી અને તેમાંય કેપ્ટન કક્ષાનો અધિકારી સામેલ હતો, એટલે લશ્કરી વર્તુળમાં ખળભળાટ મચી ગયો. ફોજી સત્તાવાળાઓએ એ અધિકારીને પ્રાથમિક ઇન્કવાયરી પછી કોર્ટમાર્શલ કર્યો. ત્યાં સુધી તો ઠીક હતું, પણ તેમણે સરકારી વકીલ (ડિસ્ટ્રિક્ટ ગવર્નમેન્ટ પ્લીડર)ની મદદથી 'દિવ્ય ભાસ્કર'ને વિનંતી કરી કે, આ ખૂબ મહત્ત્વનો કેસ હોવાથી આપના રિપોર્ટરને જુબાની માટે આર્મીકોર્ટમાં મોકલો. વિમર્શ કર્યા પછી સંમતિ અપાઈ અને જયેશ શાહ કોર્ટમાર્શલની સુનાવણીમાં ગયા. એક-બે મુદત પછી કેટલાક એવા મુદ્દા એમના માટે ઉપસ્થિત થયા કે આર્મીના સત્તાધીશોને લાગ્યું કે, આમાં એડિટર પણ એક વખત વાતચીત માટે આવે તો સારું. પ્રેસને આર્મી ઇન્ટેલિજન્સ સાથે વધુ સંપર્ક હોય એટલે એમના મારફત અને જિલ્લા સરકારી વકીલ મારફત ફરી વિનંતી મોકલી. કોર્ટમાર્શલની સુનાવણી કર્નલ કક્ષાના એક અધિકારી કરતા હતા, પરંતુ આર્મીના અમુક પ્રોટોકોલ હોય છે એ રીતે એમણે કમાન્ડર (બ્રિગેડિયર) સાથે એડિટરની મીટિંગ ગોઠવી. વિપુલ આર્મીના બ્રિગેડ હેડક્વાર્ટરમાં નિયત સમયે જયેશ સાથે ગયો. કમાન્ડરનો આગ્રહ હતો કે એડિટર એકલા મળે, પણ વિપુલે મક્કમતા બતાવીને આગ્રહ રાખ્યો કે રિપોર્ટર જયેશ તો સાથે જ રહેશે. થોડી આનાકાની પછી એ શરત સ્વીકારવામાં આવી. રિપોર્ટરની જુબાનીમાં એકાદ મુદ્દા પર કમાન્ડર અસહમત અને નારાજ હતા. તેમણે પોતાની લાગણી દર્શાવી. એ મુદ્દે તેમના વચ્ચે ઘણી ચર્ચા ચાલી, એ દરમિયાન વિપુલે બ્રિગેડિયર સાહેબને કહ્યું, 'જે તે કેપ્ટન સામે અમને સ્વાભાવિક રીતે કોઈ અંગત વાંધો ન હોય, પણ કોઈ જવાન શરાબ વેચતો હોય તો આંખ આડા કાન થાય, પણ કેપ્ટન રેન્કનો ઑફિસર દારૂ વેચે? આજે શરાબ વેચ્યો, તો કાલે એ દેશના (ફોજ)ના સિક્રેટ દુશ્મનને નહીં વેચે એની શું ખાતરી? એટલે અમે આ સ્ટિંગ કર્યું અને સ્ટોરી છાપી છે.'

કમાન્ડર તરત બોલી ઊઠ્યા, 'ધેર યુ આર. અમે આ મામલાને એટલે જ ખૂબ ગંભીરતાથી લીધો છે અને આપને (એડિટરને) પણ એટલે જ બોલાવ્યા છે કે, ન્યૂઝમાં અને રિપોર્ટરની જુબાનીમાં એકાદ વાત ડિફર થાય છે. આવું ન બને તો જ આરોપી ફોજી અફસરને સજા થઈ શકે.' કોઈ પત્રકારની કેરિયરમાં કોર્ટમાર્શલમાં (વિનંતીથી) સામેલ થવું ભાગ્યે જ બનતું હોય છે. કચ્છનો આ કિસ્સો કચ્છની પત્રકાર આલમ માટે અભૂતપૂર્વ હતો.

જ્યુડિશરી એટલે કે ન્યાય પાલિકાને લગતા સમાચારો માટે આચારસંહિતા હોય

છે અને દરેક અખબારનવેશ એનું કડક પાલન કરતા હોય છે. પહેલાં રિપોર્ટર તરીકે અને પછી તંત્રી તરીકે વિપુલે પણ હંમેશાં તેનું પાલન કર્યું. અલબત્ત, એકવાર એવું બન્યું કે ગાંધીધામના એક ન્યાયાલયમાં એક વયસ્ક પોલીસ જમાદાર અર્ધબેહોશ થઈને પડી ગયા. તેમને ડાયાબિટીસ અને બ્લડપ્રેશર હતાં. જજસાહેબે કંઈક સુનાવણી લાંબે સુધી ચલાવીને તેમને અદાલતના કઠેડામાં બહુ સમય સુધી ઊભા રાખ્યા, એમાં તેમની તબિયત લથડી અને કોર્ટરૂમમાં જ પડી ગયા. થોડી હલચલ મચી, પેલા જમાદારને હૉસ્પિટલે લઈ જઈને સારવાર આપવી પડી.

આ તો એક ઘટના થઈ. આમાંથી ગંભીર મુદ્દો સામે એ આવ્યો કે બીમાર પડેલા પોલીસ જમાદાર અને પોલીસદળના અનેક જવાનોએ આક્ષેપ કર્યો કે સંબંધિત ન્યાયમૂર્તિ સાહેબનું વલણ પોલીસો પ્રત્યે સખત અને પૂર્વગ્રહ પ્રેરિત હોય છે. પોલીસના આ આક્ષેપાત્મક નિવેદનને ટાંકીને 'દિવ્ય ભાસ્કર'માં ન્યૂઝ છપાયા અને જોરદાર હલચલ મચી ગઈ. ગાંધીધામના વકીલો આ મુદ્દે બે ભાગમાં વહેંચાઈ ગયા. કેટલાક વકીલો માનતા હતા કે આ મુદ્દે ભુજ જઈને પ્રિન્સિપાલ ડિસ્ટ્રિક્ટ જજ પાસે રજૂઆત કરીને કોઈ કાર્યવાહી હાથ ધરવી જોઈએ જ્યારે ધારાશાસ્ત્રીઓના બીજા જૂથનો અભિપ્રાય હતો કે આમાં ક્યાંય ન્યાયમૂર્તિ કે ન્યાયપાલિકાની સીધી ટીકા નથી, એટલે અદાલતની તૌહિન નથી થતી, માટે આમાં અખબાર વિરુદ્ધ કંઈ કરી ન શકાય અથવા તો કંઈ કરવું ન જોઈએ.

સંધ્યાનો રંગ ઘૂંટાતો જતો હતો એમ વિપુલ વિચારોમાં વધુ ડૂબતો જતો હતો. એને એ પણ સ્મરણ યાદ આવી ગયું કે નલિયામાં એક યુવતી સાથે વારંવાર સામૂહિક બળાત્કાર થતો રહ્યો અને તેમાં સત્તાપક્ષના સ્થાનિક નેતાઓ સંડોવાયેલા હોવાનો આરોપ ઊઠ્યો હતો તે વખતે આખા ગુજરાતમાં ખળભળાટ મચી ગયો હતો.

એ વચ્ચે અચાનક એક 'ગુમનામ બાબા' આ પીડિતા સાથે 'દિવ્ય ભાસ્કર'ની ઑફિસમાં આવ્યા અને ગુજરાતભરના મીડિયામાં પ્રથમ ઇન્ટરવ્યૂ આપ્યો. બધાં જ વર્તમાનપત્રો અને સમાચાર ચૅનલો આ માટે તરસતાં હતાં, તે વચ્ચે વિપુલે એ પીડિતા સાથે જે ઇન્ટરવ્યૂના રૂપમાં વાતચીત કરી એ સ્ફોટક હતી. આ વાતચીત સમયે પોતે ચહેરો ઢાંકીને જ રાખશે તેવી એ પીડિતાની તથા તેને લાવનાર ગુમનામ બાબાની શરત હતી, અને વિપુલે એ સ્વાભાવિક રીતે માન્ય રાખી.

આ ઇન્ટરવ્યૂ 'દિવ્ય ભાસ્કર'માં છપાયા પછી કંઈકના પગ નીચેથી ધરતી સરકી ગઈ. ચોતરફ હલચલ મચી ગઈ હતી.

આ ઘટનાએ વિપુલના પત્રકાર જીવને પુનઃ જીવંત કરી દીધો હતો. સડસડાટ દોડતી કારકિર્દીમાં જૂનો અસલ જુસ્સો પાછો આવે, એનાથી રૂડું શું?

23

લાંબી કારકિર્દીમાં ઘણાં એવાં વ્યક્તિ મળે, જે મન પર અમીટ છાપ છોડી જાય. વિપુલ વૈદ્ય તો પત્રકારનો જીવ એટલે રોજબરોજ ન જાણે કેટલાંયને મળવાનું થાય. સ્વાભાવિક છે કે બધા યાદ ન રહે, પણ અમુક ક્યારેય ન ભુલાય. આ બે નામ એટલે નરપતસિંહ વાઘેલા અને રાજુભા વાઘેલા. બંનેને જોડતી ઘટના એક જ, પણ એમાં રહેલો વિરોધાભાસ એકદમ અચંબિત કરનારો હતો.

વાગડ નામ હી કાફી હૈ. કચ્છના રાપર અને ભચાઉ તાલુકાને સાંકળતો વિસ્તાર વાગડ તરીકે ઓળખાય છે. ઋતુઓને લગતી ગુજરાતી કહેવતમાં 'વરસે તો વાગડ ભલો' કહેવાયું છે, પણ કચ્છના દુર્ગમ ભાગમાં આવેલો આ પંથક ગુંડાગીરી અને દાદાગીરીમાંય એટલો જ પંકાયેલો છે. સુરબાવાંઢમાં નવ-નવ જણની હત્યા હોય કે દારૂ પકડવા ગયેલી પોલીસ ટીમના પ્રાણગીરી ગોસ્વામી નામના જાંબાઝ જવાનને બુટલેગરો દ્વારા કચડી નાખવાનો બનાવ હોય, સંતો અને શૂરાઓની આ ભૂમિને આવી ઘટનાઓ દાયકાઓથી કલંકિત કરતી રહી છે. પૂર્વ કચ્છની રક્ષા કરતી મા રવેચીના જ્યાં બેસણાં છે, ધોળાવીરા જેવી વૈશ્વિક વિરાસત આવેલી છે એવી વાગડભૂમિની તો વાત કરીએ એટલી ઓછી. વાગડ સૌથી આગળ ભલે કહેવાય, પણ અહીંની અગાઉ કહ્યું તેમ દાદાગીરી-ગુંડાગીરીના પાપે વણિક-ભદ્ર મહાજન કોમોનું પલાયન થતું રહ્યું. વાગડના જૈન વાણિયા અને પાટીદારો ન માત્ર ભૂજ કે ગાંધીધામ પણ દાયકાઓ પૂર્વે છેક મુંબઈ જઈને વસી ગયા.

વાગડની લુખ્ખાગીરીની એક કહાની આ મુલકનો ચિતાર આપવા પૂરતી થઈ પડશે. રાપરનું ગેડી ગામ. પાંડવો વનવાસ દરમિયાન અહીં રહ્યા હતા એવી કિંવદંતી ગામ સાથે જોડાયેલી છે. અહીં મુખ્ય વસતિ રાજપૂત ક્ષત્રિયોની, કેટલાક કોળી અને અન્ય પરિવારોય વસવાટ કરે.

આ આખા વિસ્તારમાં રાજુભા ખેતુભા વાઘેલાના નામની હાક પડે. ગામના સીધાસાદા લોકોને રાજુભા સામો મળે તો ટાંટિયા ધ્રૂજવા લાગે. ભારાડી લોકો પણ એનાથી અંતર જાળવે. રાજુભા એટલે સમજોને કે પોરબંદરના સરમણ મુંજાનું

મીનીરૂપ. ગામમાં સડક બનાવવાની હોય કે બીજું બાંધકામ હોય, કૉન્ટ્રાક્ટર રાજુભાનો કે તેના મળતિયાનો જ હોય. રાશનશોપનું પણ એવું. ગામ પાસેના ડેમમાંથી સિંચાઈનું પાણી રાજુભા કહે એને જ મળે. કહેવતની ભાષામાં કહેવું હોય તો કહેવાય કે રાજુભા વાઘેલાની ઇચ્છા વિના ગામમાં અને આસપાસના વિસ્તારમાં પાંદડું પણ ન હલી શકે અને ધાક પણ કેવી? વીજબોર્ડની ચેકિંગ ટીમની મજાલ નહીં કે ગેડી ગામમાં પ્રવેશે. અરે, જી.ઈ.બી. જ શું કામ, કોઈ પણ સરકારી તંત્ર અહીં ચેકિંગ માટે વિચારી પણ ન શકે, પોલીસ સુધ્ધાં નહીં. એકલદોકલ પોલીસ ગામમાં જવાની હિંમત ન કરે તો બીજાની શું મજાલ? વાગડ તો ગુંડાગીરીમાં પણ આગળ!

રાજુભા જેવાં માથાભારે તત્ત્વોનો ત્રાસ આમ તો વાગડના અનેક ગામડાંમાં દાયકાઓથી ચાલ્યો આવે. એની અસર એ થઈ કે મહાજન કોમ અગાઉ કહ્યું તેમ ધીરે ધીરે ભુજ અને મુંબઈ સુધી સ્થળાંતર કરી ગઈ!

પણ ખોફ જુઓ. ગુંડાગીરીથી ત્રાસીને ભુજ હિજરત કરી આવેલા વેપારી વાણિયાવાડ જેવી બજારમાં લાખો રૂપિયાની પાઘડી ચૂકવીને દુકાન ચાલુ કરે, એ પછીયે શાંતિ નહીં. રાજુભાને મજા પડે (કે જરૂરત હોય) ત્યારે ભુજ આવે, પેલા દુકાનદાર પાસે જઈને 'શું છે વાણિયા?' માત્ર એટલું કહે એટલે રાજુભાને જોઈ આ સંવાદ સાંભળીને પેલો વાણિયા વેપારી ઢીલોઢફ થઈ જાય, 'આવો આવો બાપુ... શું હુકમ છે?' જોકે એને ખબર જ હોય કે બાપુ બોલવાના નથી, પણ પોતે ગલ્લા ખોલીને હોય એટલી નોટો (રૂપિયા)ની થોકડી ધરી દેવાની! બાપુ ચા-પાણી પીને (અલબત્ત નોટો લઈને) રવાના થાય ત્યારે પેલા વાંકગુના વગર દંડાયેલા નિર્દોષ વેપારીને હાશકારો થાય.

નાનકડા ગેડી ગામના એકવડિયા બાંધાના રાજુભા વાઘેલાએ સુરેન્દ્રનગર જિલ્લાના કોંઢ ગામના નરેન્દ્રસિંહને એક બંદૂક સહિતનાં હથિયાર વેચ્યાં હતાં. એના પેટે કંઈક પચાસેક હજાર રૂપિયા બાકી હતા અને પેલો નરેન્દ્રસિંહ વારંવાર કહેવા છતાં આપતો ન હતો એટલે રાજુભા, એનો નાનો ભાઈ છોટુભા અને ત્રીજો એક સાગરીત ગેલા ગોપારા રાજપૂત કોંઢ ગયા, નરેન્દ્રસિંહનું અપહરણ કર્યું. ગેરકાયદે હથિયારના બાકી પૈસા નહીં મળે એવું લાગતાં તેને લાકડિયા તરફના એક ગામના સીમાડામાં લઈ જઈને મારી નાખ્યો. લાશનો નિકાલ કરવા સૂરજબારીની ખાડી તરફ ગયા, પણ વાહનોની સતત અવરજવરથી વ્યસ્ત આ રાષ્ટ્રીય ધોરીમાર્ગ પરથી મૃતદેહને ખાડીમાં ફેંકવાનો મોકો ન મળતાં એ જ જીપમાં તેઓ ગામની સીમમાં આવ્યા. અહીં લાશને બાળી નાખી દાહ આપ્યો, પણ પૂરી લાશ ન બળતાં તેના અર્ધબળેલી બોડીને એક ઝૂંપડામાં ખાડો ખોદીને દાટી દીધી. કેટલી ભયંકર ક્રૂરતા?

આ રાજુભાનું ગુંડાગર્દીનું જે પ્રમાણમાં સામ્રાજ્ય હતું એના પ્રમાણમાં તેની સામે બહુ ઓછા ગુના નોંધાયા હતા. ભોગ બનેલાઓ ડરના માર્યા પોલીસ ફરિયાદ કરવાનું વિચારે પણ નહીં.

જોકે એક હુમલા કેસમાં રાજુભા સામે રાપર પોલીસ સ્ટેશનમાં કેસ દાખલ થયો. બન્યું એવું કે એ સમયે અંજાર (પૂર્વ કચ્છ)ના વિભાગીય પોલીસ વડા તરીકે આઇ.પી.એસ. અધિકારી અજય તોમર હતા. રાજુભાની કરમ કુંડળી આ આસિસ્ટન્ટ સુપરિન્ટેન્ડેન્ટ ઑફ પોલીસ (એ.એસ.પી.)ના કાન સુધી પહોંચી જતાં તેમણે રાજુભાની તાત્કાલિક ધરપકડનો આદેશ આપ્યો. એ પકડાયો ખરો. દાદાઓમાં કાયદાની ધાક બેસાડવા અને આમલોકોમાં પોલીસ પ્રત્યેનો વિશ્વાસ પ્રસ્થાપિત કરવા તોમર સાહેબ પહોંચી ગયા રાપર. અહીં પોલીસમથકમાં તો રાજુભાને ખાખી વરદીનો પરચો બતાવ્યો જ, પણ આમલોકોમાં આ ગુંડાનો ખોફ ઓછો કરવા તેનું સરઘસ કાઢ્યું. રાજુભાને ખુદ તોમરે જાહેરમાં દંડા ફટકાર્યા.

મજાની વાત એ છે કે રાજુભા ઝડપાયો ત્યારે તેને અંદેશો આવી ગયો હતો કે એએસપી અજય તોમર ખુદ એની 'ખાતીરદારી' કરશે, એટલે ધરપકડ વેળાએ જ એણે ડબલ જીન્સ પહેરી લીધાં હતાં. પોલીસ સામાન્ય રીતે ગુનેગારને પગમાં પાછળના ભાગે 'ભાઠા' (લાકડીના ફટકા) મારતી હોય છે. જોકે આપણા આ 'બહાદુર ડોન'ની આ ચાલાકી ચબરાક આઈપીએસ ઑફિસરના ધ્યાનમાં આવી ગઈ, એટલે બીજું જીન્સ પેન્ટ ઉતરાવીને બરાબરનો ફટકાર્યો.

રાજુભાનાં ગેરકાયદે કૃત્યો, કારનામાંઓ, ગુંડાગર્દી બહુ ઓછા પોલીસના ચોપડા પર ચડ્યા હતા. લોકો લાચારીથી બધું સહન કરતા રહ્યા હતા, પણ વિપુલના (અને 'કચ્છમિત્ર'ના) ખબરીઓ આખા કચ્છમાં ફેલાયેલા હતા. એમાંના એક ગેડી ગામના જ, નરપતસિંહ વાઘેલા હતા. એની રાજુભા સાથે બીજી કોઈ અંગત દુશ્મનાવટ ન હતી, પણ એ યુવાન ચુપચાપ અન્યાય સહન કરનારાઓમાં ન હતો. એટલે કંઈક મોટું બને અને રાજુભાએ જાહેરહિતને જોખમમાં મૂકતી હરકત કરી હોય તો નરપતસિંહ વાઘેલા તરત ટ્રંકકોલ જોડીને વિપુલને ખબર આપતા. સમાચાર સો ટકા સાચા જ હોય, કાંઈ અતિશયોક્તિ પણ ન હોય, પરંતુ એના આધાર કે પુરાવા ન હોવાથી એમ ને એમ છાપી નાખવા એ ન્યાયોચિત તો ન કહેવાય, પણ એ જમાનામાં મોબાઇલ ફોનના કૅમેરા કે છૂપા કૅમેરા તો ઠીક, વાગડમાં રેગ્યુલર કૅમેરા પણ ન હતા, એટલે કોઈ ઘટનાના ફોટો લેવાનુંયે સંભવ ન હતું, જે એક મહત્ત્વનો આધાર કે પુરાવો બની રહે. જો આવા ગુંડાઓને જાહેરમાં ઉઘાડા ન પાડીએ તો તે ઓર બેફામ બની જાય, એવું વિચારીને વિપુલ રાજુભાની લુખ્ખાગીરીના સમાચારો બનાવતો રહ્યો. ભલે

આવાં તત્ત્વો કોર્ટમાં બદનક્ષીની ફરિયાદ ન કરવાનાં હોય, પણ છાપાના બીજા કોઈ વિરોધી ચડામણી કરે, મદદગાર બને અને કેસ ઠોકી દે તો આધાર કે પુરાવા ક્યાંથી કાઢવા? એટલે વિપુલ રાજુભાના સમાચાર બરાબર બનાવે, પણ બદનક્ષીની ફરિયાદ ન થાય એવી તકેદારી પણ રાખે. ખેર, પત્રકારત્વને એટલે જ તલવારની ધાર પર ચાલવા જેવું કહ્યું છે ને?

એકવાર વિપુલ સ્કૂટર પર સવારે ઘરથી ઑફિસ જવા નીકળ્યો ત્યારે રસ્તામાં એક હિતેચ્છુ-પરિચિત સામો મળ્યો. વિપુલનું ધ્યાન ન હતું, પણ પસાર થઈ ગયા પછી પેલા પરિચિત યુવકે વિપુલને બૂમ મારી. સ્કૂટર થોભાવીને વિપુલે પાછળ જોયું તો તે પેલા પરિચિતને તરત ઓળખી ગયો. પેલો નજીક આવ્યો અને લાગતો જ પ્રશ્ન કર્યો કે, છાપામાં ગેડીવાળા રાજુભાનું કોણ લખે છે? વિપુલને કેરિયરની શરૂઆતથી જ વ્યવસાયિક સિદ્ધાંતોનો ખ્યાલ હોવાથી સીધો જવાબ ન આપ્યો કે, હું લખું છું, પણ જ્યારે વિપુલના પૂછવા પર પેલા હિતેચ્છુએ એમ કહ્યું કે, 'રાજુભા કહેતા હતા કે, છાપામાં લખે છે એ પત્રકારના હાલ કોંઢવાળા નરેન્દ્રસિંહ જેવા કરવા છે.'

આ રીતે એક પ્રકારની હત્યાની જ ધમકી સાંભળીને વિપુલે પણ બિન્ધાસ્ત કહી દીધું કે, 'એ બધા ન્યૂઝ હું જ લખું છું. બાપુને કહેવું હોય તો કહી દેજો, હું રાત્રે એક વાગ્યે આ જ સૂમસામ રસ્તે એકલો પસાર થાઉં છું, જે કરવું હોય એ કરી લે.'

જોકે પેલા પરિચિત યુવકે વાત વાળતાં કહ્યું કે, આ તો મેં તમને મિત્રભાવે ચેતવવા આ વાત પહોંચાડી છે, પણ લાગે છે કે તમને ખોટું લાગી ગયું છે. વિપુલે તેનો આભાર માનીને વાત પૂરી કરી. આમ, વાગડના રાજુભાએ પહોંચાડેલી ધમકી છેક સવાસો કિ.મી. દૂર ભુજના પત્રકાર સુધી પહોંચી, પણ ડરે એ બીજા. નક્કર બાતમીઓ મળતી રહી, રાજુભાનાં કારનામાં છપાતાં રહ્યાં.

આવા ગુંડાઓની દુશ્મનાવટ પણ ઘણા લોકો સાથે હોય. કહે છે ને ક્યારેક શેરને માથે સવાસેર ભટકાઈ જ જતા હોય. એકવાર રાજુભા રાપર શહેરમાં હજામતની એક દુકાનમાં બાલ-દાઢી કરાવતો હતો ત્યારે દિનદહાડે એક મોટરસાઇકલમાં ટ્રીપલ સવારીમાં આવેલા ત્રણ શખ્સોએ રાજુભાને બહાર બોલાવ્યો, તે કંઈ સમજે એ પહેલાં એક જણે દેશી તમંચો કાઢ્યો અને ભડાકો કરી રાજુભાના રામ રમાડી દીધા. કહોને કે રાજુભા રૂપી રાવણને હણી નાખ્યો. આખા વાગડમાં રાડ બોલી ગઈ.

અહીં એક ઓર ટ્વિસ્ટ આવ્યો. હત્યા કરનારા હતા ભચાઉ તાલુકાના શખસો, જેની લાંબા સમયથી રાજુભા સાથે અંટસ ચાલતી હતી, પણ પોલીસમાં ખૂનના

નોંધાયેલા ગુનામાં એક નામ પેલા ખબરી નરપતસિંહ વાઘેલાનું હતું. મોટાભાગના જાણકાર લોકોને થયું કે રાજુભાને પડકારનારો આ એકમાત્ર માણસ હતો એટલે મર્ડરમાં તો એ જ હશે. વાસ્તવિકતા એ હતી કે એ દિવસે નરપતસિંહ વાઘેલા કોઈ કામસર ભુજ ગયા હતા. મતલબ ઘટના સમયે તે ઘટનાસ્થળે રાપરમાં તો ઠીક, વાગડમાં જ ન હતા, પણ એફ.આઈ.આર. પછી ચાર્જશીટ રજૂ થઈ.

અદાલતમાં સુનાવણીનો દોર ચાલ્યો. નરપતસિંહે જે સત્ય હતું એ સાબિત કરી બતાવ્યું કે હત્યા સમયે તે ભુજ હતા. એટલું જ નહીં એ ખૂન પાછળ તેમનો કોઈ અપ્રત્યક્ષ હાથ પણ નહોતો. અંતે નરપતસિંહ રાજુભાની હત્યાના કેસમાં તો બાઇજ્જત બરી થયા.

એક આ મહત્ત્વની આડ વાત. ધારત તો નરપતસિંહ વાગડમાં પોતાની હાક જમાવી શક્યા હોત. કોર્ટમાં ભલે જે ચુકાદો આવે તે, પરંતુ રાજુભાને પતાવી દેનારા તરીકે તે ધારત તો નવા 'ડોન' બની શક્યા હોત, પણ એમની એ પ્રકૃતિ જ ન હતી. એ તો પોતાના ખેતીવાડીના વ્યવસાયમાં અને પોતાની જિંદગીમાં મસ્ત થઈ ગયા. ક્યાંય તેમણે વાગડના ડોનની હત્યાને વટાવીને 'હીરો' બનવાની કોશિશ ન કરી.

24

સત્તા અને કૌભાંડ જાણે જોડિયા ભાઈ હોય એમ સાથે ને સાથે રહે. વિપુલ વૈદ્યે પત્રકારત્વની કારકિર્દીમાં એક અકલ્પ્ય કૌભાંડ જોયું, એને ઉઘાડું પાડ્યું. કચ્છ જેવા પ્રમાણમાં ઓછા વિકસિત વિસ્તારમાંય રાજકારણીઓના કેવાં અને કેટલાં પોત પ્રકાશે છે એ જાણીને વિપુલ વૈદ્ય તો સ્તબ્ધ થઈ ગયો હતો.

આજે કૌભાંડ શબ્દ તો એકદમ સહજ અને ચલણી થઈ ગયો છે. હજારો કરોડોનાં કૌભાંડ વાંચીને હવે કોઈ અચંબિત નથી થતું. બે-ચાર દિવસમાં તો બધું ભુલાઈ જાય છે, પણ વિપુલને ચારેક દાયકા પહેલાં તો પત્રકાર તરીકે કૌભાંડ શબ્દનો પ્રયોગ ભાગ્યે જ કરવા મળતો, અને હાથમાં કોઈનું કૌભાંડ આવે એટલે એને તપાસીને લખવામાં એક રોમાંચ થતો.

વાચકો પણ કૌભાંડના સમાચાર કે સ્ટોરી માટે 'ઓહો' બોલાવી દેતા અને કૌભાંડ આચરનારા માટે તેનું કૃત્ય શરમજનક બની જતું. આજે તો કરોડોનો ભ્રષ્ટાચાર કરનારા બેશરમ બનીને ફરતા હોય છે. પ્રધાનપદાં ભોગવતા હોય છે. લોકોને પણ કોઈ આશ્ચર્ય કે આઘાત લાગતાં નથી. 'એમ? હશે ત્યારે...' ને વાત પૂરી. સૌની ગેંડાનેય સારો કહેવડાવે એટલી જાડી ચામડી થઈ ગઈ છે ને?

એંસીના દાયકાના અંત ભાગમાં એક કૌભાંડે કચ્છને રીતસરનું હચમચાવી નાખ્યું હતું. એ ષડયંત્ર પણ પાછું શિક્ષણ જેવા પવિત્ર લેખાતા વ્યવસાયમાં થયું હતું અને એટલું વ્યાપક હતું કે, એક દાયકા સુધી પોલીસ એક્શન લેવાતાં રહ્યાં અને કૌભાંડ સતત ગાજતું રહ્યું.

દેશના ભાવિ નાગરિકોનું જે ઘડતર કરે છે, શિક્ષિત બનાવે છે એવા શિક્ષક ખુદ અશિક્ષિત - અંગૂઠાછાપ હોય તો? શિક્ષણની ઘોર ખોદવાનું આ કુકૃત્ય માત્ર આર્થિક લાભ માટે આચરનારાઓ ખરેખર નખ્ખોદ વાળવા બેઠા હતા. વળી બે-ચાર કે પચ્ચીસ-પચાસ નહીં, ૯૦૦થી વધુ બોગસ શિક્ષકો કચ્છમાં ચુપચાપ ભરતી થઈ ગયા. આ ગંભીર ષડયંત્રમાં કચ્છના પ્રાથમિક શિક્ષણ વિભાગના ટોચના પદાધિકારીથી માંડીને કેળવણી નિરીક્ષકો, કારકુનો, અમુક નેતાઓ અને મોટા અધિકારીઓ બધા જ સામેલ હતા. એટલે ઓર્ગેનાઇઝ્ડ ક્રાઇમ પ્રકારના

આ કૌભાંડમાં તેરી ભી ચૂપ અને મેરી ભી ચૂપ. બીજા જિલ્લાના આ કથિત માસ્તરો પી.ટી.સી. કે બી.એડ્. તો ઠીક, એસ.એસ.સી. પાસ પણ ન હતા! શિક્ષક બનવા માટેની જરૂરી બધી ડિગ્રીનાં બોગસ પ્રમાણપત્રો મેળવીને સામૂહિક રીતે શિક્ષકની સરકારી નોકરીએ લાગી પણ ગયા ને કોઈને ભનક પણ ન પડી!

એકવાર બન્યું એવું કે કચ્છના છેવાડાના લખપત તાલુકાના નાના એવા કપુરાશી ગામના શિક્ષકની લાશ તળાવમાંથી મળી આવી. દેખીતું હતું કે તેમણે પાણીમાં ઝંપલાવીને આપઘાત કર્યો હતો. આત્મહત્યાના આ બનાવના સમાચાર 'કચ્છમિત્ર'ના પહેલા પાને છપાયા. સામાન્ય રીતે અંદર કે છેલ્લા પાને હોય. આ સમાચારમાં ચોંકાવનારું તથ્ય દર્શાવેલું હતું. નખત્રાણા સ્થિત જાગૃત પ્રતિનિધિ સી. કે. પટેલને શિક્ષકના આપઘાતમાં કંઈક અસામાન્ય હોવું જોઈએ તેવી શંકા જાગી એટલે સમાચાર મોકલતા પહેલાં તેમણે ખણખોદ ચાલુ કરી. ગામની ચાની કાચી હોટેલ (ટપરી) પર કેટલાક લોકો ગપસપ કરતા સંભળાયા કે આ માસ્તર સાહેબ આર્થિક ભીંસમાં હતા અને બોગસ પ્રમાણપત્રોથી ભરતી થયા હોવાથી કચ્છ જિલ્લા પંચાયતના પ્રાથમિક શિક્ષણ વિભાગનો એક હિસાબનીસ કમ મહેકમ ક્લાર્ક તેને બ્લેકમેલ કરી પૈસા પડાવતો હતો. તે સમયે શિક્ષકોના પગાર ઓછા હતા એટલે મૂળ કચ્છ બહારના વતની એવા આ શિક્ષકને બ્લેકમેઇલિંગના પૈસા પોષાતા ન હતા અને તેણે ત્રસ્ત થઈને જિંદગીનો અંત આણ્યો હતો. બહુ કમનસીબ બનાવ હતો. સી. કે. પટેલના ન્યૂઝ રિપોર્ટમાં આ બાબતે ન માત્ર અંગૂલીનિર્દેશ હતો, પરંતુ બોગસ પ્રમાણપત્રોનું કોઈ કૌભાંડ હોવાની આશંકા સાથે શિક્ષણ જેવા પવિત્ર વ્યવસાયમાં સડો દેખાયો હોવાની નુક્તેચીની પણ હતી.

આ સમાચારે ઘણાનું ધ્યાન ખેંચ્યું, પણ તરત કંઈ બહાર ન આવ્યું. થોડા દિવસ પછી ભુજના કોટડા (ચકાર) ગામના ખબરપત્રી ફકીરમામદ ચાકીના ફોટો સાથે નાનો અહેવાલ આવ્યો, જેમાં બ્લેક બોર્ડ પર માસ્તરે લખેલા અષ્ટમ્ પષ્ટમ્ શબ્દો અને વાક્યો હતાં. આનાથી તરત ખ્યાલ આવી જાય કે આ ગુરુજન ચોક્કસ અનપઢ હશે.

કચ્છ સૌથી વિશાળ જિલ્લો, દૂર દૂર સુધી પથરાયેલાં ગામડાં, પાંખી વસતી, શિક્ષણનું પ્રમાણ બહુ ઓછું. આમ પણ અનેક ગામોમાં 'સાહેબો' એકસામટી હાજરી પૂરી નાખવા ક્યારેક પોતાના વતનથી ગામમાં-શાળામાં પધારે. બાકી તો ઘેરબેઠા પગાર ખાતા હોય. કચ્છની આખી નવી પેઢીની પેઢી ભણવામાં નબળી રહી જાય એવું એ પાપ અહીં વ્યાપકપણે થઈ રહ્યું હતું. ક્યારેક ચેકિંગ આવે તો નિરીક્ષકને કે અમલદારને થોડા પૈસા અપાવી દેવાતા.

આ સંજોગોમાં માસ્તરોનું બોગસપણું છતું કરતા અહેવાલ આવવા લાગ્યા. એક શિક્ષકનો જીવ પણ ગયો એટલે જિલ્લાપંચાયતની શિક્ષણ શાખાના જ એક સંનિષ્ઠ કર્મચારીની આંતરડી કકળી ઊઠી. એની નજર સામે સેંકડો શિક્ષકો નકલી પ્રમાણપત્રોના આધારે કચ્છભરમાં પથરાઈ ગયા હતા એટલે ક્યાંકથી છાપાનો નંબર લઈ રિપોર્ટર વિપુલ વૈદ્યને ફોન પર બીતાં બીતાં વાત કરી. આ કર્મચારી ખૂબ પ્રમાણિક હતા, સાથે ખૂબ ગભરુ પણ ખરા. તેમનું નામ ગુપ્ત જ રહેશે એવા વિશ્વાસ સાથે એ સિનિયર કર્મચારીએ ખાતરી પણ માગી લીધી. પછી શું? દરરોજ કે દર બે-ચાર દિવસે એમના તરફથી નવી નવી માહિતી મળતી ગઈ. કેટલા જણ ભરતી થયા, કેવી રીતે થયા, ખોટા પ્રમાણપત્રો કેવી રીતે મેળવ્યા વગેરે વગેરે.

કચ્છમાં ખળભળાટ મચી ગયો. સિફતપૂર્વક મોટું કૌભાંડ રચનારા પોતાની સામે કોઈ આંગળી ચીંધી જાય એ કલ્પી નહોતા શકતા. પણ આંગળી ચીંધાઈ એટલે અકળાઈ ઊઠ્યા. વિપુલ અને બીજા કેટલાક પત્રકાર સામે ગેરપ્રચાર ચાલુ કર્યો, પણ ખોટા હતા એટલે હાથ હેઠા જ પડતા રહ્યા.

ગુજરાતનાં ઇતિહાસનું શિક્ષકોને લગતું સૌથી મોટું સ્કેમ એટલું ગાજ્યું કે મુંબઈથી પ્રસિદ્ધ થતા ‘ચિત્રલેખા’ સાપ્તાહિકમાં પણ તલસ્પર્શી માહિતી સાથે આર્ટિકલ છપાયો. અને શિક્ષણ સત્તાધીશોએ નોટિસને એવી બધી તજવીજ કરી. હવે ‘ચિત્રલેખા’ના વરિષ્ઠ પત્રકાર શીલા ભટ્ટે બીજો જોરદાર ફોલોઅપ રિપોર્ટ છાપ્યો, ને કૌભાંડીઓમાં સોપો પડી ગયો. પ્રથમ અહેવાલ પ્રસિદ્ધ કરતાં પહેલાં શીલાહબહેને વિપુલ પાસેથી સંપૂર્ણ માહિતી લીધી હતી અને બાદમાં ખાસ મુંબઈથી ભુજ આવ્યા હતા. આનાથી તહેલકો મચ્યો. પોલીસ હરકતમાં આવી અને બોગસ શિક્ષકો સામે એક પછી એક એફ.આઈ.આર. દાખલ થવા લાગી. છાપામાં રોજ એના જ સમાચાર. પછી શરૂ થયો ધરપકડોનો દોર.

કૌભાંડમાં ભરતી થયેલા મોટાભાગના શિક્ષકો મહેસાણા (ઉત્તર ગુજરાતના) તેમ જ ખેડા (ચરોતર)ના હતા. અન્ય જિલ્લાના પણ હતા, પરંતુ એની સંખ્યા ઓછી હતી. કચ્છ પોલીસની ક્રાઇમ બ્રાન્ચ મહિનાઓ સુધી-બલ્કે વરસો સુધી દોડતી રહી અને એ બોગસ માસ્તરોની ધરપકડોનો દોર ચાલતો રહ્યો. આ કૌભાંડીઓના પાપે કચ્છની સંખ્યાબંધ નિશાળો મહિનાઓ લગી માસ્તર વિહોણી થઈ ગઈ ને ભૂલકાંઓનું શિક્ષણ ખોરંભે ચડતું રહ્યું.

અફસોસ કે આમાં શિક્ષણ ભ્રષ્ટ કર્મચારીઓમાંથી કેટલાકની બદલી થઈ, અમુક જણ થોડા સમય માટે ફરજમોકૂફ થયા, પણ એકેય મોટી માછલી પકડાઈ નહીં, કેન્દ્ર-રાજ્યમાં બધે જ કૉંગ્રેસની સરકાર હતી. જિલ્લા પંચાયતમાં

કૉંગ્રેસનું શાસન હતું. જિલ્લા પ્રાથમિક શિક્ષણ સમિતિના ચેરમેન મેઘજી મોથારિયા કૉંગ્રેસના હતા. વિપુલની ચડતી કેરિયરનો આ પ્રારંભ હતો, એટલે એક રિપોર્ટર તરીકે તેનામાં નવું જોમ ભરાયું હતું. પત્રકાર તરીકેનો આત્મવિશ્વાસ વધ્યો અને હા, તેમના સોર્સ બનેલા પેલા સંનિષ્ઠ કર્મચારીના હૈયે થોડી ટાઢક વળી. વિપુલે એનું નામ તે વખતે તો ઠીક, આ લખાણ વખતે પણ 'પેક' જ રાખ્યું. વંદન છે આવા નિષ્ઠાવાન કર્મચારીઓને.

25

કહેવત છે કે 'ફરે એ ચરે'. પત્રકારત્વમાં કહી શકાય કે કોઈને મળે એ ક્યારેક કંઈક પામે. આ પુસ્તકના અંતિમ પ્રકરણમાં 'કચ્છ ફાઇલ' નિમિત્તે જ વિપુલ વૈદ્યને અતીતની એક અત્યંત ગુપ્ત માહિતી હાથ લાગી. શું હશે એ? કોના વિશે હશે?

ક્યારેક ઓચિંતું એવું સિક્રેટ સામે આવી જાય કે અચંબિત-ઉત્તેજિત થઈ જવાય. વિપુલ 'કચ્છ ફાઇલ'માંના એક પ્રકરણની ઊંડાણભરી વધુ માહિતી મેળવવા માટે કાર્યરત હતો. આ માટે જે.આઇ.સી.ના ૧૩ ભાગેડુ પાકિસ્તાનીઓના સર્ચ ઑપરેશનની આગેવાની લેનારા કચ્છ પોલીસની લોકલ ક્રાઇમ બ્રાંચ (એલ.સી.બી.)ના નિવૃત્ત ઇન્સ્પેક્ટર આર. જી. રાઠોડનો ટેલિફોનિક સંપર્ક કર્યો હતો. હાલ વતન સાબરકાંઠામાં નિવૃત્ત જીવન ગાળી રહેલા રાઠોડ સાહેબ હવે થોડા શ્રવણમંદ હોવાથી કાનમાં પહેરવાના યંત્ર (હિયરિંગ એઇડ)ની મદદથી વિપુલ સાથે ઉત્સાહભેર એ મેગા ઑપરેશનની વાત કરી રહ્યા હતા. વાચકોને મજા આવે, રસ પડે એવી સચોટ માહિતી આપ્યા પછી અચાનક એક એવી વાત કહી, જે બનાવના ૨૩ વર્ષ પછી પ્રથમવાર સામે આવી રહી હતી. ત્યાં સુધી આ સિક્રેટ ત્રણ વ્યક્તિ વચ્ચે હતું, એક કચ્છના તત્કાલીન જિલ્લા પોલીસ અધિક્ષક (એસ.પી.) પ્રમોદકુમાર ઝા, જે હવે આ દુનિયામાં નથી રહ્યા, બીજા ખુદ પોલીસ ઇન્સ્પેક્ટર આર. જી. રાઠોડ અને ત્રીજા... આ રહસ્યનું મુખ્ય પાત્ર છે એ!

આર. જી. રાઠોડ એ સમયે એસ.પી. પ્રમોદકુમાર ઝાના બહુ વિશ્વાસુ હતા. વળી, સ્થાનિક ગુન્હા શોધકશાખા એટલે કે એલ.સી.બી. જેવી મહત્ત્વની બ્રાન્ચના પી.આઈ. હતા એટલે ઝા સાહેબે એકદમ કોન્ફિડેન્સિયલ કામ તેમને સોંપ્યું. 'દેખો રાઠોડ, મૈં તુમ્હે એક ઇમ્પોર્ટન્ટ ઔર સિક્રેટ કામ સોંપ રહા હૂં. આવતી કાલે દિલ્હીની ટ્રેનના ફર્સ્ટ એ.સી.માં એક (વી.વી.આઈ.પી.) સાહેબ આવશે. તમે ઓળખી શકો એટલે કહું છું કે, તે ગાંધીધામ રેલવે સ્ટેશને ઊતરીને બાંકડા ઉપર બેઠા હશે. ડાબા હાથમાં સિગારેટ હશે, જમણા હાથેથી ૐ લખેલું લૉકેટ ગોળ-ગોળ ફેરવતા હશે. એમને મળો ત્યારે કે પછી મુલાકાતના અંત સુધી

તમારે એમનું નામ નથી પૂછવાનું.' પી.આઈ. રાઠોડે ઝા સાહેબને સેલ્યુટ મારીને કહ્યું, 'ઠીક હૈ સર, મૈં ટ્રેન સે પહેલે પહુંચ જાઉંગા.'

'તમારે એમને ત્રણ દિવસ કચ્છની તમામ સરહદના પોઇન્ટ અને મહત્ત્વના સ્થાનો દર્શાવવાનાં છે અને છેલ્લે એ સાહેબ કહે એ સ્થળે છોડી દેવાના છે.'

કોઈ સસ્પેન્સ ફિલ્મ જેવી અફલાતૂન શરૂઆતે પી.આઈ. રતનસિંહ જી. રાઠોડ તો ભુજથી પોલીસનાં બે વાહન લઈને ગાંધીધામ જઈ પહોંચ્યા હતા. આ બે વાહનમાં એક એલ.સી.બી.ની જીપ હતી, તો બીજી પોલીસની જ નવી-ચકમકતી જીપ્સી હતી.

રેલવેના પ્લૅટફૉર્મ પર દિલ્હીની ટ્રેન આવી થોભી. રાઠોડની ચકોર નજર ફરવા લાગી. ફર્સ્ટ એ.સી. કોચમાંથી ઊતરેલા ઉતારુઓમાંથી એક વ્યક્તિ થોડે દૂરની બેન્ચ પર બેઠી. ખિસ્સામાંથી સિગારેટ કાઢી, ડાબા હાથમાં પકડીને ઊંડા કસ ખેંચવા લાગ્યા. (એ વખતે જાહેરમાં ધૂમ્રપાન પ્રતિબંધિત ન હતું.) ઝા સાહેબે કહ્યું હતું એ રીતે જ એ સાહેબ જમણા હાથમાં રહેતું ૐ લખેલું લૉકેટ ગોળ ગોળ ફેરવવા લાગ્યા. રાઠોડ પળનોય વિલંબ કર્યા વગર તેની સામે પહોંચી ગયા. બે પગ ભેગા કરી સેલ્યુટ મારી, 'સર, મૈં ઇન્સ્પેક્ટર રાઠોડ, ઝા સાહેબને મુઝે ભેજા હૈ. કચ્છ કે દૌરે મેં મૈં આપકે સાથ રહૂંગા.'

આ ગોપનીય અધિકારીને લઈને બે કાર રવાના થઈ. સૌથી પહેલાં પહોંચ્યા કચ્છના પ્રવેશદ્વાર લેખાતા સૂરજબારી પુલ પર. બ્રિજની વ્યૂહાત્મકતાનું નિરીક્ષણ કરી કંડલા પોર્ટ, મહાબંદર નિહાળ્યું. ત્યાંથી વિદેશમાં ઘેટાં-બકરાંની મોટા પાયે નિકાસ થતી હતી અને હવે દીનદયાળ પોર્ટ ઓથોરિટી તથા અદાણી પોર્ટ ઍન્ડ સેઝ કપંની જેને મોટા પાયે વિકસાવી રહી છે એ તુણા પોર્ટ, નજીકમાં નવીનાળ, માંડવી, પિંગલેશ્વર બીચ અને જખૌ પહોંચ્યા. આ સંવેદનશીલ મત્સ્ય બંદરની મુલાકાત લઈ કચ્છના અખાત ને અરબી સમુદ્રના કાંઠે નીકળેલો કાફલો કોટેશ્વર પહોંચ્યો. અંધકારના ઓળા ઊતરી આવ્યા હતા. પૂર્વ યોજના પ્રમાણે પચ્ચીસેક કિલોમીટર દૂર આવેલા પાન્ધ્રોના જી.એમ.ડી.સી. ગેસ્ટહાઉસમાં એ વી.આઈ.પી. મહેમાને રાતવાસો કર્યો.

બીજા દિવસે વહેલી સવારે બી.એસ.એફ.ની સ્પીડબોટમાં ક્રીક એરિયાનું નિરીક્ષણ કરી, વાયા લખપત આ સ્પેશિયલ ટીમ ધોરડો અને ત્યાંથી ખાવડા પહોંચી. રણ સરહદનો અમુક વિસ્તાર નિહાળ્યા પછી પૂર્વ કચ્છ તરફ પ્રયાણ કર્યું. ભચાઉ થઈને રાપર તાલુકાની ખડીર અને બેલા બૉર્ડર નિહાળી.

અહીંથી સામે પાકિસ્તાનનો નગરપારકર વિસ્તાર માંડ ચાલીસ કિ.મી. છેટો હશે. રાત્રીરોકાણ એ વિસ્તારની એક બી.એસ.એફ. ચોકીમાં કર્યા પછી ત્રીજા

દિવસે થોડો સમય સરહદી વિસ્તાર ફરીને પેલા સાહેબ સાંતલપુર બાજુ જવાના હતા. કચ્છની હદ પૂરી થતી હતી ત્યાંથી પરત ભૂજ ફરી રહેલા આર. જી. રાઠોડને ખબર હતી કે પેલા વી.આઈ.પી. સાહેબ કચ્છના છછી પોઇન્ટ જશે. પાટણ પોલીસ આ સિક્રેટ સાહેબનો હવાલો સંભાળીને બી.એસ.એફ.માં લઈ જશે. ત્યાં પણ કેન્દ્રીય ગૃહમંત્રાલયમાંથી પહેલેથી જ કેટલીક અગત્યની સૂચનાઓ આવી ગઈ હતી. આ ભેદી મહેમાનને છેલ્લે બી.એસ.એફ.ના ઉચ્ચ અફસરે કચ્છના મોટા રણની (બનાસકાંઠા જિલ્લામાં આવતી) સરહદેથી ઊંટ પર બેસાડી પાકિસ્તાન તરફ એકલા રવાના કર્યા. હા, બોર્ડર ક્રૉસ કરાવી હતી ખુદ બી.એસ.એફ.એ.

તમને થશે આટલું બધું વર્ણન સાચું, પણ એ રહસ્યમય સાહેબ હતા કોણ? એ સાહેબ કચ્છની રણસીમાએથી ૨૦૦૧માં પાકિસ્તાનમાં ઘૂસ્યા અને બહુ લાંબો સમય ત્યાં રહ્યા. કેન્દ્રના વિદેશ મંત્રાલયે કરેલી સિક્રેટ ગોઠવણ પ્રમાણે આ સાહેબ સિંધના બદીનમાં હિન્દુઓની મોટી વસતી ધરાવતા વિસ્તારના એમ.એલ.એ. (એટલે કે એકમાત્ર હિન્દુ ધારાસભ્ય) રતનસિંહ સોઢાના મહેમાન બન્યા.

હમ્મ્... તમે કહેશો કે હવે તો કહો એ મહાનુભાવ કોણ હતા? વેલ, આ પ્રશ્ન વિપુલને પણ ઑફિસર ઑન સ્પેશિયલ ડ્યૂટીમાં રહેલા આર. જી. રાઠોડ સાથેની વાતચીતના અંતે થયો. રાઠોડ સાહેબ કહે કે, એકવાર હું ટીવીમાં સમાચાર જોતો હતો, ત્યારે એક વિશેષ સમાચારમાં એક પરિચિત લાગતો ચહેરો જોયો ને અચાનક મગજમાં ઝબકારો થયો કે આ તો હું દોઢદાયકા પહેલાં જેમને કચ્છની બોર્ડર ફરાવવા લઈ ગયો હતો એ 'સિક્રેટ' સાહેબ છે. હા, એ દેશના મુખ્ય સુરક્ષા સલાહકાર અને પાંચ દાયકા દરમિયાન ભારતમાં કંઈક સાહસો ખેડનારા અજીત ડોભાલ હતા.

વેલ, ડોભાલના પુસ્તકમાં, તેમના પુત્રના પુસ્તકમાં અને તેમના ભારતના અન્ય કેટલાક દસ્તાવેજોમાં અજીત ડોભાલની પાકિસ્તાનની ખુફિયા યાત્રાનો ઉલ્લેખ જરૂર છે, પણ એમાંય ૨૦૦૧ પછીની આ પાકયાત્રા ક્યાંય લખાયેલી નથી. એ અતિ ગુપ્ત હતી અને અત્યાર સુધી ગુપ્ત રહી હતી.

પત્રકાર ક્યારેય જંપતો નથી, મરતો નથી. નિવૃત્તિ બાદ પણ વિપુલે એકદમ સનસનીખેજ નવી માહિતી રાઠોડસાહેબ થકી મેળવી.

પત્રકાર વિપુલ વૈદ્યના ચહેરા પર આ નવી સ્ટોરી મેળવ્યાના આનંદનું વર્ણન કરવું શક્ય નથી. આંખમાંની ચમક કહે છે કે, એક સાચો પત્રકાર એટલે કાયમ માટે પત્રકાર, મરતાં સુધી. એના અહેવાલને 'કચ્છ ફાઇલ' જેવા પુસ્તક થકી પણ સદૈવ પત્રકાર તરીકે સ્મરણસ્થ રહે છે, 'જીવન કે સાથ ભી, જીવન કે બાદ ભી.'

* * *